പുന്നപ്ര-
വയലാർ

Nadakkavu, Kozhikode, Kerala, 673011
www.insightpublica.com
e-mail: insightpublica@gmail.com
Title: **Punnapra Vayalar**
(Malayalam)
Author: **C S Suresh**
Compiled & Edited: V. S. Anilkumar
First Edition: May 2022
Cover&Layout: kjvj@insight
Copyright © Reserved
All rights reserved.
Printed and Published by
InsightinPublica Printers & Publishers Pvt. Ltd.
ISBN 978-93-90535-13-2
₹ 219

All rights reserved. No part of this publication may be reproduced,
stored in a retrieval system, or transmitted, in any form, or by any means,
electronic, mechanical, photocopying, recording or otherwise,
without the prior permission of the publisher

പുന്നപ്ര-വയലാർ

സി.എസ്.സുരേഷ്

സമാഹരണം / സംയോജനം

വി.എസ്.അനിൽകുമാർ

ജനനം: 1959

മാതാപിതാക്കൾ: പുന്നപ്ര വയലാർ സമരം നയിച്ച കമ്മ്യൂണിസ്റ്റ് പാർ
ട്ടിയുടെ അഞ്ചംഗ ആക്ഷൻ കൗൺസിൽ അംഗവും പിൽക്കാലത്ത് കമ്മ്യൂ
ണിസ്റ്റ് പാർട്ടിയുടെ മാരാരിക്കുളം എം. എൽ. എ യുമായിരുന്ന സി. ജി.
സദാശിവനാണ് അച്ഛൻ. വയലാർ സമരസേനാനിയും പിന്നീട് സ്കൂൾ
അദ്ധ്യാപികയും ആലപ്പുഴ ജില്ലാ പഞ്ചായത്ത് പ്രസിഡന്റുമായിരുന്ന
ഭൈമി സദാശിവനാണ് അമ്മ.

മെക്കാനിക്കൽ എഞ്ചിനീയറിംഗിൽ സോവിയറ്റ് യൂണിയനിലെ പാട്രീസ്
ലുമുമ്പ യൂണിവേഴ്സിറ്റി യിൽ നിന്നും ബിരുദം. റഷ്യൻ ഭാഷയിൽ നിന്നും
നേരിട്ട മലയാളത്തിലേക്ക് നാല്കൃതികൾ പരിഭാഷപ്പെടുത്തുകയും
ഗ്രീൻ ബുക്സ് പ്രസിദ്ധീകരിക്കുകയും ചെയ്തു.

യെവ്ഗെനി വൊദലാസ്കിന്റെ 'ലാറ്റസ് എന്ന വിശുദ്ധൻ, നീലാകാശ
ത്തിലേക്ക്' എന്നീ നോവലുകളും മറീന സ്റ്റെപ്നോവയുടെ 'ലാസറിന്റെ
പെണ്ണങ്ങൾ' എന്ന നോവലും ലൂദ്മിള പെത്രുഷേവ്സ്ക്കയയുടെ ഓർമ്മ
കുറിപ്പുകളുമാണ് പരിഭാഷപ്പെടുത്തിയ കൃതികൾ.

ബിരുദ സമ്പാദനത്തിന ശേഷം നാല്യ വർഷങ്ങൾ ഗവൺമെന്റ് ജോലി
വഹിച്ചു. പിന്നീട് റഷ്യയുമായി കയറ്റമതി ബന്ധങ്ങളുണ്ടായിരുന്ന
സ്വകാര്യ സ്ഥാപനത്തിൽ ജോലിനോക്കുകയും രണ്ട വർഷങ്ങൾക്ക
ശേഷം വ്യവസായ സംരംഭകനായി മാറുകയുംചെയ്തു.

കഴിഞ്ഞ മുപ്പത്തൊന്ന വർഷങ്ങളായി കയർ വ്യവസായിയാണ്.
കയർ കയറ്റമതിയിൽ പന്ത്രണ്ട തവണ ദേശീയ പുരസ്കാരങ്ങൾക്ക്
അർഹനായി.

ഭാര്യ: എം. ബി. ദർശന (റിട്ട. ഹൈസ്കൂൾ അദ്ധ്യാപിക)

മക്കൾ: ശങ്കർ സുരേഷ്, സാഗർ സുരേഷ്.

വിലാസം: സദാശിവ ഭവൻ, പട്ടണക്കാട്. P. O. (Pin. 688531).

സി. എസ്. സുരേഷ്

കേരളം ഉണ്ടായത്

കേരളം ഉണ്ടായത് എങ്ങനെയെന്ന ചോദ്യത്തിന് ഒരൊറ്റ ഉത്തരമേയുള്ളൂ; രക്തരൂഷിത സമരത്തിലൂടെ. സ്വാതന്ത്ര്യ സമരത്തിന്റെ ഭാഗമായും അല്ലാതെയും കമ്മ്യൂണിസ്റ്റ് പാർട്ടികൾ നടത്തിയ വിട്ടുവീഴ്ചയില്ലാത്ത പോരാട്ടത്തിന്റെ ഫലമാണ് ഇന്നത്തെ കേരളം. മധ്യവർഗ ജീവിതത്തിന്റെ സുഖശീതളിമയിൽ ജീവിക്കുന്ന മലയാളിയെ സംബന്ധിച്ച് രക്തരൂഷിതമായ ഇത്തരം പോരാട്ടങ്ങൾ ഓർമ്മിക്കുക എന്നതു പോലും അസഹനീയമായിത്തീരാം. വികസനത്തിന്റെ വർണ ശബളിമയിൽ പോരാട്ടത്തിന്റെയും ത്യാഗത്തിന്റെയും ഉണങ്ങാത്ത രക്തക്കറ പതിഞ്ഞിരിപ്പുണ്ട്. ആലസ്യത്തിന്റെ സുഷുപ്തിയിൽ കഴിയുന്ന ഈ കാലത്ത് അത് മലയാളിയെ വീണ്ടും ഓർമ്മിപ്പിക്കണം എന്ന് ഞങ്ങൾ കരുതുന്നു. അതൊരു ചരിത്ര നിയോഗമാണെന്ന് മനസ്സിലാക്കുന്നു. പ്രസാധനം പ്രക്ഷുബ്ധതയുടെ പ്രകാശനം എന്നത് സത്യസന്ധതകൊണ്ട് അടയാളപ്പെടുന്ന മായാത്ത ഒരു വാക്കിന്റെ വാഗ്ദാനമാണ്. അതുകൊണ്ടാണ് കേരളത്തിന്റെ സമരചരിത്രം ഒരു പരമ്പരയായി പുറത്തിറക്കാൻ ഞങ്ങൾ തീരുമാനിച്ചത്. ആദ്യഘട്ടത്തിൽ കയ്യൂർ, മുനയൻകുന്ന്, കാവുമ്പായി, പാടിക്കുന്ന്, മൊറാഴ, ഒഞ്ചിയം, ഇടപ്പള്ളി, പുന്നപ്ര-വയലാർ, ശൂരനാട് തുടങ്ങി ഒമ്പത് പുസ്തകങ്ങൾ അടങ്ങിയ പരമ്പരയാണ് പ്രസിദ്ധീകരിക്കുന്നത്. മറ്റ പ്രധാന സമരചരിത്രങ്ങൾ അടുത്തഘട്ടത്തിൽ പ്രസിദ്ധീകരിക്കാൻ കഴിയും എന്ന് ഞങ്ങൾ കരുതുന്നു. കഴിഞ്ഞ രണ്ട വർഷമായി മലയാളത്തിന്റെ പ്രിയപ്പെട്ട എഴുത്തുകാരൻ വി. എസ്. അനിൽകുമാർ ഇതിനുള്ള നിരന്തര പരിശ്രമങ്ങളിലായിരുന്നു. അനിയേട്ടനോട് അതിരറ്റ സ്നേഹം. സമയബന്ധിതമായി ചരിത്രരചന പൂർത്തീകരിച്ച എഴുത്തുകാരോടും സ്നേഹവും കൃതജ്ഞതയും രേഖപ്പെടുത്തി ഈ പരമ്പര കേരളത്തിന് സമർപ്പിക്കുന്നു.

സുമേഷ് ഇൻസൈറ്റ്

സമരചരിത്രപരമ്പര

വി. എസ്. അനിൽകുമാർ

ചെന്നെയിൽ നിന്ന് തൊണ്ണൂറ്റ കിലോമീറ്റർ അകലെ ഗ്ഡിയം എന്ന കുഗ്രാമത്തിലേക്കും ഹരിയാനയിലെ റോത്തക്കിൽ നിന്ന് നാല്പ്പത കിലോമീറ്റർ അകലെ ഫർമാനയിലേക്കും മധുരൈയിൽ നിന്ന് പന്ത്രണ്ട് കിലോമീറ്റർ അകലെ കീഴടിയിലേക്കും പല കാലങ്ങ ളിലായി യാത്ര ചെയ്ത് എത്തിയപ്പോൾ ആദ്യം ഉണ്ടായ വികാരം ഒരേ പോല്യുള്ളതായിരുന്നു. കനത്ത പെരുത്ത കയറിയ ആദരവ്, വിനയം.

ഇന്ന് ഫർമാന, സമ്പന്നമായയലും ഗ്ഡിയവും കീഴടിയും ദരിദ്രമായയലും ആയ കൃഷിയിടങ്ങളാണ്. പക്ഷെ നമ്മുടെ പ്രപിതാമഹന്മാർ ആയി രക്കണക്കിന് വർഷങ്ങൾക്കു മുമ്പ് ജീവിച്ച ഇടങ്ങളാണവ. കുറേദൂരം ഉരുളൻ കല്ലുകൾ ചവിട്ടി കഷ്ടപ്പെട്ട് ഗ്ഡിയത്തിലെത്തിയാൽ ആദി മാനവർ വാണിരുന്ന ഒരു ഗ്രഹ കാണാം. വളരെ പഴയ കാലത്തെ ജനവാസത്തിന്റെ തെളിവുകൾ കീഴടി ഖനനത്തിൽ കിട്ടുകയുണ്ടായി. അതിന് ഹാരപ്പൻ സംസ്കൃതിയെക്കാൾ പഴക്കമുണ്ടാകാം എന്നാണ് അനുമാനം. ഫർമാനയാകട്ടെ അവിടെയൊരു ഹാരപ്പൻ പട്ടണം ഒളി പ്പിച്ചവച്ചു. അത് പതുക്കെ പുറത്തെടുത്തു നോക്കുകയായിരുന്നു, ഞങ്ങൾ എത്തുമ്പോൾ.

സകല സൗകര്യങ്ങളും (fecilities) ഉള്ള ജീവിതത്തിൽ നിന്ന് എത്തി, ഈ ഇടങ്ങളിൽ നില്ലുമ്പോൾ, എല്ലാ സംഘനൃത്തങ്ങളും സംഘഗാനങ്ങളും വിശപ്പും അസൗകര്യങ്ങൾ സൃഷ്ടിക്കുന്ന കഠിനമായ

യാതനകളും നിലവിളികളും ചരിത്രത്തിലെ ഏടുകളിൽ മറിയുന്നത് അനുഭവപ്പെടും. അവരുടെ ജീവിതവും നമ്മുടെ ജീവിതവും തമ്മിൽ യാതൊരു താരതമ്യവും സാദ്ധ്യമല്ല. അവരുടെ ജീവിതം നിരന്തരമായ പോരാട്ടങ്ങളുടേയും സഹനങ്ങളുടേയും ശേഖരമാണ്.

കേരളീയമായ കമ്മ്യൂണിസ്റ്റ് പോരാട്ടങ്ങളുടെ ത്യാഗ-വീര-സഹന ചരിത്രത്തിലൂടെ കടന്നുപോകുമ്പോൾ അതേ ആദരവ്, അതേ വിനയം കനത്തു വരുന്നു...ഇതിനെക്കുറിച്ചൊക്കെ എന്തെങ്കിലും എഴുതാൻ പോലും എനിക്കെന്ത് അർഹത എന്ന സംശയമുണ്ടാകുന്നു. കാരണം അതിക്രൂരവും അതിശക്തവുമായ ഭരണ-സാമൂഹിക ക്രമത്തോട് കൃത്യമായി പടയുണ്ടാക്കി, കൊണ്ടും കൊടുത്തും, അപ്പോഴല്ലെങ്കിൽ കുറച്ച കഴിഞ്ഞ് ലക്ഷ്യത്തിലെത്തിയ വീരചരിതങ്ങളാണെല്ലാം. ഹിംസ സ്വന്തം ശരീരത്തിൽ അനുഭവിക്കാനുള്ളതു മാത്രമല്ല തിരിച്ച കൊടുക്കാ നുള്ളതു കൂടിയാണ് എന്ന പ്രത്യയശാസ്ത്രപരമായ തിരിച്ചറിവ് ഉണ്ടാക്കി യെടുത്തു നടത്തിയ സമരങ്ങളാണെല്ലാം.

ലക്ഷ്യശുദ്ധിയോടൊപ്പം മാർഗ്ഗശുദ്ധിയും അനിവാര്യമാണെന്ന് നിർബ്ബന്ധം പിടിക്കുന്നവരുണ്ട്. നല്ല ആശയമാണത്. പക്ഷെ പണി യെടുത്തു തളർന്നു വീഴുമ്പോഴും വിശന്ന് കരയേണ്ടി വരികയും പല വിധമായ അപമാനങ്ങളും വിവേചനങ്ങളും പീഡനങ്ങളും അനുഭവിക്കേ ണ്ടിവരികയും ചെയ്ത കർഷകരും തൊഴിലാളികളും പടയെടുക്കുമ്പോൾ മാത്രമാകരുത് ഈ നല്ല ആശയം പ്രചരിപ്പിക്കേണ്ടത്. തങ്ങളുടെ അത്യാഗ്രഹങ്ങൾക്കനുസരിച്ച് കാര്യങ്ങൾ നടക്കാൻ വേണ്ടി ഏതു നില വാരത്തിലുള്ള അക്രമവും നടത്താൻ കൈയ്യറപ്പില്ലാത്ത ജന്മി - പുരോ ഹിത-ഭരണവർഗ്ഗത്തോട് ഇതേ ലക്ഷ്യ - മാർഗ്ഗ വിശുദ്ധി ആരെങ്കിലും ഉപദേശിച്ചതായി കേട്ടിട്ടില്ല.

1939 ഡിസംബർ 31 നാണ് ഇന്നത്തെ ധർമ്മടം നിയോജകമണ്ഡ ലത്തിൽപ്പെട്ട പാറപ്രം എന്ന സ്ഥലത്ത് കേരളത്തിലെ കമ്മ്യൂണിസ്റ്റ് പാർട്ടി രൂപീകരണം നടക്കുന്നത്. ഇന്ത്യൻ നാഷണൽ കോൺഗ്രസി ന്റെ നേതൃത്വത്തിൽ ദേശീയ സ്വാതന്ത്ര്യ സമരം വളരെയധികം ശക്തി നേടിയ സമയത്തു പോലും മറ്റൊരു പ്രത്യയശാസ്ത്രത്തിന് കേരളത്തിൽ വ്യാപനം കിട്ടി എന്നത് ശ്രദ്ധേയമായ കാര്യമാണ്. മാത്രമല്ല ഇന്ത്യയിൽ കേവലം പതിനേഴ് വർഷം (1925 ൽ ഇന്ത്യയിൽ കമ്മ്യൂണിസ്റ്റ് പാർട്ടി രൂപീകൃതമായി) പ്രായമുള്ള ഒരു സംഘടനയ്ക്ക് 57 വർഷം പ്രായമായ ഇന്ത്യൻ നാഷണൽ കോൺഗ്രസിന്റെ 'ക്വിറ്റ് ഇന്ത്യ' സമരത്തെ സാമ്രാജ്യത്വാനുകൂല - വിരുദ്ധ സംവാദതലത്തിലേക്ക് കൊണ്ടുവര വാനും കഴിഞ്ഞു എന്നതും ഓർക്കണം. ശരിയായാലും തെറ്റായാലും

ആ വിഷയം സമയാസമയങ്ങളിൽ സംവാദതലത്തിൽ ഇപ്പോഴും തുടരുന്നുണ്ട്.

നിർഭയരും നിസ്വാർത്ഥരുമായ നേതാക്കളും പ്രവർത്തകരും വർഗ്ഗ പക്ഷപാതിത്തമുള്ള പ്രത്യയശാസ്ത്രവും കേരളത്തിലെ കർഷക - തൊഴിലാളിവർഗ്ഗം സ്വീകരിച്ചു എന്നതാണ് പിന്നീട് സംഭവിച്ചത്. പിറവിക്ക ശേഷം ഒരു വ്യാഴവട്ടത്തിനുള്ളിൽത്തന്നെ മഹത്ത്വമുള്ളതും ഗംഭീരവുമായ സായുധപ്പോരാട്ടങ്ങൾ തന്നെ നടത്താൻ കേരളത്തിലെ കമ്മ്യൂണിസ്റ്റ് പാർട്ടിക്ക് കഴിഞ്ഞു. പഴയതും പ്രസക്തമായതുമായ ഭാഷയിൽ പറഞ്ഞാൽ ജന്മിമാരുടേയും ദുർഭരണാധികാരികളുടേയും കോട്ട കൊത്തളങ്ങളെ പിടിച്ചലയ്ക്കാൻ ഈ പോരാട്ടങ്ങൾ കൊണ്ട് സാധിച്ചു.

പിറവിയെടുത്ത് അടുത്ത വർഷം, 1940 ൽ മൊറാഴ സമരം നടക്ക ന്നുണ്ട്. ഒരു വർഷത്തിനുള്ളിൽ ഇത്രയും വലിയ ധീരതയ്ക്കും സഹനത്തി നും നിസ്വവർഗ്ഗം തയ്യാറായി എന്നത് അവരനുഭവിച്ചു വന്ന ക്രൂരമായ ജീവിതത്തെക്കൂടി വ്യക്തമാക്കുന്നുണ്ട്. 1941 ലാണ് കയ്യൂർ പോരാട്ടം നടക്കുന്നത്. 1946 ൽ പുന്നപ്ര - വയലാറ്റം കരിവെള്ളൂരും കാവുമ്പായിയും പോരാട്ടങ്ങൾ കൊണ്ട് ചുവക്കുന്നു. 1948-ൽ ഒഞ്ചിയത്തേയും മുനയൻ കുന്നിലേയും അധ്വാനിക്കുന്ന വർഗ്ഗം ധീരമായി പൊരുതുന്നു. 1949 ൽ ശൂരനാട്. 1950-ൽ ഇടപ്പള്ളിയും പാടിക്കുന്നം. ദേശീയ സ്വാതന്ത്ര്യം കിട്ടിയിട്ടും അടിസ്ഥാന വർഗ്ഗത്തിന്റെ പോരാട്ടങ്ങൾ അവസാനിച്ചില്ല. കമ്മ്യൂണിസ്റ്റ് പാർട്ടിയുടെ നേതൃത്വത്തിൽ നടന്ന കർഷകരുടേയും തൊഴിലാളികളുടേയും സമരങ്ങൾ ഈ പട്ടിക കൊണ്ട് അവസാനി ക്കുന്നുമില്ല. ചിലത് എടുത്തു പറഞ്ഞു എന്നേയുള്ളൂ.

പിൽക്കാല കേരളം രൂപം കൊണ്ടത് പ്രധാനമായും ഈ സമര ങ്ങളുടെ അനന്തരഫലമായിട്ടാണ്. ചോരയും ജീവനും കൊടുത്ത് അന്നത്തെ കമ്മ്യൂണിസ്റ്റ് പ്രസ്ഥാനം പോരാടിയതു കൊണ്ടാണ് സാമൂഹിക ജീവിത മുന്നേറ്റത്തിനുതകുന്ന മുൻഗണനാക്രമം, ഭൂപരിഷ്ക്ക രണത്തിനും വിദ്യാഭ്യാസത്തിനും ആരോഗ്യത്തിനുമൊക്കെ ലഭിച്ചത്. വികസനത്തിൽ രാഷ്ട്രീയമില്ല എന്ന് തീർത്തു പറയുന്ന അരാഷ്ട്രീയത, നമ്മുടെ രാഷ്ട്രീയപ്പാർട്ടികൾക്കും സ്വീകാര്യമായ ഈ കാലത്ത്, വളർ ച്ചയ്ക്കും പുരോഗമനത്തിനും കൃത്യമായ സോഷ്യലിസ്റ്റ് ഭാഷ്യമുണ്ട് എന്ന് ഉറപ്പിച്ചു പറയാൻ കരുത്തു നൽകിയത്, ഈ പറഞ്ഞതും അല്ലാത്തതു മായ പോരാട്ടങ്ങളാണ്. ഇന്ത്യയിലെ മറ്റൊരു സംസ്ഥാനത്തും ഇങ്ങനെ സംഭവിച്ചില്ല എന്നതും ഇതിനൊപ്പം പറയണം.

ഇൻസൈറ്റ് പബ്ലിക്ക 'സമരചരിത്രപരമ്പര' എന്ന പൊതുപേരിൽ ഇങ്ങനെ ഒരു കൂട്ടം പുസ്തകങ്ങൾ പ്രസിദ്ധീകരിക്കുമ്പോൾ അതിൽ എന്റെ പങ്ക് വളരെ വളരെ ചെറുതാണ് എന്നു പറയട്ടെ. 'നവോത്ഥാന പരമ്പര' എന്ന പേരിൽ ഇൻസൈറ്റ് പ്രസിദ്ധീകരിച്ച പുസ്തകങ്ങൾ മികച്ച വായനാനുഭവമായിരുന്നു. അതു ചൂണ്ടിക്കാട്ടി സുമേഷിനോട് ഇങ്ങനെയൊരു സാദ്ധ്യതയുണ്ട് എന്നു പറഞ്ഞു. പിന്നെ ഓരോ പുസ്തകത്തിനും ഗ്രന്ഥകാരനെ കണ്ടെത്തി. അവരെ ഫോണിലൂടെയും വാട്ട്സാപ്പിലൂടെയും കഴിഞ്ഞ രണ്ടു വർഷമായി നിരന്തരം ഓർമ്മപ്പെടു ത്തി. ഇത്ര മാത്രമാണ് എന്റെ പണി.

ചരിത്ര രചന ഒട്ടും എളുപ്പമുള്ള കാര്യമല്ല. കമ്മ്യൂണിസ്റ്റ് ചരിത്രമാ കുമ്പോൾ പ്രത്യേകിച്ചും. അപാകതകൾ ഉണ്ടാക്കി, പിന്നെയത് കണ്ടു പിടിക്കുന്ന തീവ്ര വലതുപക്ഷം കക്ഷിരാഷ്ട്രീയത്തിൽ വിജയിച്ച നിൽക്കു കയും ഭരണവർഗ്ഗമാകുകയും ചെയ്ത ഈ സന്ദർഭത്തിൽ വളരെയധികം സൂക്ഷ്മത ആവശ്യമുള്ള ഒരു കർമ്മമാണിത്. ഡോ. സി. ബാലൻ (കയ്യൂർ), ഡോ. ജിനേഷ് കുമാർ എരമം (മുനയൻകുന്ന്) എ. പത്മനാഭൻ (കാവുമ്പായി), കെ. ബാലകൃഷ്ണൻ (പാടിക്കുന്ന്), ദാമോദരൻ (മൊറാഴ), വി. കെ. സുരേഷ് (ഒഞ്ചിയം), എൻ. എം. പിയേഴ്സൺ (ഇടപ്പള്ളി), സി. എസ്. സുരേഷ് (പുന്നപ്ര - വയലാർ), എൻ. കെ. ഭുപേഷ് (ശൂരനാട്) എന്നിവരാണ് ഈ സംരംഭത്തിൽ വളരെ സന്തോഷത്തോടും ആത്മാർ ത്ഥതയോടും പങ്കെടുത്തത്. അവരോട് നന്ദി പറഞ്ഞു തീർക്കാനാവില്ല.

ഇൻസൈറ്റ് പബ്ലിക്കയാണ് ഇത് ഏറ്റെടുത്തത് എന്നതുകൊണ്ട് അവർക്കും പ്രത്യേകിച്ച് കൃതജ്ഞത അടയാളപ്പെടുത്തുന്നില്ല.

ഉള്ളടക്കം

പുന്നപ്ര വയലാർ

പുന്നപ്രയും വയലാറും ആലപ്പുഴ ജില്ലയിലെ രണ്ടു വ്യത്യസ്ഥ സ്ഥ ലങ്ങളാണ്. ആലപ്പുഴ നഗരത്തിന്റെ ആറേഴ കി. മീ. തെക്കേ ഭാഗത്താണ് പുന്നപ്ര എന്ന കടലോര ഗ്രാമം സ്ഥിതിചെയ്യുന്നത്. ആലപ്പുഴ നഗരത്തിൽ നിന്നും മുപ്പത്തിയൊന്നു കി. മീ. വടക്കമാറി ചേർത്തല ടൗണിൽ നിന്നും ഒരു കി. മീ. യാത്ര ചെയ്താൽ വേമ്പനാട്ട കായലിന്റെ വീതി കുറഞ്ഞ ഒരു കൈവഴി കുറുകെ കടന്ന് വയലാർ കുറിയമുട്ടം പാലത്തിൽ നിന്നും വടക്കെ കരയിലേക്ക് ഇറങ്ങിയാൽ വയലാർ എന്ന ഗ്രാമമായി. അമ്പലപ്പുഴ, ചേർത്തല താലൂക്കുകളി ലാണ് ഈ രണ്ടു സ്ഥലങ്ങളും സ്ഥിതിചെയ്യുന്നത്. ആലപ്പുഴയിലെ പുറക്കാട്ട മുതൽ വടക്ക് അൻൂർ വരെയുള്ള ഭൂവിഭാഗത്തിന് തിരുവിതാം കൂർ രാജാക്കന്മാരുടെ കാലത്ത് കരപ്പുറം എന്നായിരുന്ന പേർ. കരപ്പ റത്തിന്റെ പഴയ കാല ജീവിത രീതിയും ലഘുചരിത്രവും അറിഞ്ഞാൽ മാത്രമെ പുന്നപ്ര-വയലാർ സമരത്തിന്റെ പശ്ചാത്തലത്തെക്കുറിച്ച് മനസ്സിലാക്കാൻ കഴിയുകയുള്ളൂ.

ബ്രിട്ടീഷുകാരുടെ മദ്രാസ് പ്രസിഡൻസിയുടെ കീഴിലുള്ള മധുരയും തിരുനെൽവേലിയും കിഴക്കഭാഗത്തും പടിഞ്ഞാറ് അറബിക്കടലും തെക്കേ ഭാഗത്ത് ഇന്ത്യൻ മഹാസമുദ്രവും വടക്കഭാഗത്ത് അൻൂർമുക്കം വരെയും ആയിരുന്ന തിരുവിതാംകൂറിന്റെ വിസ്തൃതി. അൻൂർപാലം അന്നുണ്ടായി രുന്നില്ല. അൻൂരിൽ ചെക്ക്പോസ്റ്റ് കഴിഞ്ഞാൽ വേമ്പനാട്ട കായലിൽ കൂടി കടത്തിറങ്ങിയാൽ കാലുകുത്തുന്നത് പെരുംപടപ്പ സ്വരൂപം എന്ന കൊച്ചി രാജ്യത്തായിരുന്നു.

1924-ൽ തിരുവിതാംകൂറിലെ രാജാവായിരുന്ന ശ്രീമൂലം തിരുനാൾ മഹാരാജാവ് നാടുനീങ്ങി. കിരീടധാരണത്തിന് അനന്തരാവകാശിയാ യിരുന്ന ശ്രീ. ചിത്തിരതിരുനാൾ ബാലരാമർമ്മയ്ക്ക് അപ്പോൾ പന്ത്രണ്ട് വയസ്സ് മാത്രമെ തികഞ്ഞിരുന്നുള്ളൂ. നിയുക്ത രാജാവിന് പ്രായപൂർത്തി ആകാതിരുന്നതിനാൽ അദ്ദേഹത്തിന്റെ വല്യമ്മയായ സേതുലക്ഷ്മി ഭായി റീജന്റ് (രാജപ്രതിനിധി)ആയി നിയമിക്കപ്പെട്ടു. ബാലരാമവർമ്മ യ്ക്ക് പ്രായപൂർത്തിയാകുന്നതു വരെ വല്യമ്മയുടെ ഭരണം എന്നായിരുന്ന പൊതുവായ ധാരണ. തിരുവിതാംകൂർ ബ്രിട്ടീഷ് അധീശത്വം (മേൽക്കോ യ്മ) അംഗീകരിച്ചിരുന്ന രാജ്യമായിരുന്നു. അതായത് തിരുവിതാംകൂർ നാട്ടു രാജ്യത്തിന്റെ വിദേശ നയവും വിദേശബന്ധങ്ങളും ബ്രിട്ടീഷുകാ രാണ് നിശ്ചയിച്ചിരുന്നത്.

ചിത്തിരതിരുനാൾ ബാലരാമവർമ്മയ്ക്ക് പതിനെട്ട് വയസ്സ് തിക ഞ്ഞിട്ടും വല്യമ്മ സിംഹാസനം ഒഴിഞ്ഞു കൊടുത്തില്ല. ബാലരാമവർ മ്മയ്ക്ക് മാനസിക വളർച്ചയില്ല എന്ന ഒരു കിംവദന്തി പരന്നതായിരുന്ന കാരണം. അത്തരമൊരു കിംവദന്തി പരത്തിയത് സേതുലക്ഷ്മിഭായി യുടെ തുടർഭരണം കാംക്ഷിച്ചിരുന്ന അവരുടെ ഭർത്താവായിരുന്ന. അപ്പോഴാണ് ബാലരാമവർമ്മയുടെ അമ്മയായ സേതുപാർവ്വതീ ഭായി തങ്ങളുടെ കുടുംബ സുഹൃത്തായ സി. പി. രാമസ്വാമി അയ്യരുടെ സഹായം അഭ്യർത്ഥിച്ചത്. പിൽക്കാലത്ത് തിരുവിതാംകൂറിന്റെ ചരി ത്രത്തിൽ വലിയ കോളിളക്കങ്ങൾ സൃഷ്ടിച്ച സർ. സി. പി. രാമസ്വാമി അയ്യർക്ക് തിരുവിതാംകൂർ ഭരണചക്രത്തിലേക്ക് ഏണിപ്പടികളായി വർത്തിച്ചത് സേതുപാർവ്വതിഭായി തമ്പുരാട്ടിയുടെ സഹായ അഭ്യർത്ഥ നയായിരുന്ന.

മദ്രാസ് പ്രസിഡൻസിയിൽ ഇംഗ്ലീഷുകാരുടെ നിയമോപദേഷ്ടാ വായി പ്രവർത്തിച്ചിരുന്ന സി. പി. ഇംഗ്ലീഷുകാരുടെ ആജ്ഞാന വർത്തിയും ഉന്നത ബന്ധങ്ങൾ ഉള്ളയാളുമായിരുന്നു. ഇന്ത്യയിലെ അക്കാലത്തെ വൈസ്രോയിയായിരുന്ന വെല്ലിംഗ് ടൺ പ്രഭുവുമായി ബാലരാമവർമ്മയ്ക്ക് കൂടിക്കാഴ്ച നടത്താൻ സി. പി. അവസരമുണ്ടാക്കി. ബാലരാമവർമ്മക്ക് മാനസിക വളർച്ചയില്ല എന്ന കിംവദന്തി സത്യമ ല്ല എന്ന് വൈസ്രോയിയ്ക്ക് ബോധ്യമായി. പക്ഷെ രാജാവായി വാഴിക്ക ന്നതിന് വെല്ലിംഗ്ടൺ പ്രഭ ഒരു നിബന്ധന കൂടി വെച്ചു. രാജാവിന്റെ നിയമോപദേശകനായി സി. പി. യെ നിയമിക്കണമെന്നതായിരുന്ന നിബന്ധന!

അങ്ങനെ തമിഴ്നാട്ടിലെ തിരുവണ്ണാമല ജില്ലയിൽ വന്തവാ ശിയിൽ ജനിച്ച തമിഴ് ബ്രാഹ്മണനായ സി. പി. രാമസ്വാമി അയ്യർ

തിരുവിതാംകൂർ രാജവംശത്തിന്റെ അവിഭാജ്യഘടകമായി മാറി. അങ്ങനെ 1931-ൽ പത്തൊമ്പതു വയസ്സുള്ള ശ്രീ. ചിത്തിരതിരുനാൾ ബാലരാമവർമ്മ തിരുവിതാംകൂർ രാജാവായി അഭിഷേകം ചെയ്യപ്പെട്ടു. 1931 മുതൽ 1936 വരെ സി. പി. രാജാവിന്റെ ഉപദേശകനായിരുന്നു. ഇതേ കാലയളവിൽ തന്നെ അദ്ദേഹം ഇന്ത്യൻ വൈസ്രോയിയുടെ നിയമോപദേശക എക്സിക്യൂട്ടിവ് കൗൺസിൽ അംഗവുമായിരുന്നു.

1936 -ൽ സി. പി രാമസ്വാമിഅയ്യരെ തിരുവിതാംകൂറിലെ ദിവാനായി രാജാവ് നിയമിച്ചു. തിരുവിതാംകൂറിലെ അവർണ്ണരും മുസ്ലിം ക്രസ്ത്യൻ സമുദായങ്ങളും തങ്ങളുടെ വളരെ പരിതാപകരമായ അവസ്ഥ മെച്ച പ്പെടുത്താൻ ശ്രീമൂലം തിരുനാൾ രാജാവിന്റെ കാലം മുതൽ നിരവധി അവകാശ സമരങ്ങൾ നടത്തുകയും മെമ്മോറാണ്ടങ്ങൾ രാജാവിന് സമർപ്പിക്കുകയും ചെയ്തിരുന്നു. ഗവണ്മെന്റ് ജോലികൾ പരദേശിക ളായ ബ്രാഹ്മണന്മാർക്ക മാത്രം കൊട്ടക്കുന്നതിനെതിരായി മലയാളി മെമ്മോറിയൽ എന്ന പേരിൽ 1891-ൽ നായന്മാരും ഈഴവരും മറ്റ ന്യൂനപക്ഷ സമുദായങ്ങളും ഒപ്പിട്ട ഒരു ഭീമ ഹർജി രാജാവിന് സമർപ്പി ച്ചു. 1896-ൽ ഡോ. പൽപ്പുവിന്റെ നേതൃത്വത്തിലുള്ള ഈഴവ മെമ്മോ റിയൽ അവർണർക്കും വിദ്യാഭ്യാസത്തിന് സ്കൂളുകളിൽ ചേരാൻ അനുവദിക്കണമെന്ന് ആവശ്യമുന്നയിച്ചു. പക്ഷെ 1910 ലാണ് അവർ ണ്ണർക്ക് സ്കൂളിൽ ചേർന്നു പഠിക്കാനുള്ള അനുമതി ലഭിച്ചത്. ചുരുക്കി പറഞ്ഞാൽ ശ്രീനാരായണഗുരു അരുവിപ്പുറം പ്രതിഷ്ഠ നടത്തിയ 1888 മുതൽ ക്ഷേത്ര പ്രവേശനത്തിനു വേണ്ടിയുള്ള വൈക്കം സത്യഗ്രഹം തുടങ്ങുന്ന 1924 വരെയുള്ള കാലഘട്ടം തിരുവിതാംകൂർ ചരിത്രത്തിൽ തികച്ചും പ്രാധാന്യമർഹിക്കുന്ന കാലഘട്ടമാണ്.

സഞ്ചാരസ്വാതന്ത്ര്യം, സർക്കാർ സർവ്വീസിൽ പ്രവേശനം, വിദ്യാലയ പ്രവേശനം, ക്ഷേത്ര പ്രവേശനം തുടങ്ങിയ അവകാശങ്ങൾ ലഭിക്കാതെ നൂറ്റാണ്ടുകളായി അടിച്ചമർത്തപ്പെട്ടിരുന്ന കേരളത്തിലെ അവർണ ജനത ഉണർന്നെണീറ്റ കാലഘട്ടമായിരുന്നു അത്. സി. വി. കുഞ്ഞുരാമനും ടി. കെ. മാധവനും സ്വദേശാഭിമാനി രാമകൃഷ്ണപിള്ളയും വ്യത്യസ്ഥമേഖലകളിൽ സാമൂഹ്യ ഉന്നതിക്ക വേണ്ടിയും പൗരസ്വതന്ത്ര്യ ത്തിനു വേണ്ടിയും പ്രവർത്തിച്ചതും ഇതേ കാലത്തു തന്നെയായിരുന്നു. കേരളത്തിൽ നിലവിലിരുന്ന തീണ്ടൽ വ്യവസ്ഥ വളരെ തീഷ്ണമായിരു ന്നു. തീണ്ടൽ ജാതിക്കാർക്ക് പ്രവേശനം നിരോധിച്ചിരുന്ന നൂറോളം തെരുവുകൾ തിരുവിതാംകൂറിൽ ഉണ്ടായിരുന്നു. ഈ തെരുവുകളുടെ രണ്ടറ്റത്തും തീണ്ടൽ പലകകൾ സ്ഥാപിച്ചിരുന്നു. തിരുവിതാംകൂറിലെ ജാതി വ്യവസ്ഥ വളരെ സങ്കീർണ്ണമായിരുന്നു. മേൽജാതിക്കാർക്ക്

കീഴ്ജാതിക്കാരോട മാത്രമല്ല ഐത്തം ഉണ്ടായിരുന്നത്. ഓരോ ജാതിക്കാർക്കും അവരവരുടെ ജാതിയിൽ നിരവധി ഉപജാതികളുണ്ടാ യിരുന്നു. ഉദാഹരണത്തിന് നായർ ജാതിയിൽ വിളക്കിത്തലനായർ, വെള്ളാളനായർ, കിരിയത്തു നായർ, ഇല്ലത്തനായർ, ഇടച്ചേരി നായർ തുടങ്ങി നൂറ്റിപ്പതിനാറ് ഉപജാതികളുണ്ടായിരുന്നു. ഈഴവരിലും നിരവധി ഉപജാതികളുണ്ടായിരുന്നു. സഹോദരൻ അയ്യപ്പന്റെ നേതൃത്വത്തിൽ 1917-ൽ ജാതിവ്യവസ്ഥയേയും ജാതിക്കുള്ളിലെ ഉപജാതിവ്യവസ്ഥയും ഇല്ലാതാക്കുന്ന പ്രവർത്തനത്തിന്റെ ഉൽഘാടനമാണ് ചെറായിൽ സംഘടിപ്പിക്കപ്പെട്ടത്. സഹോദര പ്രസ്ഥാനത്തെ മുളയിലെ നള്ളി ക്കളയാൻ ശ്രമിച്ച യാഥാസ്ഥിതികരിൽ പ്രമുഖർ ചെറായിലെ ഈഴവ രായിരുന്നു. തികച്ചും വിരോധാഭാസമായി തോന്നാവുന്ന ഒരു ചരിത്ര വസ്തുതയാണിത്.

വൈക്കം സത്യാഗ്രഹം

1924-ൽ ആരംഭിച്ച വൈക്കം സത്യാഗ്രഹം വൈക്കം മഹാദേവ ക്ഷേത്രത്തിലേക്കുള്ള പൊതുനിരത്തുകളിൽ അവർണങ്ങൾപ്പെടെയുള്ള എല്ലാ ജനങ്ങൾക്കും സഞ്ചാരസ്വാതന്ത്ര്യം അനുവദിക്കണമെന്ന ആവശ്യം മുൻനിർത്തിയായിരുന്നു. അയിത്തോ ച്ചാടനവും മദ്യവർജ്ജനവും കോൺഗ്രസ്സിന്റെ പരിപാടിയിൽ ഉൾപ്പെ ടുത്തുന്നതിനു മുൻപു തന്നെ എസ്. എൻ. ഡി. പി യോഗവും അവർണ്ണ സമുദായങ്ങളും അവരുടെ കർമ്മ പരിപാടിയായി ഏറ്റെടുത്തിരുന്നു. 1918 -ൽ ശ്രീമൂലം പ്രജാസഭാ അംഗമായി തെരഞ്ഞെടുക്കപ്പെട്ട ടി. കെ. മാധവൻ ക്ഷേത്ര പ്രവേശനം അവർണ്ണർക്കും അനുവദിക്കണമെന്ന ആവശ്യം ഉന്നയിച്ചെങ്കിലും അത് തള്ളിപ്പോയി. 1920 -21-ൽ പ്രജാസഭ അംഗമായിരുന്ന മഹാകവി കുമാരനാശാൻ വൈക്കം മഹാദേവ ക്ഷേത്രത്തിലേക്കുള്ള പൊതുനിരത്തുകൾ അവർണർക്ക് തുറന്നുകൊ ടുക്കണമെന്ന് ആവശ്യമുന്നയിച്ചു. അവർണ്ണ ഹിന്ദുക്കളെ വഴിമുടക്കുന്ന നോട്ടീസ് ബോർഡ്യ് അല്പം മാറ്റിസ്ഥാപിക്കാമെന്ന പറഞ്ഞു കൊണ്ട് ആവശ്യം മാന്യമായി നിരസിച്ചു. ഇത്തരമൊരു സാഹചര്യത്തിലാണ് 1923 - ലെ ഇന്ത്യൻ നാഷണൽ കോൺഗ്രസിന്റെ കാക്കിനട എ. ഐ. സി. സി സമ്മേളനത്തിൽവച്ച് അവർണർക്ക് വഴി നടക്കാനുള്ള സ്വാത ന്ത്ര്യവും അയിത്തോച്ചാടനവും കോൺഗ്രസിന്റെ കർമ്മ പരിപാടിയാക്കി മാറ്റണമെന്ന് ടി. കെ. മാധവൻ ആവശ്യപ്പെടുകയും കെ. കേളപ്പന്റേയും കെ. പി. കേശവമേനോന്റെയും പിന്തുണയോടെ അക്കാര്യം അംഗീക രിക്കപ്പെടുകയും ചെയ്തത്. തുടർന്ന് കൊച്ചിയിൽ ചേർന്ന കെ. പി. സി. സി യോഗം 1924 - ജനുവരിയിൽ കെ. കേളപ്പനും, ടി. കെ. മാധവനും ഉൾപ്പെടെ അഞ്ചംഗങ്ങളുള്ള അയിത്തോച്ചാടന കമ്മിറ്റി രൂപീകരിച്ചു.

കമ്മിറ്റിയുടെ നേതൃത്വത്തിൽ വൈക്കം സത്യാഗ്രഹസമരം തുടങ്ങി. രാഷ്ട്രീയമായി സമരം കോൺഗ്രസിന് വലിയ നേട്ടമുണ്ടാക്കി. മലബാറിലും കൊച്ചിയിലും തിരുവിതാംകൂറിലും സവർണ്ണരുടെ പ്രസ്ഥാനമായി നിലനിന്നിരുന്ന കോൺഗ്രസ്സിൽ അവർണ്ണർക്ക് വിശ്വാസം വരാൻ ഇത് കാരണമായിത്തീർന്നു. പക്ഷേ സമരം ഒച്ചിനെപ്പോലെ ഇഴഞ്ഞാണ് നീങ്ങിയത്. ഓരോ ദിവസവും ഖാദിവസ്ത്രങ്ങളും ഗാന്ധി തൊപ്പിയും ധരിച്ച മൂന്നു വാളന്റിയറന്മാർ സമരപന്തലിൽ നിന്നും പ്രവേശനാനുമതി നിഷിധിച്ചിരിക്കുന്ന നിരത്തിൽ പ്രവേശിക്കും. അവരെ പോലീസ് തടയും. ആദ്യ ദിവസം ഉച്ചവരെ കാത്തിരുന്നതിനു ശേഷമാണ് സമരക്കാരെ അറസ്റ്റ് ചെയ്തത്. പിന്നീട് പോലീസ് റോഡിൽ ബാരിക്കേഡുകൾ സ്ഥാപിക്കുകയും അറസ്റ്റ് ചെയ്യാൻ വിമുഖത കാണിക്കുകയും ചെയ്തു. സമരത്തിന്റെ ഗതി കണ്ട ശ്രീനാരായണ ഗുരു 'വഴിയിൽ വേലി കെട്ടിയാൽ വേലി ചാടിക്കടക്കുകയും ഭവിഷ്യത്തുകൾ അനുഭവിക്കുകയും വേണം. അടി കിട്ടിയാൽ തിരിച്ചടിക്കുത്' എന്ന് പ്രസ്താവിച്ചത് ഗാന്ധി ജിക്ക പോലും തെറ്റിദ്ധാരണയുണ്ടാക്കി. 1924 ജൂൺ 19 ന് ഗുരുവിന്റെ ഹിംസാപരമായ ഉപദേശത്തെ വിമർശിച്ച് ഗാന്ധിജി യംഗ് ഇന്ത്യയിൽ ലേഖനമെഴുതി. ഗുരു അതിനോട്ട പ്രതികരിച്ചില്ല.

സവർണ്ണരുടെ പിന്തുണയോടെ സമരം ഒത്തുതീർപ്പാക്കാനുള്ള ശ്രമമായിരുന്നു പിന്നീട് ഗന്ധിജി നടത്തിയത്. മന്നത്തു പത്മനാഭന്റെ നേതൃത്വത്തിൽ 1924 - നവംബർ 1-ന് വൈക്കത്തുനിന്നും അഞ്ഞൂറു പേരുള്ള സവർണരുടെ ജാഥ തിരുവനന്തപുരത്തേക്ക് പുറപ്പെട്ടു. വഴിയിൽ നിരവധി സ്വീകരണങ്ങൾ ഏറ്റുവാങ്ങിക്കൊണ്ട് വൈക്കം സത്യാഗ്രഹത്തിന് അനുകൂലമായി സംഘടിപ്പിക്കപ്പെട്ട ജാഥ തിരുവനന്തപുരത്ത് രാജസന്നിധിയിൽ എത്തിച്ചർന്നപ്പോൾ അംഗസംഖ്യ അയ്യായിരമായി. ഇരുപത്തി അയ്യായിരം സവർണ്ണ ഹിന്ദുക്കൾ ഒപ്പവെച്ച മെമ്മോറാണ്ടം അവർ മഹാറാണി സേതുലക്ഷ്മീഭായിക്ക് സമർപ്പിച്ചു. പ്രജാസഭ കൂടുമ്പോൾ തീരുമാനമെടുക്കാമെന്നു പറഞ്ഞ് മഹാറാണി ഒഴിഞ്ഞു മാറി. പ്രജാസഭയിൽ 21 അംഗങ്ങൾ അനുകൂലിക്കുകയും 22 അംഗങ്ങൾ പ്രതികൂലിക്കുകയും ചെയ്തു!

സമരത്തിന് പ്രതികൂലമായ തീരുമാനം സത്യഗ്രഹികളെ വിഷമിപ്പിക്കുകയും യാഥാസ്ഥിതികരായ സവർണ്ണ ഹിന്ദുക്കളെ സന്തോഷിപ്പിക്കുകയും ചെയ്തു. ഇണ്ടം തുരുത്തിൽ നമ്പൂതിരിയുടെ നേതൃത്വത്തിൽ സവർണ്ണ ഹിന്ദുക്കൾ പോലീസിന്റെ ഒത്താശയോടെ സമരസേനാനികളുടെ കണ്ണിൽ ബലമായി ചുണ്ണാമ്പ് എഴുതുക, വെള്ളത്തിൽ മുക്കിപ്പിടിക്കുക മുതലായ ദേഹോപദ്രവങ്ങൾ ചെയ്തു തുടങ്ങി. താമസിയാതെഗാന്ധിജി

വൈക്കത്തെത്തി ഇണ്ടം തുരത്തി മനയിൽവച്ച് യാഥാസ്ഥിതിക രുമായി സന്ധി സംഭാഷണം നടത്തിയെങ്കിലും അത് പരാജയപ്പെ ടുകയായിരുന്നു. തിരുവിതാംകൂറിൽ വളരെ പ്രക്ഷുബ്ധമായ രാഷ്ട്രീയ സാഹചര്യം സംജാതമായി. അവസാനം ഗാന്ധിജിയുടെ ശക്തമായ ഇടപെടലിനെത്തുടർന്ന് അക്കാലത്തെ തിരുവിതാംകൂർ പോലീസ് കമ്മീഷണറായ പിറ്റ് സായിപ്പുമായി പ്രശ്ന പരിഹാരത്തിന് ഒരു വഴി കണ്ടുപിടിച്ചു. വൈക്കം ക്ഷേത്രത്തിന്റെ കിഴക്കെ നട ഒഴിച്ച് തെക്കും പടിഞ്ഞാറും വടക്കും നടകളിലേക്കുള്ള പൊതുനിരത്തുകൾ തുറന്നു കൊടുക്കാൻ ധാരണയായി. അങ്ങനെ 1925 ഒക്ടോബർ എട്ടാം തീയതി (സമരം തുടങ്ങി ഏകദേശം ഒന്നര വർഷത്തിനു ശേഷം) സത്യഗ്രഹ ആശ്രമത്തിന്റെ സെക്രട്ടറിക്ക് സമരം നിർത്താൻ ഗാന്ധിജി ഉത്തരവു കൊടുത്തു. പിന്നീട് പതിനൊന്നു വർഷങ്ങൾക്കു ശേഷം 1936 ലാണ് ക്ഷേത്ര പ്രവേശന വിളംബരമുണ്ടാകുന്നത്.

വൈക്കം സത്യാഗ്രഹത്തിന്റെ ഒരു സുപ്രധാന നേട്ടം പുരോഗമ നവാദികളായ സവർണരേയും അവർണരേയും ചേർത്തു നിർത്താൻ അതിനു കഴിഞ്ഞു എന്നതാണ്. തിരുവിതാം കൂറിൽ കോൺഗ്രസ് പ്രസ്ഥാനത്തിന് സമൂഹ മനസ്സിൽ വേരോട്ടം ലഭിക്കാൻ ഈ സമരം കാരണമായി ഭവിച്ചു. പാണാവള്ളി എന്നു പറയുന്ന സ്ഥലം ചേർത്തല താലൂക്കിലെ ഈഴവരും പുലയരും മറ്റു പിന്നോക്ക ജാതിക്കാരും തിങ്ങി പ്പാർക്കുന്ന പ്രദേശമായിരുന്നു. അത് വൈക്കത്തിനു നേരെ പടിഞ്ഞാറ് വേമ്പനാട്ടു കായലിന്റെ പടിഞ്ഞാറെ തീരത്താണ് സ്ഥിതി ചെയ്യുന്നത്. അവിടത്തെ ഈഴവ പ്രമാണിയും ശ്രീമൂലം പ്രജാസഭ അംഗവുമായിരുന്ന ചിറ്റയിൽ കൃഷ്ണൻ വൈദ്യർ വൈക്കം സത്യാഗ്രഹത്തിനു വേണ്ടി രചിച്ച സൈനീക ഗാനത്തിന്റെ ഇടക്കമാണ് കീഴെ കൊടുത്തിരിക്കുന്നത് :-

    'വരിക വരിക സഹജരെ
    പതിതരില്ല മനുജരിൽ
    ഒരു പിതാവിനുതഭവിച്ച
    തനയരാണ നമ്മളീ
    കരമണച്ചു കരളുറച്ചു
    പെരുവഴിക്കു പോക നാം.
    ഒരുവനുള്ളതല്ല രാജ-
    വീഥി നമ്മൾ നൽകിടും
    കരമെടുത്ത് പണി നടത്തി
    അതു നമുക്കു പൊതുവിലാം.
    ....

1924 - ൽ രചിക്കപ്പെട്ട ഈ ഗാനം പാണാവള്ളിയിലെ നൂറു സന്നദ്ധ ഭടന്മാരെ പഠിപ്പിച്ച് കൃഷ്ണൻ വൈദ്യർ വൈക്കത്തേക്ക് അയച്ച കൊടുത്തു എന്നാണ് ചരിത്രം. ഈ ഗാനത്തെക്കുറിച്ച് സി. കേശവൻ അദ്ദേഹ ത്തിന്റെ ആത്മകഥയായ ജീവിത സമരത്തിൽ ഇപ്രകാരം പറയുന്നു:- 'സംഘം ചേർന്ന വൈക്കം സത്യാഗ്രഹത്തിന വേണ്ടി പാട്ടും പാടി പോയാണ് പിടിയരിപ്പിരിവ്. അന്ന ഞങ്ങൾ നടത്തിയ മീറ്റിംഗകൾക്ക് കണക്കും കയ്യമില്ല.

എനിക്കന്ന് പ്രസംഗമില്ല. ആവേശം കൊള്ളിക്കുന്ന പാട്ടുകൾ പാടി ഈ സംഘങ്ങളെ നയിക്കുന്നത് ഞാനായിരുന്നു. പ്രസംഗക്കാർ ദാമോദരൻ മുതലായവരായിരുന്നു. അന്നത്തെ പാട്ടുകളിൽ ഒന്ന രണ്ടെണ്ണം ഞാൻ ഇപ്പോഴും ഓർമ്മിക്കുന്നുണ്ട്. വരിക വരിക സഹജരെ പതിതരില്ല മനുജരിൽ എന്നിങ്ങനെ ഇടങ്ങി സഹനശക്തി സഹന സമര...മാറൊല എന്നവസാനിക്കുന്ന സമരഗാഥ ഉണ്ടായിരുന്നു. പാണാവള്ളിയിൽ കൃഷ്ണൻ വൈദ്യർ എഴുതി സി. വി. തിരുത്തിയ ഒരു പാട്ടായിരുന്നു അത്. അതുപോലെ തന്നെ അവരുടെ കർത്തൃത്വത്തിൽ പ്പെട്ട വേറൊരു പാട്ടായിരുന്നു, നരനായിങ്ങനെ ജനിച്ച കേരളക്കര യിൽ എന്ന ഇടങ്ങുന്ന ഗാനം. ഏറ്റവും ഹൃദയ സ്പർശകമാം വിധം ഈ പാട്ടുകൾ പാടാൻ എനിക്ക കഴിഞ്ഞിരുന്ന'. പിന്നീട് മഹാത്മജിയുടെ തിരുവിതാംകൂർ സന്ദർശനവേളയിൽ തിരുവനന്തപുരം ലാ കോളേജ് മീറ്റിംഗിൽ അക്കാലത്ത് നിയമവിദ്യാർത്ഥിയായിരുന്ന സി. കേശവൻ, ഗാന്ധിജിയുടെ ആഗമനത്തിന് തൊട്ട മുൻപായി വികാരനിർഭരമായി ഇതേ ഗാനം സദസ്സിൽ ആലപിച്ച എന്നും അതിന് വലിയ ജനപ്രീതി ലഭിച്ച എന്നും തന്റെ ജീവചരിത്രത്തിൽ രേഖപ്പെടുത്തുന്നു.

ഈ ഗാനം പ്രത്യേകം എടുത്തു പരാമർശിച്ചതിന്റെ കാരണം അമ്പ ലപ്പുഴ ചേർത്തല താലൂക്കുകളിൽ പുന്നപ്ര-വയലാർ സമരത്തിലേക്ക് നയിച്ച തൊഴിലാളി പ്രവർത്തനങ്ങളിൽ പല വേദികളിലും ഈ ഗാനം അലയടിച്ചിരുന്നതിനാലാണ്.

ആലപ്പുഴയിലെ കയർഫാക്ടറികൾ

കാ ട്ട പിടിച്ച കിടന്ന ആലപ്പുഴ കടൽ തീരത്തെ വികസിപ്പിച്ചെടുത്തത് ധർമ്മരാജ കാർത്തിക തിരുനാൾ രാമവർമ്മ മഹാ ജാവിന്റെ കാലത്ത് (1758-1798) ദിവാനായിരുന്ന രാജ കേശവദാസ നായിരുന്നു. അലപ്പുഴയിൽ വേമ്പനാട്ട കായലിനെ കടലുമായി ബന്ധി പ്പിക്കുന്ന രണ്ടു പ്രധാന തോട്ടുകൾ നിർമ്മിക്കുകയും ആലപ്പുഴ തുറമുഖം പണി കഴിപ്പിക്കുകയും ചെയ്തത് ദിവാനായിരുന്നു. ബോംബെയിൽ നിന്നും സൂറത്തിൽ നിന്നും മറ്റും വ്യാപാരികളെ ക്ഷണിച്ച വരുത്തിയതും അവർക്ക് പണ്ടകശാലകളും ഫാക്ടറികളും സ്ഥാപിക്കാനുള്ള സൗക ര്യങ്ങളും ഒരുക്കിക്കൊടുത്തു. 1762-ൽ തുറന്നു പ്രവർത്തിച്ച തുടങ്ങിയ ആലപ്പുഴ തുറമുഖത്തു നിന്നും കയർയാണും സുഗന്ധ വ്യഞ്ജനങ്ങളും കയറ്റുമതി ചെയ്യപ്പെട്ടു.

1859-ലാണ് തിരുവിതാംകൂറിൽ ആലപ്പുഴയിൽ ആദ്യമായി അക്കാ ലത്ത് ആധുനികമെന്ന് വിശേഷിപ്പിക്കാവുന്ന ഒരു കയർഫാക്ടറി സ്ഥാപിക്കപ്പെട്ടത്. ജയിംസ് ദാര, ഹെൻട്രി ഇസ്മയിൽ എന്ന രണ്ട് സായിപ്പന്മാർ ബ്രിട്ടനിൽ കാലഹരണപ്പെട്ട കൈത്തറികൾ കയറ്റ പായ ഉത്പാദിപ്പിക്കാനായി ആലപ്പുഴയിൽ കൊണ്ടുവന്ന് സ്ഥാപിച്ചു. നാളികേരത്തിന്റെ തൊണ്ട് 45 ദിവസങ്ങൾ മുതൽ 60 ദിവസങ്ങൾ വരെ വെള്ളത്തിൽ മൂടിയിട്ടതിനു ശേഷം കിട്ടുന്ന തൊണ്ട് തല്ലി സ്വർണ നിറമുള്ള ചകിരിനാരുകൾ ഉല്പാദിപ്പിക്കുന്നു. തൊണ്ട് മൂടുന്നത് അമ്പല പ്പുഴ ചേർത്തല താലൂക്കുകളിലെ പ്രത്യേക സാങ്കേതിക വിദ്യയായിരുന്നു. ചകിരിനാരുകൾ കൈകൊണ്ടു പിരിച്ചും പിന്നീട് റാട്ടുകളിൽ പിരിച്ചും

കയർയാൺ 14-ാം നൂറ്റാണ്ട മുതൽ കേരളത്തിൽ നിർമ്മിച്ചിരുന്നതായി ചരിത്രമുണ്ട്. ഇത്തരം കയർയാൺ ആയിരുന്ന സായിപ്പന്മാർ നമ്മുടെ നാട്ടിലേക്ക് കൊണ്ട വന്ന കൈത്തറികളുടെ പ്രധാന അസംസ്കൃത വസ്ത. അങ്ങനെ കയർയാണിൽ നിന്നും കയറ്റപായകളും കയർ ചവി ട്ടികളും (തട്ടക്കകൾ) നിർമ്മിക്കുന്ന സാങ്കേതിക വിദ്യ നമ്മുടെ നാട്ടി ലേക്ക് ഇറക്കുമതി ചെയ്യപ്പെട്ടു. വളരെ അത്ഭുതകരമായ ഒരു സംഗതി ഒരു നൂറ്റാണ്ടിലേറെ ഈ സാങ്കേതിക വിദ്യ യാതൊരു രൂപമാറ്റവും വരുത്താതെ നമ്മുടെ നാട്ടിൽ ആലപ്പഴ ജില്ലയിൽ തുടർന്ന പോന്ന എന്നതാണ്.

അവർ സ്ഥാപിച്ച കൈത്തറികൾ കിഴക്കിന്റെ 'വെനീസ്' എന്ന് അറിയപ്പെട്ടിരുന്ന ആലപ്പഴ തുറമുഖത്തിന്റെ മുഖഛായ മാറ്റി. തുടർന്ന് അമ്പലപ്പഴ ചേർത്തല താലൂക്കകളിലും ആലപ്പഴ നഗരത്തിലും നിരവധി കയർ ഫാക്ടറികൾ സ്ഥാപിക്കപ്പെട്ടു.

ഒന്നാം ലോക മഹായുദ്ധത്തോടെയാണ് ഇന്ത്യയില്ലുടനീളം ഇംഗ്ലീ ഷുകാരുടേയും നാട്ടുകാരുടേയും പുതിയ വ്യവസായശാലകൾ പൊന്തി വന്നത്. മില്ലുകളും ഫാക്ടറികളും എഞ്ചിനീയറിംഗ് വർക്ക് ഷോപ്പുകളും സ്ഥാപിക്കപ്പെട്ടു. യുദ്ധം അവസാനിച്ചപ്പോൾ സ്ഥിതി അവതാളത്തി ലായി. തൊഴിലില്ലായ്മയും പട്ടിണിയും പടർന്ന പിടിച്ചു. റഷ്യ, ജർമ്മനി, ഹംഗറി എന്നീ രാജ്യങ്ങളിൽ തൊഴിലാളി വർഗം നടത്തിയ വിപ്ലവ ത്തിന്റെ ആവേശം ഇന്ത്യയിലെ പണിശാല കളിലും അലയടിച്ചുയർന്നു. 1920 ഒക്ടോബർ 31 ന് ബോംബെയിൽവച്ച് 106 ട്രേഡ് യൂണിയനുകളുടെ 801 പ്രതിനിധികൾ ഒന്നിച്ച ചേർന്ന് അഖിലേന്ത്യ ട്രേഡ് യൂണിയൻ കോൺഗ്രസ് (AITUC) സ്ഥാപിച്ചു. ലാലാ ലജ്പത് റോയി ആയിരുന്ന അതിന്റെ പ്രസിഡന്റ്.

1922 ആയപ്പോൾ യൂറോപ്യന്മാരും നാട്ടുകാരുമായ ഒട്ടേറെയാ ളുകളുടെ കയർ ഫാക്ടറികളും ഓയിൽ മില്ലുകളും തിരുവിതാംകൂറിൽ നിലവിൽ വന്നു. അക്കാലത്തെ ജന്മികളുടെ പറമ്പുകളിൽ കുടിവച്ച് അടിയാന്മാരായി കഴിഞ്ഞിരുന്ന കുടികിടപ്പുകാരായിരുന്ന ഫാക്ടറി തൊഴിലാളികളിൽ കൂടുതൽ പേരും. ദിവസവും തൊഴിൽ ലഭിക്കുമെ ന്നതും കൃഷിപ്പണിക്ക കിട്ടുന്നതിനേക്കാൾ അല്പം കൂടുതൽ കൂലി കിട്ടുമാ യിരുന്നു എന്നതുമായിരുന്ന ഇവരെ ഫാക്ടറികളിലേക്ക് ആകർഷിച്ചത്. ജോലി പരിശീലിക്കുന്ന കാലത്ത് നാലണയായിരുന്ന കൂലി. (അണ) ജോലി പരിശീലിച്ച കഴിഞ്ഞാൽ ഉണ്ടാക്കുന്ന ഉൽപ്പന്നത്തിന്റെ എണ്ണ മനുസരിച്ച് കൂലി കൊടുത്തിരുന്ന. രാവിലെ ആറുമണിക്ക് ജോലിക്ക കയറണം. ദിവസവും പതിനാലും പതിനാറും മണിക്കൂർ വരെ ജോലി

ചെയ്യണം. ആലപ്പുഴയിലെ ഇക്കാലത്തെ (1922) പ്രധാന കയർ ഫാക്ടികൾ ബോംബെ കമ്പനി, ആസ്പിൻവാൾ കമ്പനി, വോൾക്കാട്ട് ബ്രദേഴ്സ്, ദാര ഇസ്മയിൽ കമ്പനി മുതലായവയായിരുന്നു.

കാറൽ മാർക്സിന്റെ വർഗ്ഗ നിർവ്വചന പ്രകാരം ഉല്പാദനോപാ ധികളും ഉല്പാദനോപകരണങ്ങളും സ്വന്തമായിട്ടില്ലാത്തവനും തന്റെ അദ്ധ്വാനം ഒരു ചരക്കെന്ന പോലെ വില്ലുന്നവനും അത്തരം അദ്ധ്വാനം ഒരു ഉല്പന്നമായി പരിണമിക്കുന്നുമുണ്ടെങ്കിൽ അവനാണ് യഥാർത്ഥ തൊഴിലാളി. തൊണ്ടു തല്ലി ചകിരി നിർമ്മിച്ച് കയർപിരിച്ച് കയറ്റുപായും തട്ടക്കകളും കയർ തറികളിൽ നെയ്തെടുക്കുന്ന കയർമേഖലയിലെ എല്ലാ തൊഴിലാളികളും ലക്ഷണമൊത്ത തൊഴിലാളികളാണ് എന്ന വസ്തുതയാണ് ആലപ്പുഴയിൽ കമ്മ്യൂണിസ്റ്റ് പ്രസ്ഥാനത്തിന് വളരാൻ വളക്കൂറുള്ള മണ്ണായിത്തീർന്നത്.

എസ്. എൻ. ഡി. പിയുടെയും പിന്നീട് കോൺഗ്രസ്സിന്റെയും നേതൃ ത്വത്തിൽ തിരുവിതാംക്കൂറിൽ അയിത്തോച്ചാടന പ്രവർത്തനങ്ങൾ 1896 മുതൽ നടന്നിരുന്നുവെങ്കിലും അതിന് ഫലം കണ്ടത് 1936- ലെ ക്ഷേത്ര പ്രവേശന വിളംബരത്തോടെയാണ്. നായർ ഹോട്ടലുകളും ഈഴവ ഹോട്ടലുകളും നിലവിലിരുന്ന ആലപ്പുഴ പട്ടണത്തിൽ 1920-ൽ കേരളത്തിൽ ആദ്യമായി ഒരു പിക്കറ്റിംഗ് സമരം നടത്തുകയുണ്ടായി. ജാതി തിരിച്ചുള്ള ഹോട്ടലുകൾ നിർത്തലാക്കാൻ വേണ്ടിയായിരുന്ന സമരം നടത്തിയത്. സമരം വിജയിച്ചു. അക്കാലത്ത് ആലപ്പുഴയിലെ പ്രധാന എസ്. എൻ. ഡി. പി പ്രവർത്തകനായിരുന്ന കവിയും പ്രാസം ഗികനുമായിരുന്ന ശ്രീധരൻ വാദ്ധ്യാരായിരുന്നു ഈ സമരം സംഘടി പ്പിച്ചത്. മത പരിവർത്തനം അയിത്തത്തിൽ നിന്നും രക്ഷപ്പെടുത്താൻ സഹായകമാകും എന്ന കാരണത്താൽ തിരുവിതാംക്കൂറിലെ ഈഴവർ ഒരു മത പരിവർത്തന പ്രക്ഷോഭണം തന്നെ സംഘടിപ്പിക്കുകയു ണ്ടായി. ആലപ്പുഴയിൽ ഇതിനു ചുക്കാൻ പിടിച്ച ശ്രീധരൻ വാദ്ധ്യാർ ബുദ്ധമതത്തിലേക്ക് പരിവർത്തനം ചെയ്യപ്പെടുകയും ആർ. സുഗതൻ എന്ന നാമം സ്വീകരിക്കുകയും ചെയ്തു. ആലപ്പുഴയിലെ കയർ തൊഴി ലാളികളുടെ ട്രേഡ് യൂണിയൻ നേതാവും പ്രധാന സംഘാടകനുമായി പിൽക്കാലത്ത് സുഗതൻ സാർ എന്ന് അറിയപ്പെട്ട ആർ. സുഗതൻ ആയിരുന്ന അദ്ദേഹം.

കേരളത്തിൽ ആദ്യമായി ഒരു ട്രേഡ് യൂണിയൻ സ്ഥാപിതമാകു ന്നത് ആലപ്പുഴയിലെ കയർ ഫാക്ടറിയിലാണ്. വടപ്പുറം ബാവ എന്ന മാന്യദേഹമാണ് 1922 മാർച്ച് 31-ന് ആലപ്പുഴ കണ്ടാകരൻ കേളപ്പുരയുടെ വടക്കേ ഭാഗത്ത് ആല്യംമൂട്ടിൽ കേശവന്റെ വെളിസ്ഥലത്ത് നാലുറോളം

തൊഴിലാളികളുടെ ഒരു പൊതുയോഗം വിളിച്ചുകൂട്ടി 'തിരുവിതാംകൂർ ലേബർ യൂണിയൻ' എന്ന പേരിൽ ആദ്യത്തെ ട്രേഡ് യൂണിയൻ സ്ഥാപിച്ചത്. ദാര ഇസ്മയിൽ കമ്പനിയിലെ ഒരു തൊഴിലാളിയായി ജീവിതം ആരംഭിച്ച ബാവയ്ക്ക് അക്കാലത്തെ തിരുവിതാംകൂറിലെ പ്രാഥമിക മനുഷ്യാവകാശങ്ങൾക്കു വേണ്ടി നടന്ന പ്രക്ഷോഭങ്ങളും കയർ തൊഴിലാളികളുടെ യാതനകളെക്കുറിച്ചുള്ള നേരറിവുകളുമായി രിക്കാം ഇതിന് പ്രചോദനമായത്. ശ്രീനാരായണ ഗുരുവിന്റെ നിർദ്ദേശ പ്രകാരമാണ് അദ്ദേഹം ഇതിനു ഇറങ്ങിയത് എന്നും പറയപ്പെടുന്നു. യൂണിയൻ സ്ഥാപിച്ച സമയത്ത് മുന്നൂറോളം തൊഴിലാളികൾ ജോലി ചെയ്യുന്ന 'എമ്പയർ കയർ വർക്ക്സി'ലെ മൂപ്പനും യാഡ് സൂപ്രണ്ടുമാ യിരുന്നു ബാവ. ഇന്നത്തെപ്പോലെ യൂണിയൻ പ്രവർത്തനത്തിന് പ്ര ചോദനമായി പ്രവർത്തിക്കുന്ന രാഷ്ട്രീയ സംഘടനകളൊന്നും ബാവയ്ക്ക് പിന്നിൽ ഉണ്ടായിരുന്നില്ല. ബാവയല്ലാതെ ഭരണ സമിതിയിലെ മറ്റാരും പ്രവർത്തിക്കാതിരുന്നതിനാൽ നാലുമാസങ്ങൾക്ക് ശേഷം ചേർന്ന പൊതുയോഗം ആദ്യ ഭരണസമിതിയെ പിരിച്ച വിട്ടുകയും ടി. സി. കേശവൻ വൈദ്യർ പ്രസിഡന്റും ബാവ സെക്രട്ടറിയുമായി 'തിരുവിതാം കൂർ ലേബർ അസോസിയേഷൻ' എന്ന പേരു സ്വീകരിച്ചുകൊണ്ട് ആദ്യത്തെ ട്രേഡ് യൂണിയൻ നിലവിൽ വരുകയുമുണ്ടായി. '

ട്രേഡ് യൂണിയൻ സ്ഥാപിതമായെങ്കിലും ചിട്ടപ്പടിയുള്ള കാര്യമായ പ്രവർത്തനങ്ങൾ ഒന്നും നടന്നില്ല. രണ്ടു കൊല്ലത്തിനു ശേഷം1924-ൽ പ്രഥമ പൊതുസമ്മേളനം നടന്നു. ഈ സമ്മേളനത്തിൽ സി. വി. കുഞ്ഞുരാമനും ചങ്ങനാശ്ശേരി പരമേശ്വരൻ പിള്ളയും അദ്ധ്യക്ഷന്മാ രായി. വൈക്കം സത്യാഗ്രഹത്തെ പിൻതുണയ്ക്കാൻ അമ്പതുപേരുള്ള ഒരു വാളന്റിയർ സംഘത്തെ വൈക്കത്തേക്ക് അയയ്ക്കാൻ തീരുമാന മെടുത്തു. അതേ വർഷം അസോസിയേഷൻ തൊഴിലാളികളുടെ ഒരു വായനശാല സ്ഥാപിച്ചു. ഓഫീസിനോടനുബന്ധിച്ചുള്ള കെട്ടിടത്തിൽ ഒരു നിശാപാഠശാലയും സ്ഥാപിച്ചു. രണ്ടിന്റെയും മേൽനോട്ടം ആർ. സുഗതനായിരുന്നു. 1926-ൽ അസോസിയേഷൻ തൊഴിലാളി എന്ന വാരിക ആരംഭിച്ചു.

അതിന്റെയും പ്രധാന പ്രവർത്തകൻ സുഗതൻസാറായിരുന്നു. 1928 ആയപ്പോൾ അസോസിയേഷൻ ആലപ്പുഴ ചങ്കം പാലത്തിനടുത്ത് അസോസിയേഷന്റെ രണ്ടാം നമ്പർ ബ്രാഞ്ചും മുഹമ്മയിൽ മൂന്നാം നമ്പർ ബ്രാഞ്ചും ചേർത്തലയിൽ നാലാം നമ്പർ ബ്രാഞ്ചും സ്ഥാപിക്ക പ്പെട്ടു.

അസോസിയേഷന്റെ വാർഷികം 1933 - ൽ നടന്നത് ഇവി രാമ സ്വാമിനായ്ക്കരുടെ അദ്ധ്യക്ഷതയിലായിരുന്നു. അക്കാലത്ത് സോവ്യറ്റ് യൂണിയൻ സന്ദർശിച്ച നായ്ക്കർ തന്റെ പ്രസംഗത്തിൽ സോവ്യറ്റ് നാടിലെ ജീവിതം വിവരിച്ചു. ഒരു സോഷ്യലിസ്റ്റ് രാജ്യം നേരിൽ കണ്ട യാളുടെ വിവരണം തൊഴിലാളികൾക്ക് ആദ്യത്തെ അനുഭവമായിരുന്നു. സമ്മേളനം കേസരി ബാലകൃഷ്ണപിള്ളയെ അസോസിയേഷന്റെ പ്രസി ഡന്റായും പി. കേശവദേവിനെ ജനറൽ സെക്രട്ടറിയായും തെരഞ്ഞെടു ത്തു. 1934 - ൽ പി. കേശവദേവിന്റെ നേതൃത്വത്തിൽ ലേബർ അസോസി യേഷൻ ജനുവരി മാസത്തിൽ ആലപ്പുഴയിൽ ഒരു പൊതുപണിമുടക്ക സമരം നടത്തി. കൂലി പണമായി നൽകണമെന്ന് ആവശ്യപ്പെട്ടുകൊണ്ട് തൊഴിലാളികൾ വലിയ പ്രകടനം നടത്തി. 'സർവ്വരാജ്യ തൊഴിലാളി കളെ സംഘടിക്കുവിൻ' 'വിപ്ലവം ജയിക്കട്ടെ' എന്നീ മുദ്രാവാക്യങ്ങൾ ആലപ്പുഴ പട്ടണത്തിൽ ചരിത്രത്തിൽ ആദ്യമായി പ്രകമ്പനം കൊണ്ടു!

നിവർത്തന പ്രക്ഷോഭം

തിരുവിതാംകൂറിൽ അവർണഹിന്ദുക്കളും അഹിന്ദുക്കളും ഒത്തു ചേർന്ന് പ്രക്ഷോഭണം ആരംഭിച്ചത് 1932 - ലായിരുന്നു. ഒരു വർഷം മുൻപ് അധികാരമേറ്റ ശ്രീചിത്തിരതിരുനാൾ രാജാവ് പ്രഖ്യാ പിച്ച ഭരണ പരിഷ്ക്കാരമാണ് പ്രക്ഷോഭണത്തിന് ഹേതുവായത്. ജനസംഖ്യാനപാതികമായ പ്രാതിനിധ്യം സർക്കാർ ജോലികളിലും നിയമനിർമ്മാണ സഭയിലും ലഭിക്കണമെന്ന അവർണരുടേയും അഹിന്ദുക്കളടേയും ആവശ്യത്തെ പാടെ നിരസിക്കുകയും സവർണർ ക്ക് കൂടുതൽ പ്രാതിനിധ്യം നിയമസഭയിൽ ഉറപ്പാക്കുന്നതുമായിരുന്ന ദിവാനായിരുന്ന ഹബീബുള്ള പ്രസിദ്ധപ്പെടുത്തിയ പുതിയ ഭരണ പരി ഷ്ക്കാരം. ജനസംഖ്യയിൽ എൺപതു ശതമാനം വരുന്ന അവർണ്ണർ ക്കും അഹിന്ദുക്കൾക്കും അതൊരു വലിയ തിരിച്ചടിയായി. രാജാവിന്റെ ഉപദേശകനായ സി. പി. യുടെ ബുദ്ധിയാണ് ഇതിനു പിന്നിൽ പ്രവർത്തി ച്ചത്. തുടർന്ന് ഈഴവരും മുസ്ലിങ്ങളും ക്രുസ്ത്യാനികളിൽ ഒരു വിഭാഗവും ചേർന്ന് 'സംയുക്ത കോൺഗ്രസ് 'രൂപീകരിച്ച. ഇതാണ് നിവർത്തന പ്രസ്ഥാനം എന്നറിയപ്പെടുന്നത്. എൻ. വി. ജോസഫും സി. കേശവ നമായിരുന്ന നിവർത്തന പ്രക്ഷോഭണത്തിന്റെ പ്രധാന നേതാക്കൾ. സമരം തുടങ്ങിയതിന്റെ അടുത്ത വർഷം സി. കേശവനെ എസ് എൻ ഡി പി യോഗത്തിന്റെ ജനറൽ സെക്രട്ടറിയായി തിരഞ്ഞെടുത്തു.

കോഴഞ്ചേരിയിൽ 1935-ൽ നടത്തിയ പ്രസംഗത്തിന്റെ പേരിൽ രാജ്യദ്രോഹ കുറ്റം ചുമത്തി സി. കേശവനെതിരെ അറസ്റ്റ വാറണ്ട് പുറപ്പെടുവിച്ച. ജൂൺ ഏഴാം തീയതി അമ്പലപ്പുഴ എസ്. എൻ. ഡി. പി യൂ ണിയൻ പരിശോധനയ്ക്കായി ആലപ്പുഴ കിടങ്ങാം പറമ്പ ക്ഷേത്രത്തിന്റെ

തെക്കുവശത്തുള്ള യൂണിയൻ ഓഫീസിൽ സി. കേശവൻ എത്തി. അദ്ദേ ഹത്തെ അവിടെ വെച്ചാണ് അറസ്റ്റ് ചെയ്തത്. ആലപ്പുഴ കയർഫാക്ടറി തൊഴിലാളികളുടെ ഒരു വമ്പിച്ച പ്രതിഷേധപ്രകടനം അന്നേ ദിവസം കിടങ്ങാം പറമ്പ് മൈതാനത്ത് ആർ. സുഗതന്റെ നേതൃത്വത്തിൽ സംഘടിപ്പിക്കപ്പെട്ടു. നിവർത്തന പ്രക്ഷോഭത്തോട് കയർ തൊഴി ലാളികളുടെ അനുഭാവം വ്യക്തമാക്കുന്ന പ്രതിഷേധ പ്രകടനങ്ങളും പൊതുയോഗങ്ങളും അമ്പലപ്പുഴ ചേർത്തല താലൂക്കുകളിൽ തുടർന്ന് നടത്തപ്പെട്ടു. തിരുവിതാംകൂർ ലേബർ അസോസിയേഷൻ കയർ തൊഴിലാളികളുടെ മാത്രം ആനുകൂല്യങ്ങൾക്കും വേതനവർദ്ധനവിനും വേണ്ടി സമരം ചെയ്യുന്ന യൂണിയനല്ല, പൊതുവായ സാമൂഹ്യ രാഷ്ട്രീയ പ്രശ്നങ്ങൾക്കു വേണ്ടി ബഹുജന സമരങ്ങളുമായി കൈകോർത്തു നീങ്ങാനുള്ള ഒരു രാഷ്ട്രീയബോധം ആർ. സുഗതൽ ഉൾപ്പെടെയുള്ള യൂണിയൻ നേതൃത്വം തൊഴിലാളികളെ പഠിപ്പിച്ചിരുന്നു. പൊതുവെ വി ദ്യാഭ്യാസ അവസരങ്ങൾ നിഷേധിക്കപ്പെട്ടിരുന്ന തിതാവിതാംകൂറിലെ അവർണ്ണ ജാതിക്കാരായ ഈഴവരായിരുന്ന കയർ തൊഴിലാളികളിൽ തൊണ്ണൂറു ശതമാനവും എന്ന വസ്തുത ഇവിടെ ഓർക്കേണ്ടതാണ്. അതു കൊണ്ടാണ് ട്രേഡ് യൂണിയൻ നേതൃത്വം നിശാപാഠശാലയും വായന ശാലയും തുടങ്ങി ബോധവൽക്കരണ പരിപാടികളിലൂടെ അറിവിന്റെ നെയ്ത്തിരി തൊഴിലാളികളുടെ മനസ്സിൽ കൊളത്തിയത്. തൊഴിലാളി പ്രക്ഷോഭണത്തെ അതിന്റെ ചില നേതാക്കളെ സ്വാധീനിച്ചും ജാഥ കൾക്കെതിരെ നിരോധന ഉത്തരവുകൾ പുറപ്പെടുവിച്ചും ഹബീബുള്ള ഗവൺമെന്റ് തല്ലിക്കെടുത്തി.

നിവർത്തന പ്രക്ഷോഭണം ശക്തിയാർജ്ജിച്ചതോടെ സർക്കാരിന് ചില കാര്യങ്ങളിൽ ഒത്തു തീർപ്പ് ഉണ്ടാക്കേണ്ടതായി വന്നു. അങ്ങനെ ഈഴവ-ക്രിസ്ത്യൻ- മുസ്ലിം സമുദായങ്ങളിൽ പെട്ടവർക്ക് ഗവൺമെന്റ് ജോലികളിൽ ചില സംവരണങ്ങൾ അനുവദിച്ച കൊട്ടക്കകയും 1937 ലെ തെരഞ്ഞെടുപ്പിൽ സമ്മതിദാനാവകാശം സംയുക്ത കോൺ ഗ്രസ്സിന് സ്വീകാര്യമാകുന്ന വിധം പരിഷ്ക്കരിക്കുകയും നിവർത്തന സമരം പിൻവലിച്ചുകൊണ്ട് സംയുക്ത കോൺഗ്രസ്സ് തെരഞ്ഞെടുപ്പിൽ സ്ഥാനാർത്ഥികളെ നിർത്തി മത്സരിക്കുകയും ചെയ്തു.

സ്റ്റേറ്റ് കോൺഗ്രസ് പ്രവർത്തനം മലബാറിലും തിരുവിതാംകൂറിലും സംയുക്ത കോൺഗ്രസ് 1938 - ൽ തിരുവിതാംകൂർ സ്റ്റേറ്റ് കോൺഗ്രസ് എന്ന പ്രസ്ഥാനമായി രൂപം മാറി. ദേശീയ പ്രസ്ഥാനമായ ഇന്ത്യൻ നാഷണൽ കോൺഗ്രസ്സിന്റെ പ്രാദേശിക ഘടകമായ കെ. പി. സി. സി. ഇതിനും വളരെ മുൻപുതന്നെ മലബാറിൽ പ്രവർത്തിച്ചിരുന്നു.

എന്നാൽ അതിന്റെ പ്രവർത്തനം നാട്ട രാജ്യങ്ങളായ കൊച്ചിയിലും തിരുവിതാംകൂറിലും നാമമാത്രമായെ നടന്നിരുന്നുള്ളു. 1930-ൽ പയ്യ ന്നൂരിൽ സംഘടിപ്പിക്കപ്പെട്ട ഇന്ത്യൻ നാഷണൽ കോൺഗ്രസ്സിന്റെ ഉപ്പസത്യാഗ്രഹത്തിൽ പങ്കെടുക്കാൻ പൊന്നറ ശ്രീധർ, എൻ. സി. ശേഖർ, അംശി നാരായണപിള്ള എന്നിവരുടെ നേതൃത്വത്തിൽ തിരുവനന്തപുരത്ത നിന്നും ഇരുപത്തിയഞ്ചു പേരുടെ ഒരു സംഘം കാൽനടയായി പയ്യന്നൂർക്ക് പുറപ്പെട്ടു. പത്രപ്രവർത്തകനും കവിയുമാ യിരുന്ന അംശി നാരായണപിള്ള എഴുതി ചിട്ടപ്പെടുത്തിയ ഒരു ഗാനവും ആലപിച്ച കൊണ്ടാണ് സമരഭടന്മാർ പയ്യന്നൂർക്ക് മാർച്ച ചെയ്യത്. ആ ഗാനത്തിന്റെ വരികളാണ് ചുവടെ ചേർക്കുന്നത്.

'വരിക വരിക സഹജരെ
സഹന സമര സമയമായി
കരളുറച്ച കൈകൾ കോർത്തു
കാൽനടയ്ക്ക പോകനാം
കണ്ണുറന്ന നോക്കവിൻ
കൈകൾ കോർത്തിറങ്ങുവിൻ,
കപട കുടില ഭരണക്കുട-
മിക്ഷണം തകർക്ക നാം
ബ്രിട്ടനെ വിരട്ടവിൻ,
ചട്ടമൊക്കെ മാറ്റവിൻ...'

ഈ ഗാനം പിന്നീട് മലബാറിലും കൊച്ചിയിലും തിരുവിതാംകൂറിലും നിരോധിക്കപ്പെട്ടുകയും അംശി നാരായണപിള്ളയെ ആറുമാസങ്ങൾ വിയ്യൂർ ജയിലിൽ തടവിലിട്ടവാനും കാരണമായിത്തീർന്നു. മുൻപ് വൈക്കം സത്യാഗ്രഹത്തിന്റെ കാലത്ത് പ്രചരിച്ചിരുന്ന ഗാനവും ഈ ഗാനവുമായി ആദ്യത്തെ വരിയില്ലുള്ള സാദൃശ്യം മാത്രമേയുള്ളു. സി. കേശവൻ പ്രസംഗവേദികളിൽ പാടിയിരുന്നതും പിൽക്കാലത്ത് വയലാർ സമരത്തിന്റെ കാലത്ത് ചില കമ്മ്യൂണിസ്റ്റ നേതാക്കൾ ആലപിച്ചിരുന്നതും അംശിയുടെ ഗാനമായിരുന്നില്ല എന്ന കാര്യം പ്രത്യേകം എടുത്തു പറയട്ടെ.

മലബാറിലെ ഇന്ത്യൻ നാഷണൽ കോൺഗ്രസിന്റെ ചരിതത്തിൽ പി. കൃഷ്ണപിള്ള പ്രത്യക്ഷപ്പെടുന്നത് പയ്യന്നൂർ ഉപ്പസത്യാഗ്രഹത്തി ലാണ്. തിരുവിതാംകൂറിൽ വൈക്കത്തെ ജനിച്ച പി. കൃഷ്ണപിള്ളയ്ക്ക് 18 വയസ്സുള്ളപ്പോഴാണ് വൈക്കം സത്യാഗ്രഹം നടന്നത്. ആലപ്പുഴയിൽ ഒരു കയർ തൊഴിലാളിയായി ജോലി നോക്കുകയും പിന്നീട് ഹിന്ദി പ്രവേശിക പരീക്ഷ പാസ്സായതിനു ശേഷം നാട്ടവിട്ട് ഹരിദ്വാറിലും

അലഹബാദിലും ചുറ്റിസഞ്ചരിച്ച് മഹാത്മജിയുടെ ദേശീയ പ്രസ്ഥാന ത്തോട് കൂറു പുലർത്തിയ കൃഷ്ണപിള്ള ഉപ്പ സത്യാഗ്രഹത്തോടെയാണ് അറയപ്പെട്ടു തുടങ്ങിയത്. കോഴിക്കോട്ട കടപ്പുറത്ത് മെയ് മാസത്തിലെ (1930) പൊരിവെയിലത്ത് തീ കൂട്ടി ഉപ്പ കുറുക്കുമ്പോൾ ഗാന്ധിജിയുടെ വാക്കുകൾ ഹൃദയത്തിലേറ്റി മൂവർണ പതാകയുമായി പി. കൃഷ്ണപിള്ള കാവൽ നിന്നു. കേളപ്പൻ നയിച്ച ഉപ്പസത്യാഗ്രഹത്തിൽ എ. കെ. ജിയും പങ്കെടുത്തിരുന്നു. അവിടെ ഒത്തു കൂടിയ അക്കാലത്തെ കോൺഗ്രസ് നേതാക്കൾക്കും പൊതുജനങ്ങൾക്കും തികച്ചും അപരിചിതനായ വ്യ ക്തിയായിരുന്നു തിരുവിതാംകൂറുകാരനായ കൃഷ്ണപിള്ള. ഏതു ഘോര മർദ്ദനത്തിന്റെ നടുവിലും ദേശീയപതാകയുടെ മാനം കാക്കുന്നവനാണ് യഥാർത്ഥ സത്യാഗ്രഹി എന്ന ഗാന്ധിയുടെ വാക്കുകൾ മനസ്സിൽ കനലൂതി സൂക്ഷിച്ച പി. കൃഷ്ണപിള്ള അടിയും ഇടിയും ചവിട്ടും ഏറ്റിട്ടും മൂവർണ പതാക കെട്ടിയ കമ്പ് നെഞ്ഞോട ചേർത്ത് അക്ഷോഭ്യനായി കിടന്നു. വളഞ്ഞിട്ട് ആക്രമിച്ച പോലീസിനും തെല്ലകലെ മാറി നിന്ന കാണികൾക്കും 24 കാരനായ ആ ചെറുപ്പക്കാരൻ വിസ്മയമായി മാറി. നിറം പുരണ്ട ഗാന്ധി തൊപ്പിയും ധരിച്ച് മാറോട ചേർത്ത് അമർത്തിപ്പിടിച്ച പതാകയുമായി ആ 'ധിക്കാരി'യെ പോലീസ് കടൽ മണ്ണിലൂടെ വഴിച്ചിഴച്ചു. 'തന്നെ അറസ്റ്റ് ചെയ്തിരിക്കുന്നു' എന്ന് ലുക്കിടി സായ്പ് പറഞ്ഞപ്പോഴാണ് കൃഷ്ണപിള്ള കൊടിയിൽ നിന്നും പിടിവിട്ടത്. അറസ്റ്റ് ചെയ്ത കഴിഞ്ഞാൽ കൊടി വിട്ടുകൊട്ടക്കാമെന്ന് ഗാന്ധിജി പറഞ്ഞിട്ടുണ്ട്.

അക്കാലത്തെ മലബാറിലെ പ്രധാന കോൺഗ്രസ് നേതാക്കളായ കേളപ്പൻ, കെ. പി. ഗോപാലൻ, മൊയാരത്ത് ശങ്കരൻ, അബ്ദുൾ റഹ്മാൻ സാഹേബ്, എൽ. എസ്. പ്രഭ മുതലായ നേതാക്കളോടൊപ്പം കണ്ണൂർ ജയിലിൽ ഒരു വർഷത്തെ ശിക്ഷ അനുഭവിച്ച് പുറത്തു വന്ന പി. കൃഷ്ണപിള്ള കോൺഗ്രസ് നേതാവായി അവരോധിതനായി. ഒന്നാം സത്യാഗ്രഹം ഗാന്ധിജി നിർത്തിവെച്ചത് കോൺഗ്രസ് നേതാക്കളുടേ യും അനുയായികളുടേയും ഇടയിൽ വലിയ വ്യർത്ഥതാബോധം സൃഷ്ടിച്ചു. 1931 - ൽ മലബാറിലെ കോൺഗ്രസ്സിൽ രണ്ടു ചിന്താഗതികൾ പൊട്ടി മുളച്ചു. ഹരിജനക്ഷേമ പ്രവർത്തനങ്ങളും അയിത്തോച്ചാടനവുമാണ് കോൺഗ്രസിന്റെ പ്രധാന പ്രവർത്തനമേഖല എന്ന കേളപ്പന്റെ കാഴ്ച പ്പാടും സാമ്പത്തികമായ അസമത്വമാണ് പ്രധാന പ്രശ്നമെന്ന കൃഷ്ണ പിള്ളയുടെ കാഴ്ചപ്പാടും വ്യത്യസ്ഥ ഗ്രൂപ്പുകൾക്കാണ് വളമായി മാറിയത്. അങ്ങനെ മലബാറിലെ കോൺഗ്രസ് പ്രസ്ഥാനത്തിൽ ഇടതുപക്ഷവും വലതു പക്ഷവും രൂപമെടുത്തു.

1934 ആയപ്പോൾ മലബാറിൽ കോൺഗ്രസ് സോഷ്യലിസ്റ്റ് പാർട്ടി (സി. എസ്. പി) രൂപമെടുത്തു. പി. കൃഷ്ണപിള്ളയെ സെക്രട്ടറിയായി തെരഞ്ഞെടുക്കുകയും ചെയ്തു. അതിനു മുൻപു തന്നെ കോഴിക്കോട്ട് നെയ്ത്ത് തൊഴിലാളികളുടെ യൂണിയൻ, തിരുവണ്ണൂർ കോട്ടൺമിൽ യൂണിയൻ, ഫറോക്ക് ഓട്ടുകമ്പനി തൊഴിലാളി യൂണിയൻ മുതലായ സംഘടനകൾ കൃഷ്ണപിള്ള സ്ഥാപിച്ചിരുന്നു.

മലബാറിൽ കോൺഗ്രസ്സിന്റെ പ്രവർത്തനം ഊർജ്ജസ്വലമായി നടക്കുമ്പോഴും തിരുവിതാംകൂറിൽ പ്രസ്ഥാനം ഉണർന്നു പ്രവർത്തിച്ചിരുന്നില്ല. നിവർത്തന പ്രക്ഷോഭത്തിനു ശേഷം 1938 ഫെബ്രുവരി മാസം പട്ടം താണുപിള്ളയെ അദ്ധ്യക്ഷനാക്കി കൊണ്ട് സ്റ്റേറ്റ് കോൺഗ്രസ് രൂപീകരിക്കപ്പെട്ടു. നിവർത്തന പ്രക്ഷോഭണം നടത്തിയ സംയുക്ത കോൺഗ്രസിന്റെ നേതാക്കളായിരുന്ന സി. കേശവനും ടി. എം വർഗീസും ഉൾപ്പെടെയുള്ള നേതാക്കൾ സ്റ്റേറ്റ് കോൺഗ്രസിന്റേയും നേതാക്കളായിത്തീർന്നു. തിരുവിതാംകൂർ ജനതയ്ക്ക് പൂർണ്ണമായ ഉത്തരവാദ ഭരണം നേടിക്കൊട്ടുക്കുകയായിരുന്നു പുതിയ സംഘടനയുടെ ലക്ഷ്യം.

ലക്ഷ്യത്തിലെത്താൻ പ്രത്യക്ഷ സമരം തുടങ്ങുന്നതിന് കോൺഗ്രസ്സ് തീരുമാനിച്ചു. പ്രത്യക്ഷ സമര പരിപാടികൾ ആരംഭിക്കുന്നതിനു മുൻപ് ജനങ്ങൾക്ക് കഴിയുന്നതും വേഗം ഉത്തരവാദ ഭരണം അനുവദിച്ചു കൊട്ട കേണ്ടതിന്റെ ആവശ്യകതയുടെ അടിയന്തിര സ്വഭാവം വ്യക്തമാക്കുന്ന ഒരു നിവേദന പത്രിക സ്റ്റേറ്റ് കോൺഗ്രസ് നേതൃത്വം മഹാരാജാവിന് സമർപ്പിച്ചു. അതിൽ ദിവാൻ സി. പി. രാമസ്വാമി അയ്യർക്കെതിരെ നിരവധി ആരോപണങ്ങൾ ഉന്നയിക്കുകയും ദിവാനെ പിരിച്ചുവിടണ മെന്നും ആവശ്യപ്പെട്ടിരുന്നു.

ആലപ്പഴയിലെ തൊഴിലാളികളും ഉത്തരവാദഭരണ പ്രക്ഷോഭണവും

നിവർത്തന പ്രക്ഷോഭണത്തിന്റെ വിജയം സംയുക്ത കോൺഗ്ര സിനോട് ചേർന്ന നിന്ന് പ്രക്ഷോഭണങ്ങളിൽ ഭാഗഭാക്കുകളായ കയർ തൊഴികൾക്ക് പ്രത്യേക ഊർജ്ജം നൽകി. 1936 - ലെ ക്ഷേത്രപ്ര വേശന വിളംബരത്തിന്റെ ഉത്സാഹത്തിമിർപ്പിലും സംയുക്ത കോൺഗ്ര സിന്റെ സമരവിജയത്തിലും (നിവർത്തന പ്രസ്ഥാനം) തൊഴിലാളികൾ യൂണിയൻ നേതൃത്വത്തോട് കൂടുതൽ വിശ്വാസം പ്രകടിപ്പിച്ചു. 1937 - ൽ ചേർന്ന ലേബർ അസോസിയേഷന്റെ വാർഷിക സമ്മേളനം പല കാരണങ്ങൾ കൊണ്ടും ആലപ്പഴയിൽ മാത്രമല്ല തിരുവിതാംകൂറിൽ തന്നെ വളരെ ശ്രദ്ധയാകർഷിച്ചു.

കേരളത്തിൽ കമ്യൂണിസ്റ്റ് പാർട്ടി സ്ഥാപിക്കുന്നതിന് രണ്ട വർഷ ങ്ങൾക്ക മുൻപ് ആലപ്പഴയിൽ ചെങ്കൊടി പ്രത്യക്ഷപ്പെട്ടത് ഈ സമ്മേ ളനത്തിലായിരുന്ന എന്നതാണ് ഒന്നാമത്തെ പ്രത്യേകത. ചുവന്ന കൊടിയിൽ അരിവാളും ചുറ്റികയും വരച്ചുണ്ടാക്കുക യായിരുന്ന. പുന്ന പ്രയിലെ മത്സ്യത്തൊലിലാളികളുടെ അനിഷേധ്യ നേതാവും പുന്നപ്ര സമരത്തിന്റെ പ്രധാന നേതാവുമായിത്തീർന്ന സൈമണാശാൻ ആയിരുന്ന ആ ചെങ്കൊടി ഉണ്ടാക്കിയത്. സമ്മേളനം ഉത്ഘാടനം ചെയ്ത കൊണ്ട് അരിവാൾ ചുറ്റിക ആലേഖനം ചെയ്ത ചെങ്കൊടി ഉയർ ത്തിയതാകട്ടെ അക്കാലത്തെ എസ്. എൻ. ഡി. പി യോഗത്തിന്റെ ജനറൽ സെക്രട്ടറിയും ദീർഘകാലം ലേബർ അസോസിയേഷന്റെ പ്ര സിഡന്റുമായിരുന്ന വി. കെ. വേലായുധനായിരുന്ന. സമ്മേളനത്തിന്റെ

പി. കൃഷ്ണപിള്ള സ്മാരകം

അദ്ധ്യക്ഷൻ പിൽക്കാലത്ത് ഇന്ത്യൻ പ്രസിഡന്റായിത്തീർന്ന വി. വി. ഗിരിയായിരുന്നു.

അമ്പലപ്പുഴ ചേർത്തല താലൂക്കുകളിലെ ട്രേഡ് യൂണിയൻ പ്രസ്ഥാനത്തിന് ചുവപ്പിന്റെ നേതൃത്വം സമ്മാനിക്കാൻ അക്കാലത്ത് ബോധപൂർവ്വം ഒരാൾ ശ്രമിച്ചിരുന്നു. അക്കാലത്ത് കോൺഗ്രസ് സോഷ്യലിസ്റ്റ് പാർട്ടിയുടെ കേരള സംസ്ഥാന കമ്മിറ്റി സെക്രട്ടറിയായിരുന്ന പി. കൃഷ്ണപിള്ളയായിരുന്നു അത്. 1936-ൽ തന്നെ പി. കൃഷ്ണപിള്ള തിരുവിതാംകൂറിലെ ആദ്യത്തെ സി. എസ്. പി ഘടകം ആലപ്പുഴയിൽ സംഘടിപ്പിച്ചു. അതായത് തിരുവനന്തപുരത്ത് സ്റ്റേറ്റ് കോൺഗ്രസ് രൂപമെടുക്കുന്നതിനും രണ്ടു വർഷങ്ങൾക്കു മുൻപ്! അതുകൊണ്ടാണ് ദീർഘകാലം തിരുവിതാംകൂറിലെ കമ്മ്യൂണിസ്റ്റുകളുടെ ബഹുജന പ്രസ്ഥാനം കോൺഗ്രസ് പാർട്ടിയായി നിലകൊണ്ടത്. ആലപ്പുഴ സി. എസ്. പി ഘടകത്തിന്റെ സെക്രട്ടറി കെ. എൻ. ദത്ത് ആയിരുന്നു. പി. കെ. പത്മനാഭൻ, കെ. കെ. കുഞ്ഞൻ, പി. വി. ആൻഡ്രൂസ്, വി. കെ. പുരുഷോത്തമൻ, കൊല്ലം ജോസഫ്, കെ. വി. പത്രോസ്, സൈമൺ ആശാൻ, പി. എ. സോളമൻ, സി. ഒ. മാത്യു എന്നിവർ അംഗങ്ങളായിരുന്നു. ഒരു വർഷത്തിനു ശേഷം ആലപ്പുഴ - ചേർത്തല തൊഴിലാളി നേതൃത്വത്തിലേക്ക് സി. എസ്. പി വളർന്നു.

ലേബർ അസോസിയേഷന്റെ വാർഷിക സമ്മേളനം (1937)ആർ. സുഗതനെ ജനറൽ സെക്രട്ടറിയായി തെരഞ്ഞെടുത്തു. ഉത്തരവാദ ഭരണത്തിനു വേണ്ടി നിവേദനം സമർപ്പിച്ച സ്റ്റേറ്റ് കാൺഗ്രസിനെ നിരോധനാജ്ഞകൾ കൊണ്ട് ശ്വാസം മുട്ടിച്ച കൊല്ലാൻ സി. പി. തീരുമാനിച്ചു. അഞ്ചു രൂപ പോലീസ് എന്ന പേരിൽ ഒരു തെമ്മാടിപ്പടയെ സൃഷ്ടിച്ച് കോൺഗ്രസ് പൊതുയോഗങ്ങൾ തല്ലിക്കലെക്കാൻ ദിവാൻ ശ്രമിച്ചു. ഇതിനൊക്കെ പുറമെ തന്റെ ഏറാൻ മൂളികളെക്കൊണ്ട് 'തിരുവിതാംകൂർ നാഷണൽ കോൺഗ്രസ്' എന്ന പേരിൽ ഒരു സംഘടന ഉണ്ടാക്കി. പക്ഷെ ഈ നടപടികളൊന്നും സ്റ്റേറ്റ് കോൺഗ്രസ്സിന്റെ സമരാവേശത്തെ കെടുത്താൻ ഉപകരിച്ചില്ല. എൻ. സി. ശേഖർ,

പൊന്നറ ശ്രീധർ, എൻ പി. കുരുക്കൾ എന്നീ നേതാക്കൾ തിരുവന ന്തപുരത്ത് 'തിരുവിതാംകൂർ യൂത്ത് ലീഗ്' എന്ന പേരിൽ 1931-ൽ ഒരു സംഘടന രൂപീകരിച്ചിരുന്നു. സ്റ്റേറ്റ് കോൺഗ്രസ്സ് സമ്മേളനങ്ങൾ സി. പി. നിരോധിച്ചപ്പോൾ യൂത്ത് ലീഗ് തിരുവിതാംകൂറിൽ പലയിടങ്ങളിലും സമ്മേളനങ്ങൾ സംഘടിപ്പിച്ചു. അഖിലേന്ത്യാ കോൺഗ്രസ്സ്സോഷ്യ ലിസ്റ്റ് പാർട്ടി നേതാവായിരുന്ന കമലാദേവി ചതോപാദ്ധ്യായ 1938 ആഗസ്റ്റ് 20-ന് തിരുവനന്തപുരത്ത് നടത്താനിരുന്ന യൂത്ത് ലീഗ് സമ്മേളനം ഉത്ഘാടനം ചെയ്യാനെത്തി. അവരെ അറസ്റ്റുചെയ്ത് സി. പി. തിരിച്ചയച്ചു. അതിൽ പ്രതിഷേധിച്ച ഗംഭീരമായ ഒരു സമ്മേളനം തലസ്ഥാനത്ത് റെയിൽവേസ്റ്റേഷൻ മൈതാനിയിൽ കെ. ദാമോദരന്റെ അദ്ധ്യക്ഷതയിൽ ചേർന്നു. അടുത്ത ദിവസം എൻ. പി. കുരുക്കൾ, ശങ്കര നാരായണൻ തമ്പി. പൊന്നറ ശ്രീധർ, എൻ ശ്രീകണ്ഠൻ നായർ, കെ. ദാമോദരൻ, പുതുപ്പള്ളി രാഘവൻ മുതലായ യൂത്ത് ലീഗ് നേതാക്കളെ അറസ്റ്റുചെയ്തു. അതോടെ തിരുവിതാംകൂർ ഇളകി മറിഞ്ഞു. ഇനി സമരം വൈകിച്ചുകൂട എന്ന് തീരുമാനിച്ച സ്റ്റേറ്റ് കോൺഗ്രസ് ആഗസ്റ്റ് 26-ന സമരം ആരംഭിക്കുമെന്ന് പ്രഖ്യാപിച്ചു. തലേദിവസം യൂത്ത് ലീഗിനെയും സ്റ്റേറ്റ് കോൺഗ്രസ്സിനേയും നിയമ വിരുദ്ധ സംഘടനകളായി ഗവണ്മെ ന്റ് പ്രഖ്യാപിച്ചു. ഈ സന്ദർഭത്തിലാണ് ആലപ്പുഴയിലെ തൊഴിലാളി സംഘടനകൾ സ്റ്റേറ്റ് കോൺഗ്രസ്സിന് അനുകൂലമായി രംഗത്തിറങ്ങി യത്. ആർ. സുഗതൻ. വി. കെ. വേലായുധൻ എന്നിവർ നിയമലംഘനം നടത്തി സമ്മേളനത്തിൽ പ്രസംഗിച്ചതിന് അറസ്റ്റ ചെയ്യാതെ സി. പി. തന്ത്രപൂർവ്വം ഈഴവരെ സമരത്തിന്റെ മുഖ്യധാരയിൽ നിന്നും ഒഴി വാക്കാൻ ശ്രമിച്ചു. പക്ഷെ തന്ത്രം ഫലിക്കാത്തതുകൊണ്ട് രണ്ടാഴ്ച കഴിഞ്ഞ് ചിങ്ങമാസത്തിലെ തിരുവോണ നാളിൽ ഇരുവരേയും അറസ്റ്റ് ചെയ്ത് പൂജപ്പുര ജയിലിലടച്ചു.

അമ്പലപ്പുഴ ചേർത്തല താലൂക്കുകളിൽ തൊഴിലാളി പ്രസ്ഥാനങ്ങൾ കോൺഗ്രസ്സിലെ ഇടതുപക്ഷ ചിന്താഗതിക്കാരായ യുവനേതാക്കൾ കെട്ടിപ്പടുത്തപ്പോൾ ആ സംഘടനകൾക്ക് നിയതമായ ഉദ്ദേശലക്ഷ്യ ങ്ങൾ കാലേക്കൂട്ടി പ്ലാൻ ചെയ്ത് നടപ്പാക്കിയത് എക്കാലവും സഖാവ് എന്ന നാമത്തിന് അർഹനായി തീർന്ന പി. കൃഷ്ണപിള്ളയായിരുന്നു. തൊഴിലാളികൾ ഒരു രാഷ്ട്രീയ ആവശ്യത്തിനുവേണ്ടി ആവേശപൂർവ്വം സമരം ചെയ്യാൻ തയ്യാറാകണമെന്ന കാഴ്ചപ്പാട് മറ്റാരേക്കാളും കൃഷ്ണപി ള്ളയ്ക്കായിരുന്നു ഉണ്ടായിരുന്നത്. സംഘടനാപരമായ പ്രവർത്തനങ്ങൾ നടത്താൻ കയർത്തൊഴിലാളി മേഖലയിൽ പി. കൃഷ്ണപിള്ള നിയോഗി ച്ചത് കീരൻ എന്ന പേരിൽ അറിയപ്പെട്ടിരുന്ന തൃശ്ശൂർ സ്വദേശിയായ കെ. കെ. വാര്യരേയും സി. ഒ മാത്യുവിനേയുമായിരുന്നു.

ദിവാന്റെ മർദ്ദന സംവിധാനങ്ങളെയൊക്കെ വെല്ലുവിളിച്ച കൊണ്ട് 1938 ഒക്ടോബർ 19-ന് ആലപ്പുഴ കിടങ്ങാം പറമ്പ മൈതാനത്ത് സൈമൺ ആശാന്റെ അദ്ധ്യക്ഷതയിൽ വലിയ സമ്മേളനം നടത്തി.

പ്രായപൂർത്തി വോട്ടവകാശത്തോട്ട കൂടിയ ഉത്തരവാദ ഭരണം സ്ഥാപിക്കുക

ക്രിമിനൽ ഭേദഗതി നിയമം പിൻവലിക്കുക

സ്റ്റേറ്റ് കോൺഗ്രസ്സിന്റെയും യൂത്ത് ലീഗിന്റേയും പേരില്ലള നിരോധനം പിൻവലിക്കുക

കയർഫാക്ടറി തൊഴിലാളികളുടെ ഏറ്റവും കുറഞ്ഞ ശമ്പളം 30 രൂപയായി നിജപ്പെടുത്തുക

ജോലി സമയം പ്രതിവാരം 48 മണിക്കൂറായി പരിമിത പ്പെടുത്തുക

തുടങ്ങിയ മുപ്പത് അടിയന്തിര ആവശ്യങ്ങളാണ് സമ്മേളനത്തിൽ ഉന്നയിച്ചത്. അതിനെ പിൻതാങ്ങിക്കൊണ്ട് പ്രസംഗിച്ച സി. ഒ. മാത്യു ഇപ്രകാരം പ്രഖ്യാപിച്ചു.

'നാം ആവശ്യപ്പെടുന്ന എല്ലാ ആവശ്യങ്ങളും അനുവദിച്ച തന്നാൽ കൂടി, പ്രായപൂർത്തി വോട്ടവകാശത്തോട്ട കൂടിയ പരിപൂർണ്ണ ഉത്തരവാ ദഭരണം സാധിച്ച കിട്ടായാലല്ലാതെ പണിമുടക്ക് നാം നിർത്തുകയില്ല'. നഷ്ടപ്പെടുവാൻ കൈവിലങ്ങുകൾ മാത്രമുള്ള തൊഴിലാളി വർഗ്ഗത്തെ രാജ്യത്തിന്റെ രാഷ്ട്രീയ ആവശ്യങ്ങൾക്കായി അണിനിരത്തുക എന്ന കമ്മ്യൂണിസ്റ്റ് ചിന്തയായിരുന്നു നേതാക്കന്മാർക്ക് ഉണ്ടായിരുന്നതെന്ന തിന് ഈ പ്രസ്താവനയേക്കാൾ മറ്റെന്ത തെളിവാണ് വേണ്ടത്.

1938 ഒക്ടോബർ 21 ന് കയർഫാക്ടറി തൊഴിലാളികൾ പണിമുടക്ക ദിനമായി പ്രഖ്യാപിച്ചു. ഒക്ടോബർ ഇരുപത്തിമൂന്ന് (തുലാം ഏഴ്) മഹാ രാജാവിന്റെ ജന്മദിനമായിരുന്നു. തിരുവിതാംകൂറിലെ അമ്പതിനായിര ത്തോളം കയർ തൊഴിലാളികൾ ഒന്നടങ്കം പണിമുടക്കി. അരൂർ മുതൽ തെക്കോട്ട് വണ്ടാനം വരെയുള്ള നാല്പത്തെട്ട് കി. മീ. നീണ്ട കിടന്ന പ്രദേശങ്ങളിലെ മുഴുവൻ കയർഫാക്ടികളും അടഞ്ഞു കിടന്നു. പണിമുട ക്ക കമ്മിറ്റിയുടെ ആഹ്വാനമനുസരിച്ച് അരൂർ മുതൽ തിരുവനന്തപുരം വരെയുള്ള നാവിക തൊഴിലാളികൾ പണിമുടക്കി. ഇന്നത്തെപ്പോലെ റോഡ് ഗതാഗതവും ചരക്ക ഗതാഗതവും സുഗമമല്ലാതിരുന്ന അക്കാ ലത്ത് നാവിക തൊഴിലാളികളുടെ പണിമുടക്കം തിരുവിതാംകൂറിനെ അക്ഷരാർത്ഥത്തിൽ സ്തംഭിപ്പിച്ചു.

സ്റ്റേറ്റ് കോൺഗ്രസ്സിന്റെ സമരം അതിന്റെ ഉച്ചകോടിയിലെത്തി. നിരോധിക്കപ്പെട്ട സ്റ്റേറ്റ് കോൺഗ്രസ്സിന്റെ പന്ത്രണ്ടാമത്തെ സർവ്വ സൈന്യാധിപനായി (ഡിക്ടേറ്റർ എന്നാണ് അക്കാലത്ത് പറഞ്ഞി രുന്നത്) തെരഞ്ഞെടുത്തത് അക്കാമ്മ ചെറിയാനെയായിരുന്നു. ഒക്ടോബർ 23-ന് മഹാരാജാവിന് നിവേദനം സമർപ്പിക്കാനും തിരുവ നന്തപുരത്തു നടത്തപ്പെടുന്ന മഹാപ്രകടനം നയിക്കാനും ചുമതലപ്പെ ടുത്തിയത് അക്കാമ്മ ചെറിയാനെ ആയിരുന്നു. കാഞ്ഞിരപ്പള്ളിയിൽ ജനിച്ച അക്കാമ്മ ചെറിയാൻ പിൽക്കാലത്ത് കേരള സ്പീക്കറായിരുന്ന റോസമ്മ പുന്നൂസിന്റെ ചേച്ചിയാണ്. അക്കാമ്മ ചെറിയാന് അകമ്പടി സേവിക്കാൻ ആലപ്പുഴയിലെ കയർഫാക്ടറി തൊഴിലാളികൾ 25 പേരുടെ ചുവപ്പ വാളണ്ടിയർ സേനയെ തിരുവനന്തപുരത്തേക്ക് അയച്ചു.

കെ. വി. പത്രോസിന്റെ നേതൃത്വത്തിൽ പരിശീലിപ്പിച്ചവരായിരുന്ന അവർ. മലബാറിൽ നിന്നു വന്ന കുഞ്ഞുണ്ണിനായരായിരുന്നു ജാഥാക്യാ പ്റ്റൻ. മധുരയിൽ നിന്നും ട്രെയിൻമാർഗ്ഗം ചെങ്കോട്ട വഴി തിരുവനന്ത പുരത്തെത്തിയ അക്കാമ്മ ചെറിയാന് വമ്പിച്ച ജനാവലിയുടെ സ്വീകര ണമാണ് ലഭിച്ചത്. തമ്പാനൂർ നിന്നും ജാഥ ആരംഭിച്ചപ്പോൾ ചിട്ടയായി മാർച്ച ചെയ്ത് പാട്ട പാടി മുന്നോട്ട നീങ്ങിയ ചുവപ്പവാളണ്ടീയറന്മാരുടെ പിന്നിലായി അക്കാമ്മ ഗംഭീര പ്രകടനത്തെ നയിച്ചു കൊണ്ട് മുന്നോട്ട നീങ്ങി. തമ്പാനൂർ നിന്നും കിഴക്കേ കോട്ടയിലെത്താൻ പ്രകടനം ഒരു മണിക്കൂർ സമയമെടുത്തു. കേരളത്തിന്റെ ഝാൻസി റാണിയെന്ന് വിശേഷിപ്പിക്കപ്പെട്ട അക്കാമ്മ ചെറിയാൻ നയിച്ച സ്റ്റേറ്റ് കോൺഗ്രസ്സ് പ്രകടനം തിരുവിതാംക്കൂർ രാജ സിംഹാസനത്തെ വിറപ്പിച്ചു.

ആവേശകരമായ പ്രകടനം കിഴക്കേക്കോട്ട വാതുക്കൽ എത്തി. ജനരോഷവും ആവേശവും കണ്ട് രാജകൊട്ടാരം ആക്രമിക്കാൻ വരു ന്നവരാണെന്ന ധാരണയിൽ മഹാരാജാവും അമ്മമഹാറാണിയും ദിവാനും പാൽക്കുളങ്ങര വഴി സ്ഥലം വിട്ടു. രാജാവിനെ മുഖം കാണി ക്കാനെത്തിയ കോൺഗ്രസ് പ്രസിഡന്റ് അക്കാമ്മ ചെറിയാനെ സർവ്വസൈന്യാധിപനായ വാട്ട്സ് സായിപ്പാണ് എതിരേറ്റത്. 'ഇന്ന് രാജാവിന്റെ തിരുനാളായയതു കൊണ്ട് നിങ്ങൾ പിരിഞ്ഞു പോകണം' എന്നായിരുന്ന പോലീസ് മേധാവിയുടെ ആവശ്യം. 'തിരുവിതാം ക്കൂറിൽ സർ. സി. പി-യുടെ കിരാത ഭരണം നടക്കുകയാണ്. അതിനെപ്പറ്റി രാജാവിനോട് പറയാനാണ് ഞങ്ങൾ വന്നിരിക്കുന്നത്. അങ്ങനെയുള്ള ഈ പൗരാവലി പട്ടാള ഉദ്യോഗസ്ഥന്റെ വാക്ക കേട്ട് മടങ്ങിപ്പോ കില്ല 'എന്നായിരുന്ന വാട്ട്സ് സായിപ്പിന് ലഭിച്ച മറുപടി. സ്ഥിതിഗ തികൾ രൂക്ഷമായി. രംഗം ചൂടുപിടിച്ചു. തോക്കധാരികളായ പട്ടാളം

വെടിവെയ്ക്കാൻ പൊസിഷനെടുത്തു. സമാധാനപരമായി മഹാരാജാ വിനെ കണ്ട് നിവേദനം സമർപ്പിക്കാ നെത്തിയ പതിനായിരങ്ങളുടെ ചോരവീണ് തിരുവിതാംകൂറിന്റെ സിംഹാസനം കളങ്കപ്പെടുവാൻ അവസരം ഒരുങ്ങി. അക്കാമ്മ ചെറിയാന്റെ ഉചിതമായ ഒരു തീരുമാനം സംഭവഗതികൾ മാറ്റി മറിച്ചു. പ്രകടനം പുത്തരിക്കണ്ടം മൈതാനത്തേ ക്ക് മാർച്ച ചെയ്യാൻ അക്കാമ്മ നിർദ്ദേശിച്ചു.

അവിടെ സമ്മേളനം ആരംഭിച്ചു. സമ്മേളനം നടന്നു കൊണ്ടിരി ക്കുമ്പോൾ ജയിൽ കവാടങ്ങൾ തുറന്ന് കോൺഗ്രസ് നേതാക്കളെ വിട്ടയയ്ക്കാൻ രാജാവ് ഉത്തരവ് പുറപ്പെടുവിച്ചു. വിവരം അറിഞ്ഞ സദസ്സ് ആനന്ദത്താൽ ഇളകിമറിഞ്ഞു. ജയിലിൽ നിന്നും യോഗസ്ഥ ലത്തേക്ക് നേരിട്ട വന്ന വി. കെ. വേലായുധൻ, ആർ. സുഗതൻ, ജി. പി നീലകണ്ഠപിള്ള മുതലായ നേതാക്കളെ ജനം വികാരനിർഭരമായി സ്വീകരിച്ചു. പട്ടംതാണുപിള്ളയും സി. കേശവനും ഉൾപ്പെട്ട കോൺഗ്രസ് നേതൃത്വം ജയിൽ മോചിതരായി. സ്റ്റേറ്റ കോൺഗ്രസ്സിന്റെ നിരോധനം പിൻവലിച്ചു. രണ്ട മാസങ്ങളായി തുടർന്ന വന്ന സ്റ്റേറ്റകോൺഗ്രസ്സിന്റെ സമരം അങ്ങനെ അവസാനിച്ചു. ഉത്തരവാദഭരണം സാദ്ധ്യമാക്കുന്ന തുടർ നടപടികൾ ഗവണ്മെന്റിൽ നിന്നും ഉണ്ടാകുമെന്ന് കോൺഗ്രസ് പ്രതീക്ഷിച്ചു. പക്ഷെ കൗശലക്കാരനായ സി. പി. യുടെ ഒരു അടവുമാ ത്രമായിരുന്ന അതെന്ന് പിന്നീട്ടുള്ള സംഭവങ്ങൾ വ്യക്തമാക്കി.

സ്റ്റേറ്റ കോൺഗ്രസ് നേതൃത്വത്തിന് തലോടലും കോൺഗ്രസ് സമരത്തെ പിൻതുണച്ച ആലപ്പഴയിലെ കയർ തൊഴിലാളികൾക്ക് വെടിയുണ്ടകളുമായിരുന്ന സി. പി. കരുതി വെച്ചിരുന്നത്. അക്കാമ്മ ചെറിയാൻ തിരുവനന്തപുരത്ത് ഇരുപത്തിയഞ്ചു ചുവപ്പ വാളണ്ടി യറന്മാരുടെ അകമ്പടിയോടെ സമരം നടത്തുന്ന സമയത്ത് സ്റ്റേറ്റ് കോൺഗ്രസ് സമരത്തിന് പിൻതുണ പ്രഖ്യാപിച്ച കൊണ്ട് ആലപ്പഴ കടപ്പുറത്തേക്ക് അയ്യായിരം ചുവപ്പ് വാളണ്ടീയറന്മാരുടെ അകമ്പടിയോടെ പതിനായിരക്കണക്കിന് തൊഴിലാളികൾ നാലു വരിയിലായി ചിട്ടപ്പടി മാർച്ച ചെയ്ത പ്രകടനമാണ് നടന്നത്. കടൽപ്പുറം മനുഷ്യസാഗരമായി പരിണമിച്ചു. ഉച്ച ഭാഷിണികളില്ലാത്ത അക്കാല ത്ത് പ്രാസംഗികൻ പറയുന്നത് ജനമദ്ധ്യത്തിൽ മേശപ്പുറത് കയറി നിൽക്കുന്ന ഒരു പ്രവർത്തകൻ ഏറ്റ പറയും. ആറോളം പ്രവർത്തകർ ഈ ജോലി നിർവ്വഹിക്കുകയായിരുന്നു. പി. കൃഷ്ണപിള്ള തയ്യാറാക്കിയ ബ്ലൂ പ്രിന്റ പ്രകാരമാണ് സമ്മേളനം നടന്നത്. തുലാം ഏഴാം തീയതി യായിരുന്ന പ്രതിഷേധ പ്രകടനം നടത്തിയത്. രണ്ട ദിവസം മുൻപ് കയർതൊഴിലാളികൾ പണിമുടക്ക സമരം പ്രഖ്യാപിച്ചിരുന്നു. ദിവാൻ

തിരുവിതാംകൂറിലെ പോലീസ് സേനയെ അമ്പലപ്പുഴ ചേർത്തല താലൂ
ക്കുകളിൽ കേന്ദ്രീകരിച്ചു

ഏഴാം തീയതി സമ്മേളനം കഴിഞ്ഞ് വീട്ടുകളിലേക്ക് തിരിച്ചു പോയ
തൊഴിലാളികളെ നിഷ്ഠുരമായി ലാത്തിച്ചാർജ്ജ് ചെയ്യുകയും പരിക്കുപറ്റി
നിലംപതിച്ചവരെ കമേഴ്സ്യൽ കനാലിലേക്ക് വലിച്ചെറിയുകയും ചെയ്തു.
തൊഴിലാളികളെ അതിഭീകരമായി മർദ്ദിച്ചു. പോലീസിനോടൊപ്പം
കയർ മുതലാളിമാരുടെ ഗുണ്ടകളും തൊഴിലാളികളെ മർദ്ദിച്ചു. (തികച്ചും
യാദൃശ്ചികമെന്ന് തോന്നാമെങ്കിലും എട്ടു വർഷങ്ങൾക്കശേഷം ഇലാം
ഏഴാം തീയതിയായിരുന്നു പുന്നപ്രയിൽ തൊഴിലാളികൾക്കു നേരെ
വെടിവെച്ചത്) ലാത്തിച്ചാർജ്ജിൽ പ്രതിഷേധിക്കാനായി അടുത്ത
ദിവസം നടത്തിയ പ്രതിഷേധ പ്രകടനത്തിനു നേരെ പോലീസ്
വെടിവെച്ചു. പലയിടങ്ങളിലായി അഞ്ചു തൊഴിലാളികൾ വെടിയേറ്റ
മരിച്ചു. നിരവധി പേർക്ക് പരിക്കുപറ്റി. തുടർന്ന് ആലപ്പുഴയിൽ ഭീകരമായ
മർദ്ദനമാണ് അഴിച്ചുവിട്ടത്. ആറ്റൊന്ന് അംഗങ്ങളുള്ള പണിമുടക്ക
കമ്മിറ്റി ഇലാം പത്താം തീയതി വീണ്ടും കൂടിയപ്പോൾ പതിനാലു പേർ
മാത്രമാണ് അവശേഷിച്ചത്. ആലപ്പുഴയിൽ സമരത്തിന് പിൻബല
മേകിയ പി. കൃഷ്ണപിള്ള യൂണിയൻ നേതാക്കളുടെ നേതൃത്വത്തിൽ
ഫാക്ടറി പിക്കറ്റിംഗ് തുടരാനാണ് ആഹ്വാനം ചെയ്തത്. കെ. കെ.
വാര്യരും പി. എ. സോളമനും സി. ഒ. മാത്യവും കെ. വി. പത്രോസും
ക്രൂര മർദ്ദനത്തിന് ഇരകളാവുകയും അറസ്റ്റ് ചെയ്യപ്പെടുകയും ചെയ്തു.
എത്രയൊക്കെ കഷ്ടനഷ്ടങ്ങൾ സഹിച്ചാണെങ്കിലും പണിമുടക്ക കമ്മിറ്റി
സമരം തുടരാൻ തീരുമാനിച്ചു. മുഴപ്പട്ടിണിയും ക്രൂരമർദ്ദനങ്ങളും സഹിച്ച്
തൊഴിലാളികൾ ഇരുപത്തിയഞ്ചു ദിവസങ്ങൾ പണിമുടക്ക സമരം
തുടർന്നു. ഇരുപത്തിയാറാം ദിവസം യൂണിയൻ നേതാക്കളായ ആർ.
സുഗതനും പി. എൻ കൃഷ്ണപിള്ളയും തൊഴില്ദമകളും ഗവണ്മെന്റുമായും
നടത്തിയ ഒത്തു തീർപ്പു ചർച്ചയുടെ അടിസ്ഥാനത്തിൽ കാര്യമായ ഒരു
നേട്ടവും തൊഴിലാളികൾക്ക് ഉണ്ടാക്കാനാവാതെ ഏകദേശം നിരുപാ
ധികമായി സമരം പിൻവലിക്കുവാൻ തീരുമാനിക്കുകയും അപ്രകാരം
പ്രസ്താവന പുറപ്പെടുവിക്കുകയും ചെയ്തു. പണിമുടക്ക കമ്മിറ്റി തീരുമാന
ത്തെ ശക്തിയായി എതിർത്തു.

ട്രേഡ് യൂണിയൻ
നേതാക്കളുമായി ഭിന്നത

സ്റ്റേറ്റ് കോൺഗ്രസിന്റെ ഉത്തരവാദഭരണത്തിന വേണ്ടിയുള്ള പ്ര ക്ഷോഭണത്തെ പിൻതുണച്ച് തിരുവിതാംകൂറിൽ പണിമുടക്ക സമരം ആരംഭിച്ച കയർ തൊഴിലാളികൾക്ക് നേരിടേണ്ടി വന്ന മർദ്ദന ങ്ങൾക്ക് പ്രതിഷേധമുയർത്താൻ കോൺഗ്രസ് നേതൃത്വം കാര്യമായ താല്പര്യം കാട്ടിയില്ല.

ജയിൽ മോചിതരായ പട്ടം താണുപിള്ളയും ടി. എം. വർഗ്ഗീസും തിരുവിതാംകൂർ ഒട്ടാകെ സ്വീകരണങ്ങൾ ഏറ്റുവാങ്ങി യാത്ര ചെയ്യന്ന തിരക്കിലായിരുന്നു. കയർ തൊഴിലാളികളെ വെടിവെച്ച കൊന്നതിനെ തിരെ ആലപ്പുഴയിൽ കോൺഗ്രസ് ഒരു പ്രതിഷേധ സമ്മേളനം പോല്യം നടത്തിയില്ല. കയർഫാക്ടറി യൂണിയൻ നേതാക്കളായ ആര്. സുഗതൻ, പി. എൻ. കൃഷ്ണപിള്ള, വി. കെ. വേലായുധൻ എന്നിവർ പണിമുടക്ക കമ്മിറ്റിക്ക് അനഭിമതരായി തീർന്ന കാഴ്ചയാണ് 1938 ആഗസ്റ്റമാസം അവസാനമാകുമ്പോൾ നാം കാണുന്നത്. യൂണിയൻ നേതാക്കളൊ ക്കെ മിതവാദികളായിരുന്നു. അവർ തൊഴിലുടമകളുമായി നടത്തിയ ചർച്ചയിൽ ചില കോൺഗ്രസ് നേതാക്കളുടെ ഒത്താശയോടെ ഒത്തുതീർപ്പിന് സമ്മതിക്കുകയായിരുന്നു. മുഴപ്പട്ടിണിയിലായ തൊഴി ലാളികളുടെ ശോചനീയമായ അവസ്ഥയും നിരവധി തൊഴിലാളികൾ ഗത്യന്തരമില്ലാതെ ഫാക്ടറികളിൽ ജോലിക്ക് കയറിത്തുടങ്ങിയതും ആര് സുഗതനെപ്പോലെയുള്ള തൊഴിലാളി സ്നേഹിയായ ഒരു നേതാവിന് സഹിക്കാവുന്ന കാര്യമായിരുന്നില്ല. അതു കൊണ്ടാണ് അദ്ദേഹം സമരം

പിൻവലിക്കാൻ ഒത്തുതീർപ്പ വ്യവസ്ഥക്ക് തയ്യാറായത്. പക്ഷെ പണി മുടക്ക കമ്മിറ്റി ഒന്നടങ്കം തീരുമാനത്തെ നിരാകരിച്ചു. കോൺഗ്രസ് സോഷ്യലിസ്റ്റ് പാർട്ടിയുടെ പിടിയിലമർന്ന കഴിഞ്ഞിരുന്ന പണിമുടക്ക കമ്മിറ്റി നേതാക്കളെല്ലാവരും ഇടതുപക്ഷമായി മാറിക്കഴിഞ്ഞിരുന്നു. ഒരു രാത്രി മുഴുവൻ പി. കൃഷ്ണപിള്ളയും എ. കെ. ഗോപാലനും പണിമുടക്ക കമ്മിറ്റിയിൽ നടത്തിയ വാദപ്രതിവാദങ്ങൾക്കൊട്ടവിൽ ഒരു ഭിന്നിപ്പ് ഒഴിവാക്കിക്കൊണ്ട് സുഗതൻ സാറിന്റെ ആഹ്വാനത്തിന് വഴങ്ങി സമരം പിൻവലിക്കപ്പെട്ടു.

അങ്ങനെ ആലപ്പഴയിലെ തൊഴിലാളി പ്രസ്ഥാനത്തിൽ ഒരു ഭിന്നിപ്പ് ഒഴിവായി. പിന്നീടുള്ള ആലപ്പഴയുടെ ചരിത്രത്തിൽ ആർ. സുഗതൻ തികഞ്ഞ ഇടതുപക്ഷക്കാരനാകുകയും കമ്യൂണിസ്റ്റ് നേതാവായി മാറു ന്നതുമായാണ് കാണുന്നത്. പി. കൃഷ്ണപിള്ളയുടെ സ്വാധീനമാണ് അമ്പല പ്പഴ ചേർത്തല താലൂക്കിലെ തൊഴിലാളി പ്രസ്ഥാനത്തിന് കമ്മ്യൂണിസ്റ്റ് ദിശാബോധം പ്രദാനം ചെയ്തത്. പക്ഷെ അപ്പോഴും കമ്മ്യൂണിസ്റ്റ് പാർട്ടി കേരളത്തിലൊരിടത്തും പിറവിയെടുത്തിരുന്നില്ല.

റാഡിക്കൽ കോൺഗ്രസ്സിന്റെ ജനനം

1938 ഒക്ടോബർ 23-ന് അക്കാമ്മ ചെറിയാന്റെ നേതൃത്വത്തിൽ നടന്ന സ്റ്റേറ്റ് കോൺഗ്രസ് പ്രക്ഷോഭണത്തിന് അന്ത്യം കുറിച്ച കൊണ്ട് കോൺഗ്രസ് നേതാക്കളെ ജയിൽ മോചിതരാക്കി യെങ്കിലും സി. പി. അറസ്റ്റുകളും മർദ്ദനങ്ങളും തുടർന്നു. അമ്പലപ്പുഴ-ചേർത്തല താലൂക്കുകളിലെ കയർ തൊഴിലാളി പ്രക്ഷോഭണങ്ങളെ മർദ്ദിച്ചൊതുക്കുക മാത്രമായിരുന്നില്ല ദിവാൻ ചെയ്തത്. തന്റെ ഇഷ്ട ത്തിനു വഴങ്ങാത്ത കോൺഗ്രസ് നേതാക്കളെ മറ്റകേസുകളിൽ കുരുക്കി തടവിലാക്കുന്ന കൗശലമാണ് ദിവാൻ പയറ്റിയത്. കൊല്ലത്തെ ബസ് തീവെയ്പ്പും കല്ലേറും നടന്ന കേസിൽ പ്രതി ചേർത്ത് നവംബർ ഒമ്പതാം തീയതി സി. കേശവൻ, കെ. സുകുമാരൻ, കുമ്പളത്തു ശങ്കുപ്പിള്ള, ടി. കെ. ദിവാകരൻ മുതലായ നേതാക്കളെ തടവിലാക്കി. സ്റ്റേറ്റ് കോൺഗ്രസ് രാജാവിന് സമർപ്പിച്ച നിവേദനത്തിൽ ദിവാനെക്കുറിച്ചുള്ള മോശമായ പരാമർശങ്ങൾ പിൻവലിപ്പിക്കുക എന്നതായിരുന്നു സി. പി. യുടെ ലക്ഷ്യം. ഇക്കാലത്ത് ഗാന്ധിജി ദിവാനോട് അനുഭാവത്തോടെയുള്ള സമീപനം പുലർത്തി എന്നത് സ്റ്റേറ്റ് കോൺഗ്രസ് നേതൃത്വത്തെ വിഷമിപ്പിച്ച സംഗതിയായിരുന്നു. ഡിസംബർ പത്താം തീയതി തന്നെ സന്ദർശിച്ച സ്റ്റേറ്റ് കോൺഗ്രസ് ഡെലിഗേഷനു നൽകിയ നിർദ്ദേശങ്ങ ളിൽ ദിവാൻജിക്കെതിരായ ആരോപണങ്ങൾ പിൻവലിക്കണമെന്ന ഉപദേശമാണ് ഗാന്ധിജി നൽകിയത്.

പി. ടി. പുന്നൂസ്

രാജാവിനു കൊടുത്ത നിവേദന
ത്തിൽ ഒപ്പവെച്ച എല്ലാ പ്രവർത്തക
സമിതി അംഗങ്ങളേയും രാജ്യദ്രോഹ
കുറ്റത്തിനു കേസെടുത്ത് ഡിസംബർ
പതിനേഴാം തീയതി ജയിലിലടച്ചു.
പൂജപ്പുര സെൻട്രൽ ജയിലിൽ
തടവിലായിരുന്ന പ്രവർത്തകസ
മിതി അംഗങ്ങൾ ജയിലിൽ കിടന്ന
കൊണ്ട് ഗാന്ധിജിയുടെ ഉപദേശ
പ്രകാരം ദിവാനെതിരായുള്ള എല്ലാ
ആരോപണങ്ങളും പിൻവലിക്കുന്ന
തായി പ്രഖ്യാപിച്ചു. എങ്കിലും അവരെ
ഒരാഴ്ച കഴിഞ്ഞാണ് ജയിൽ മോചി
തരാക്കിയത്. ദിവാന് അനുകൂലമായ

കോൺഗ്രസ്സിന്റെ തീരുമാനം കോൺഗ്രസിനുള്ളിലെ ഇടതുപക്ഷ
ചിന്താഗതിക്കാരെയും കോൺഗ്രസ് യൂത്ത് ലീഗ് പ്രവർത്തകരേയും
ദുഃഖിപ്പിച്ചു. കോൺഗ്രസ്സിനെതിരെ ജനരോഷം ആളിക്കത്തുന്നതിന്
തടയിടാൻ ഈ ഘട്ടത്തിൽ സഹായിച്ചത് യൂത്ത് ലീഗിന്റെ സമയോ
ചിതമായ പ്രവർത്തനമാണ്.

കോൺഗ്രസ് നേതൃത്വം പിൻവലിച്ച ദിവാനെതിരായ ആരോപണ
ങ്ങളും പുതിയ ആരോപണങ്ങളും ഉൾപ്പെടുത്തി ഒരു മെമ്മോറാണ്ടം
തയ്യാറാക്കി യൂത്ത് ലീഗ് പ്രവർത്തകർ രാജാവിനും വൈസ്രോയിക്കും
അയച്ചു കൊടുത്തു. മെമ്മോറാണ്ടത്തിന്റെ നിരവധി കോപ്പികൾ തിരു
വിതാംകൂറിൽ വിതരണം ചെയ്യപ്പെട്ടു. കുപിതനായ ദിവാൻ മെമ്മോ
റാണ്ടം നിരോധിച്ചു. അക്കാലത്ത് സ്റ്റേറ്റ് കോൺഗ്രസ്സ് ആക്ടിംഗ്
പ്രസിഡന്റായിരുന്ന ആർ. ശങ്കർ യൂത്ത് ലീഗ് മെമ്മോറാണ്ടത്തെ
എതിർക്കുകയും അതിനെ അനുകൂലിക്കുന്ന സ്റ്റേറ്റ് കോൺഗ്രസ്സ്
പ്രവർത്തകർക്കെതിരെ നടപടിയെടുക്കുമെന്നും പ്രസ്താവിച്ചു. പക്ഷെ
അതൊക്കെ തൃണവൽഗണിച്ചുകൊണ്ട് മെമ്മോറാണ്ടത്തിന്റെ പതി
നായിരക്കണക്കിന് കോപ്പികൾ തിരുവിതാംകൂറിൽ പ്രചരിപ്പിക്കപ്പെട്ടു.
1939 ജനുവരി 13-ന് കാഞ്ഞിരപ്പള്ളിയിൽ ചേർന്ന പൊതുയോഗത്തിൽ
പി. ടി. പുന്നൂസ് മെമ്മോറാണ്ടം പരസ്യമായി പ്രചരിപ്പിക്കുകയും അതി
നെക്കുറിച്ച് പ്രസംഗിക്കുകയും ചെയ്തു.

എം. എൻ ഗോവിന്ദൻ നായർ

ഈ ഘട്ടത്തിലാണ് സ്റ്റേറ്റ കോൺഗ്രസ്സിന്റെ ഒരു വിഭാഗം എറ ണാകുളത്ത് ചേർന്ന് സ്റ്റേറ്റ കോൺ ഗ്രസ് റാഡിക്കൽ ഗ്രൂപ്പിന് രൂപം നൽകിയത്. ഇതിന്റെ പിന്നിൽ പ്രവർ ത്തിച്ചത് പി. നാരായണൻ നായരും പി. കൃഷ്ണപിള്ളയുമായിരുന്നുവെങ്കിൽ മുന്നിൽ നിന്നത് ട്രേഡ് യൂണിയൻ പ്രവർത്തകരും യൂത്ത് ലീഗുകാരു മായിരുന്നു. റാഡിക്കൽ ഗ്രൂപ്പിന്റെ സെക്രട്ടറി എം. എൻ ഗോവിന്ദൻനാ യരായിരുന്നു. അങ്ങനെ തിരുവിതാം കൂറിലെ സ്റ്റേറ്റകോൺഗ്രസ് രണ്ടായി പിളരുന്ന ഘട്ടമെത്തി. ദിവാനെയും

രാജാവിനെയും അനുകൂലിക്കുന്നവരും ഉത്തരവാദ ഭരണത്തിനു വേണ്ടി നിലകൊള്ളുകയും ദിവാനോടും രാജാവിനോടും പ്രതികൂല മനോഭാവം പുലർത്തുന്ന മറുഭാഗവും എന്നതായിരുന്ന യഥാർത്ഥ വേർതിരിവ്. റാ ഡിക്കൽ ഗ്രൂപ്പിന്റെ ഒരു സമ്മേളനം ആലപ്പുഴയിൽ നടത്തുവാൻ തീരുമാ നിക്കപ്പെട്ടു. അതിന്റെ ചുമതല സി. ഒ. മാത്യു, പി. കെ. പത്മനാഭൻ, വി. കെ. പുരുഷോത്തമൻ എന്നിവർക്കായിരുന്നു. ഇതുസംബന്ധിച്ച് 1939 മെയ് 23-ാം തീയതി പുറപ്പെടുവിച്ച പ്രസ്താവനയിൽ മൂന്നു കാര്യങ്ങൾ ക്കാണ് ഊന്നൽ നൽകിയിരുന്നത്. സ്റ്റേറ്റ കോൺഗ്രസ്സിന്റെ ബഹുജന ബന്ധം വർദ്ധിപ്പിക്കുക, പ്രത്യക്ഷ സമരത്തിന് സ്റ്റേറ്റകോൺഗ്രസ്സിനെ നിർബന്ധിക്കുക, ദിവാനെതിരായ ആരോപണങ്ങൾ സ്റ്റേറ്റ കോൺഗ്ര സ്സ് നേതൃത്വം പിൻവലിച്ചതോടെ രൂപം കൊണ്ടുതുടങ്ങിയ പിളർപ്പിനെ തടയുക, ഇവയായിരുന്നു മൂന്നു കാര്യങ്ങൾ. ഈ ഘട്ടത്തിലാണ് ടി. വി. തോമസ് ആലപ്പുഴയിലെ രാഷ്ട്രീയ വേദിയിൽ പരസ്യമായി പ്രത്യക്ഷപ്പെ ട്ടത്. ആലപ്പുഴ പട്ടണത്തിൽ തൈപ്പറമ്പിൽ വർഗ്ഗീസിന്റെയും അന്നാ മ്മയുടെയും പുത്രനായി 1910 -ൽ ജനിച്ച ടി. വി. തോമസ് കയർഫാക്ടറി തൊഴിലാളികളെ കണ്ട വളർന്നയാളാണ്. സാമാന്യം ഭേദപ്പെട്ട സാ മ്പത്തിക സ്ഥിതിയുള്ള കുടുംബത്തിൽ ജനിച്ച ടി. വി. തോമസിനെ ഒരു ഐ. എ. എസുകാരനാക്കാനായി രുന്നു പിതാവ് ആഗ്രഹിച്ചത്. അത് സഫലമായില്ല. അദ്ദേഹം ബി. എൽ. പാസായെങ്കിലും അഭ്യൂക്കേ റ്റായില്ല. ആർ. സുഗതനേക്കാളും ഒൻപതു വയസ്സിന് ഇളയതായിരുന്ന ടി. വിയെ കമ്മ്യൂണിസ് പാർട്ടിയിലേക്ക് ആകർഷിച്ചത് സുഗതൻസാറും പി. കൃഷ്ണപിള്ളയുമായിരുന്നു.

1939 - ന ശേഷമുള്ള കാലം ആലപ്പുഴയിലെ തൊഴിലാളിവർഗ്ഗത്തിന്റെ ശക്തനായ നേതാവായി ടി. വി തോമസ് പരിണമിച്ചു.

റാഡിക്കൽ കോൺഗ്രസ്സിന്റെ ജനനത്തെക്കുറിച്ചു പറയുമ്പോൾ അത് രൂപപ്പെട്ടത് എറണാകുളത്തെ സീതി ബിൽഡിംഗ്സിലായിരുന്നു എന്ന് അറിഞ്ഞിരിക്കേണ്ടതാണ്. എറണാകുളം അക്കാലത്ത് കൊച്ചിരാജ്യത്തിന്റെ ഭാഗമായിരുന്നതിനാൽ തിരുവിതാംകൂറിലെ ദിവാനെയൊ പോലീസിനെയൊ ഭയപ്പെടാതെ വിഹരിക്കാൻ പറ്റിയ സ്ഥലമായിരുന്നു. യൂത്ത് ലീഗ് പ്രവർത്തകരുടേയും ട്രേഡ് യൂണിയൻ പ്രവർത്തകരുടേയും ഒരു താവളമായിരുന്നു അക്കാലത്ത് സീതി ബിൽഡിംഗ്സ്. സുപ്രസിദ്ധ സാഹിത്യകാരനായിരുന്ന വൈക്കം മുഹമ്മദു ബഷീറും കെ. സി. ജോർജ്ജും അവിടെയാണ് താമസിച്ചിരുന്നത്. പി. കൃഷ്ണപിള്ള, പി. നാരായണൻ നായർ, കെ. ദാമോദരൻ, കെ. കെ. വാര്യർ മുതലായവർ സീതി ബിൽഡിംഗ്സിലെ സർശകരായിരുന്നു. സ്റ്റേറ്റ് കോൺഗ്രസ്സിലെ ചേരിതിരിവ് പുരോഗമനവാദികളായ കോൺഗ്രസ്സുകാർക്കെല്ലാം കനത്ത ആഘാതമാണ് സൃഷ്ടിച്ചത്.

ചേർത്തല താലൂക്കിന്റെ
സാമൂഹ്യ പശ്ചാത്തലം

1750-ലാണ് ചേർത്തല പ്രദേശങ്ങൾ തിരുവിതാംകൂറിനോട് ചേർക്കപ്പെടുന്നത്. അക്കാലത്തെ തിരുവിതാംകൂർ മഹാ രാജാവായിരുന്ന അനിഴം തിരുനാൾ മാർത്താണ്ഡവർമ്മ തിരുവിതാം കൂർ രാജ്യത്തിന്റെ തെക്കുഭാഗത്തുള്ള കായംകുളം, തെക്കംകൂർ, വടക്കം കൂർ, അമ്പലപ്പുഴ എന്നീ നാട്ടുരാജ്യങ്ങൾ ആക്രമിച്ച കീഴടക്കി. മാർ ത്താണ്ഡവർമ്മയുടെ സൈനീക മുന്നേറ്റത്തിന്റെ കാതലായ സംഗതി യൂറോപ്യൻ യുദ്ധോപകരണങ്ങളും തോക്കുകളുടെ ഉപയോഗവും സൈന്യത്തെ പരിശീലിപ്പിക്കാൻ വിദഗ്ധനായ ഒരു ഡച്ചുകാരൻ തന്റെ സൈനിക മേധാവിയായി ഉണ്ടായിരുന്ന എന്നതുമാണ്. കുളച്ചൽ യുദ്ധ ത്തിൽ ഡച്ചുകാരെ മാർത്താണ്ഡ വർമ്മ തോല്പിക്കുകയും പതിനാലു പേരെ തടവിലാക്കുകയും ചെയ്തപ്പോൾ ഡച്ച്ഈസ്റ്റ്ഇന്ത്യാകമ്പനിയുടെ നാവിക സൈന്യാധിപനായിരുന്ന ഡെ ലനോയ് എന്ന ഡച്ചുകാരനും തടവിലായി. മാർത്താണ്ഡവർമ്മയുടെ ദിവാനായിരുന്ന ബുദ്ധിമാനായ രാമയ്യൻ ദളവ സായിപ്പിനെ അനുനയിപ്പിച്ച് തിരുവിതാംകൂർ പക്ഷത്തു ചേർത്തു. ഡെ ലെനോയ് നേതൃത്വം കൊടുത്ത സൈന്യമാണ് 1746-ൽ ചെമ്പകശ്ശേരി രാജാവിനെ തടവുകാരനാക്കുകയും കായംകുളം പിടിച്ചെ ടുക്കുകയും ചെയ്തത്. ചേർത്തല തിരുവിതാംകൂറിന്റെ ഭാഗമായെങ്കിലും തെക്കംകൂർ, വടക്കംകൂർ, ചെമ്പകശ്ശേരി എന്നീ കൊച്ചിയുടെ സാമന്ത രാജ്യങ്ങൾ വീണ്ടും തിരുവിതാംകൂറിനെതിരായി പടയൊരുക്കം നടത്തി. 1754-ൽ അമ്പലപ്പുഴവെച്ചുള്ള യുദ്ധത്തിൽ രാമയ്യൻ ദളവ അവരെ

തോൽപ്പിച്ച് പുറക്കാട്ട മുതൽ അന്ത്രൂർമുക്കം വരെയുള്ള കരപ്പുറം മുഴുവൻ തിരുവിതാംകൂറിന്റെ ഭാഗമാക്കി.

അമ്പലപ്പുഴ ചേർത്തല താലൂക്കുകളുടെ ഒരു പ്രത്യേകത പുരാതന കാലത്ത് കൊച്ചിയുടെ ഭാഗമായും പിന്നീട് കൊച്ചിയുടെ സാമന്തരാ ജ്യങ്ങളായി പരിണമിക്കുകയും വഴി കൊച്ചി രാജ്യത്ത് നിലവിലിരുന്ന ജന്മിത്വ സമ്പ്രദായം ഈ പ്രദേശങ്ങളിൽ തുടർന്ന പോന്ന എന്നതാണ്. രാജാവ് പതിച്ച കൊടുത്ത വലിയ വിസ്തീർണ്ണമുള്ള ഭൂസ്വത്തുക്കൾ വിരലി ലെണ്ണാവുന്ന സവർണരും സുറിയാനി ക്രിസ്ത്യാനികളും ഗൗഡസാരസ്വ ബ്രാഹ്മണരും അനുഭവിച്ച വരുകയായിരുന്നു. ജനസംഖ്യയിൽ 80 % വരുന്ന അവർണരായ ഈഴവരും പുലയരും നാവികത്തൊഴിലാ ളികളും മത്സ്യത്തൊഴിലാളികളുമായ ജനവിഭാഗത്തിൽ കൂടുതലും സ്വന്തമായി ഭൂമിയില്ലാത്തവരും ജന്മിയുടെ കുടിയാന്മാരായി ജന്മിയുടെ ഭൂമിയിൽ താമസിക്കുകയും ഭൂവ്വടമകളായ ജന്മികൾക്കു വേണ്ടി ജോലി ചെയ്യുന്നവരും ആയിരുന്നു. ഓരോ ജന്മിക്കും നിരവധി കുടിയാന്മാർ ഉണ്ടായിരുന്നു. അവർ പുര കെട്ടി താമസിക്കുന്നത് ജന്മിയുടെ ഭൂമിയിൽ, അവർ ജോലി ചെയ്യുന്നത് ജന്മിയുടെ ഭൂമിയിൽ, വിളകൾ പാകമാക മ്പോൾ വിള കൊയ്യുന്നത് ജന്മി. നെല്ലും തേങ്ങയുമായിരുന്ന ഈ പ്രദേശങ്ങളിലെ ഉല്പന്നങ്ങൾ. ജന്മി നിശ്ചയിക്കുന്ന കൂലിയാണ്' കുടി യാന്മാർക്ക് കൊടുത്തിരുന്നത്. പലപ്പോഴും അർദ്ധപട്ടിണിയിലാണ് കുടിയാന്മാർ ജീവിച്ചിരുന്നതെങ്കിലും പഴയ അടിമ-ഉടമ വ്യവസ്ഥിതി യിലേതിനേക്കാൾ അല്പം കൂടി മെച്ചമായ സ്നേഹബന്ധം പല ജന്മി കൾക്കും കുടിയാന്മാരുമായി ഉടലെടുത്തിരുന്നു എന്നതു വസ്തുതയാണ്.

1920 കാലഘട്ടമായപ്പോൾ ഈ പ്രദേശങ്ങളിലെ ഈഴവരുടെയി ടയിൽ വിദ്യാഭ്യാസപരവും സാമ്പത്തികവുമായ മുന്നേറ്റങ്ങൾ ഉണ്ടായി. ശ്രീനാരായണ ഗുരുവിന്റെ നേതൃത്വത്തിലുള്ള നവോത്ഥാന കാലഘ ട്ടവും ഈ പ്രദേശങ്ങളിൽ എസ്. എൻ. ഡി. പി യുടെ പ്രവർത്തനവും ഈഴവരുടെ മുന്നേറ്റത്തിൽ പ്രധാന പങ്കുവഹിച്ചു. അതിരൂക്ഷമായ ജാതിവ്യവസ്ഥ നിലവിലിരുന്ന ഈ പ്രദേശങ്ങളിൽ തേങ്ങാകച്ചവടം, കയർ വ്യവസായം, ആയുർവേദ വൈദ്യശാലകൾ, ദേവസ്വം വക കൃഷി നിലങ്ങൾ പാട്ടത്തിനെടുത്ത് കൃഷി ചെയ്യൽ മുതലായ മാർഗ്ഗങ്ങളിലൂ ടെയാണ് ഒരു വിഭാഗം ഈഴവർ സാമൂഹ്യമായ മുന്നേറ്റം നടത്തിയത്. 1903 മുതൽ സ്കൂളുകളിൽ ചേർന്ന പഠിക്കാൻ കിട്ടിയ അവസരവും തിരു വിതാംകൂറിന്റെ തൊട്ടയലത്തു സ്ഥിതിചെയ്യുന്ന കൊച്ചി രാജ്യത്തിലെ മഹാരാജാസ് കോളേജ്, സെന്റ് തെരേസാസ് കോളേജ് മുതലായ കോളേജുകളിൽ ഉപരിവിദ്യാഭ്യാസത്തിനു ചേർന്ന് പഠനം തുടരാനുള്ള

അവസരവും ഈഴവർ നന്നായി വിനിയോഗിക്കുകയും ചെയ്തു. നിവർ ത്തന പ്രക്ഷോഭണത്തിന്റെ വിജയത്തോടെ ഈഴവർക്കും സർക്കാർ ഉദ്യോഗങ്ങൾ കിട്ടിത്തുടങ്ങി. ചേർത്തലയിൽ നിയമ ബിരുദം നേടിയ നിരവധി വക്കീലന്മാർ ഈഴവ സമുദായത്തിൽ നിന്നും ഉയർന്നു വന്നു.

കയർ വ്യവസായം മുഖ്യമായും ആലപ്പുഴ പട്ടണം കേന്ദ്രീകരിച്ചാണ് വളർന്നു വന്നതെങ്കിലും ചേർത്തല താലൂക്കിലേക്കും അത് വേരുകൾ പടർത്തി. മുഹമ്മ, തണ്ണീർമുക്കം, കഞ്ഞിക്കുഴി, മാരാരിക്കുളം, വയലാർ, കളവങ്കോടം, പൊന്നാം വെളി, അരൂർ മുതലായ പ്രദേശങ്ങളിലെല്ലാം കയർഫാക്ടറികൾ ഉയർന്നു വന്നു. പ്രധാനമായും വിദേശീയരുടെ ഫാക്ട റികൾ ആലപ്പുഴയിലായിരുന്നതിനാലും കയറ്റുമതി ആലപ്പുഴ തുറമുഖത്തു നിന്നായിരുന്നതിനാലും ചേർത്തല താലൂക്കിൽ ആലപ്പുഴയുടെ ഉപഗ്ര ഹമെന്ന രീതിയിലുള്ള ഫാക്ടറികളാണ് വളർന്നു വന്നത്. ചേർത്തല യിലെ മറ്റൊരു പ്രധാന വ്യവസായമായിരുന്ന കന്നിട്ട (എണ്ണയാട്ട) വ്യവസായം. നിരവധി തൊഴിലാളികൾ ജോലി ചെയ്തിരുന്ന എണ്ണയാട്ട മില്ലുകളായിരുന്ന അവിടെ ഗുജറാത്തികളുടേയും ഗൗഡസാരസ്വ ബ്രാഹ്മ ണരുടേയും ഉടമസ്ഥതയിൽ ഉണ്ടായിരുന്നത്. വേമ്പനാട്ട കായലിലൂടെ ചേർത്തല തോട്ടുവഴി നിരവധി കെട്ടുവള്ളങ്ങൾ കൊപ്രയും കയറ്റി ചേർത്തലയിലേക്ക വരുന്ന കാഴ്ച പഴയ കാലത്തിന്റെ മാഞ്ഞു പോയ ഓർമ്മയായി അവശേഷിക്കുന്നു.

ചേർത്തലയിലെ
രാഷ്ട്രീയ രംഗം

1938 മുതൽ 1946 വരെയുള്ള കാലഘട്ടത്തിൽ ചേർത്തലയിൽ രാഷ്ട്രീയ രംഗത്ത് വലിയ വ്യതിയാനങ്ങൾ സംഭവിച്ചതായി കാണാം. എസ്. എൻ. ഡി. പി യുടെ പ്രവർത്തനങ്ങളിൽ മുഴുകിയിരു ന്ന പല യുവാക്കളും സ്റ്റേറ്റ്കോൺഗ്രസ്സിന്റെ പ്രവർത്തകരായി മാറി. കട്ടിയാട്ട ശിവരാമപണിക്കരെ പോലെയുള്ള ജന്മികൾ എൻ. എസ്. എസ്സിലും കോൺഗ്രസ് പാർട്ടിയിലും ഒരുപോലെ പ്രവർത്തിച്ചു. 1938-ൽ രൂപീകരിക്കപ്പെട്ട ചേർത്തല താലൂക്ക് സ്റ്റേറ്റ് കോൺഗ്രസ് കമ്മിറ്റിയുടെ പ്രസിഡന്റ് പാറായി തരകന്മാരിൽ പേരു കേട്ട പി. വി. അവിരാതരകനായിരുന്നു. സെക്രട്ടറി ഗോവിന്ദൻ വക്കീലായിരുന്നു. വി. എ. ഗോപാലൻ നായർ, കെ. കെ. കുഞ്ചുപിള്ള, സി. ജി. സദാശിവൻ മുതലായവർ പ്രധാന പ്രവർത്തകരായിരുന്നു.

രണ്ടാം ലോകമഹായുദ്ധം പൊട്ടിപ്പുറപ്പെട്ടതിനു ശേഷം ചേർത്ത ലയിൽ വലിയ ക്ഷാമം ഉണ്ടായി. ദുരിതാശ്വാസ പ്രവർത്തനങ്ങളിൽ ഗവണ്മെന്റിനെ തങ്ങളാൽ കഴിയുന്ന രീതിയിൽ എല്ലാ സഹായ സഹകരണങ്ങളും നൽകാൻ സ്റ്റേറ്റ്കോൺഗ്രസ് തീരുമാനിച്ചു. സർ. സി. പി. ഈ തീരുമാനത്തെ ചചരിച്ച തള്ളി എന്ന മാത്രമല്ല, ദുരിതാശ്വാസ പ്രവർത്തനങ്ങളിൽ ഏർപ്പെട്ട കോൺഗ്രസ് നേതാക്കളെ തിരഞ്ഞു പിടിച്ചു ജയിലിലടയ്ക്കാനം തുടങ്ങി. ചേർത്തലയിലും യൂത്ത് ലീഗിന്റെ സമ്മേളനം നടന്നു. പ്രഥമ സമ്മേളനം ചേർത്തലയിൽ വേളോർവട്ടം എന്ന സ്ഥലത്തുവെച്ചാണ് നടന്നത്. സ്റ്റേറ്റ് കോൺഗ്രസ് നിരോധിക്ക പ്പെട്ടിരുന്ന ഇക്കാലത്ത് സമ്മേളനത്തിന്റെ പ്രധാന സംഘാടകൻ

സി. ജി. സദാശിവനായിരുന്നു. സി. കേശവൻ അദ്ധ്യക്ഷനായിരുന്ന സമ്മേളനം ഉത്ഘാടനം ചെയ്തത് എ. പി ഉദയഭാനുവായിരുന്നു. ഇതോടെ ചേർത്തലയിലെ അക്കാലത്തെ പ്രധാന എസ്. എൻ. ഡി. പി പ്രവർത്തകനും ദുരിതാശ്വാസ പ്രവർത്തനങ്ങളിൽ മുൻകയ്യെടുത്ത് യൂത്ത്‌ലീഗിനെ അതിന്റെ ചേർത്തലയിലെ സെക്രട്ടറി എന്ന നിലയിൽ നയിക്കുകയും ചെയ്ത സി. ജി. സദാശിവൻ തിരുവിതാംകൂർ ഭരണകൂടത്തി ന്റെ കണ്ണിലെ കരടായി. തനിക്കെതിരെ പ്രവർത്തിക്കുന്നവരെ കണ്ട പിടിക്കാനും ഉന്മൂലനം ചെയ്യാനും സി. പി. രഹസ്യ പോലീസിനേയും വിജിലൻസ് കമ്മിറ്റികളെയും നിയമിച്ചിരുന്നു. വിജിലൻസ് കമ്മിറ്റി അംഗമായിരുന്ന കേശവൻ തണ്ടാർ അക്കാലത്ത് ആലപ്പുഴയിൽവച്ച് ഇപ്രകാരം പറഞ്ഞു. 'സി. ജി. സദാശിവൻ എന്നൊരുത്തൻ, ചേർ ത്തലക്കാരനാണെന്നു തോന്നുന്നു. സുമുഖനായൊരു ചെറുപ്പക്കാരൻ. അല്ലേ, അവനും സ്വാമിയെയാണ് (സി. പി) ചീത്ത പറയുന്നത്. മലയാളി മെമ്മോറിയൽ, നിവർത്തന പ്രക്ഷോഭണം, ഈഴവർക്കു സാമുദായിക പ്രാതിനിധ്യം ഇതൊക്കെയാണ് അവന്റെ പ്രസംഗം.

അവനെ ഞാൻ വെച്ചിട്ടുണ്ട്. അവനെ നാണം കെടുത്തുന്ന ഒരു പോലീസ് കേസ് ചാർജ്ജ് ചെയ്തിട്ടുണ്ടെന്ന് ഞാൻ ചേർത്തലയിൽ നിന്നറിഞ്ഞു. തേങ്ങാമോഷണവും വേറൊരു നാറിയ കേസും. യൂത്ത് ലീഗ് എന്നൊരു സംഘടനയുണ്ടാക്കിയിട്ടുണ്ട്. അതിന്റെ നേതാവ് സി. കേശവനും ഇവിടത്തെ നേതാവ് സി. ജി. സദാശിവനുമാണ്. അതു കൊണ്ടാണ് ഈ കേസിൽ കുടുക്കിയത്'. നാണം കെടുത്തുന്ന കേസ് ബലാൽസംഗ കേസായിരുന്നു! ചേർത്തല മാർക്കറ്റിലെ അലഞ്ഞു നടക്കുന്ന ഒരു ഭ്രാന്തിയെ പീഡിപ്പിച്ചു എന്ന പ്രമാദമായ കേസ് സി. ജി. സദാശിവനും മറ്റ നാലു കോൺഗ്രസ് പ്രവർത്തകർക്കെതിരെയും ചുമത്തപ്പെട്ടു. പ്രമുഖ കോൺഗ്രസ് നേതാവായിരുന്ന ടി. എം. വർഗ്ഗീസ് കോൺഗ്രസ് വർക്കിംഗ് കമ്മിറ്റി തീരുമാനപ്രകാരം കള്ളക്കേസിനെ തിരെ വാദിക്കാനുള്ള ഒരുക്കങ്ങൾ ചെയ്യാനായി ചേർത്തലയിൽ എത്തി. കരം തീരുവയുള്ള ആൾക്കു മാത്രമെ പ്രതികളെ ജാമ്യത്തിൽ എടുക്കാൻ കഴിയുമായിരുന്നുള്ളൂ. അക്കാലത്ത് വയലാറിലെ പ്രമാണിയായിരുന്ന സി. കെ. കുമാരപ്പണിക്കരാണ് ജാമ്യം നിൽക്കാൻ കോടതിയിൽ ഹാജരായത്. പിൽക്കാലത്ത് പ്രശസ്ത എഴുത്തുകാരനായി മാറിയ തകഴി ശിവശങ്കരപ്പിള്ള ദീർഘനാൾ ചേർത്തല മജിസ്ട്രേട്ട കോടതിയിൽ വാദിച്ചാണ് സി. ജി. സദാശിവനെ കുറ്റവിമുക്തനാക്കിയത്! ഈ വിധം തനിക്കെതിരായി തിരിയുന്ന എല്ലാ രാഷ്ട്രീയ പ്രവർത്തകരെയും സി. പി. അതിശക്തമായി നേരിട്ടു.

കയർഫാക്ടറി തൊഴിലാളികളുടെ സംഘടിത ശക്തിയാണ് യൂത്ത് ലീഗ് പ്രവർത്തനങ്ങൾക്ക് പിൻബലമേകിയത്. മുഹമ്മ കയർഫാക്ടറി വർക്കേഴ്സ് യൂണിയൻ, ചേർത്തല കയർ ഫാക്ടറി വർക്കേഴ്സ് യൂണിയൻ എന്നിവ 1939-ലും അരൂർ കയർഫാക്ടറി വർക്കേഴ്സ് യൂണിയൻ 1940 - ലും സ്ഥാപിതമായി. ഏകദേശം ഒൻപതിനായിരം തൊഴിലാളികൾ ഈ മൂന്നു സംഘടനകളിലും കൂടി അംഗങ്ങളായി ഉണ്ടായിരുന്നു. ഈ സംഘടനകളുടെയൊക്കെ നേതൃത്വം കോൺഗ്രസ് സോഷ്യലിസ്റ്റ് പാർട്ടിയിലും യൂത്ത് ലീഗിലും അതിഷ്ഠിതമായിരുന്നു.

പിൽക്കാലത്ത് കമ്യൂണിസ്റ്റ് പാർട്ടിയായി മാറിയ നേതൃത്വവും അതു തന്നെയായിരുന്നു.

കമ്യൂണിസ്റ്റ് പാർട്ടി രൂപീകരണം

1939 ഒക്റ്റോബറിൽ തലശ്ശേരിക്കടുത്ത് പിണറായി പ്രദേശ ത്ത് പി. കൃഷ്ണപിള്ള, ഇ എം എസ്, പി. നാരായണൻ നായർ, കെ. കെ. വാര്യർ, കെ. പി. ആർ. ഗോപാലൻ, എൻ. ഇ. ബലറാം, എ. കെ. ഗോപാലൻ മുതലായ തൊണ്ണൂറോളം നേതാക്കൾ ഒത്തുകൂടി കേരളത്തിലെ ആദ്യത്തെ കമ്യൂണിസ്റ്റ് പാർട്ടി രൂപീകരിച്ച. പ്രമുഖ കോൺഗ്രസ് സോഷ്യലിസ്റ്റ് പാർട്ടി പ്രവർത്തകർ രഹസ്യ മായി യോഗം ചേർന്ന് കേരളത്തിലെ ആദ്യത്തെ കമ്മ്യണിസ്റ്റ് പാർട്ടി ഘടകത്തിന് രൂപം കൊടുത്തു. 1939 - ൽ രണ്ടാം ലോകമഹായുദ്ധം പൊട്ടിപ്പറപ്പെട്ടുകയും ഇന്ത്യയിലെ കോൺഗ്രസ് സേഷ്യലിസ്റ്റ് പാർട്ടി ഗാന്ധിയോടൊപ്പം ചേരുകയും ചെയ്തപ്പോൾ കേരളത്തിലെ സി. എസ്. പി പ്രവർത്തകർക്ക് കമ്മ്യൂണിസ്റ്റ് പാർട്ടിയിൽ ചേരുക മാത്രമായിരുന്ന തങ്ങളുടെ വിശ്വാസ പ്രമാണങ്ങളോട് നീതിപുലർത്താനുള്ള പോംവഴി. അതായിരുന്ന സോഷ്യലിസത്തോടും വിപ്ലവത്തോടുമുള്ള തങ്ങളുടെ കടമ നിറവേറ്റാനുള്ള ഏകമാർഗ്ഗം എന്നാണ് പി. കൃഷ്ണപിള്ള പറഞ്ഞത്.

തിരുവിതാംക്കൂറിൽ ആദ്യത്തെ കമ്മ്യൂണിസ്റ്റ് പാർട്ടി ഘടകം രൂപീ കരിച്ചതിനെ കുറിച്ച് പി. എ. സോളമന്റെ ഓർമ്മകൾ ഇവിടെ പങ്ക് വെയ്ക്കട്ടെ!

കേരളത്തിലെ കോൺഗ്രസ് സോഷ്യലിസ്റ്റ് പാർട്ടി പ്രവർത്തകർ ഒന്നടങ്കം കമ്മ്യൂണിസ്റ്റ് പാർട്ടിയിൽ ചേരാൻ തീരുമാനിച്ചപ്പോൾ അമ്പ ലപ്പുഴ ചേർത്തല താലൂക്കിലെ സി. എസ്. പി ഘടകവും അതംഗീകരിച്ച.

1940 കാലഘട്ടം. ചേർത്തല താലൂക്കിലെ എരമല്ലൂർ എന്ന സ്ഥല ത്താണ് അതീവരഹസ്യമായി പാർട്ടി രൂപീകരണ കമ്മിറ്റി യോഗം ചേരാൻ തീരുമാനിച്ചത്.

പി. എ. സോളമന് കിട്ടിയത് രണ്ടു ദൗത്യങ്ങളായിരുന്നു; ഒന്ന് അതീവ രഹസ്യമായി യോഗം ചേരാൻ കഴിയുന്ന ഒരു സ്ഥലം കണ്ടു പിടിക്കുക. രണ്ട് ഒളിവിൽ കഴിയുന്ന പി. കൃഷ്ണപിള്ളയെ യോഗത്തി നെത്തിക്കുക. പിണറായിൽ നടന്ന പാർട്ടി രൂപീകരണ യോഗത്തിന ശേഷം കൃഷ്ണപിള്ളയും ഇ എം എസും ഒളിവിലായിരുന്നു. കൃഷ്ണപിള്ള ഉച്ചക്ക് രണ്ടു മണിക്ക് അവിരാതരകന്റെ വീട്ടിൽ എത്തിക്കൊള്ളാ മെന്ന് സോളമനെ അറിയിച്ചിരുന്നു. തരകൻ വലിയ ജന്മി കുടുംബ ത്തിലെ അംഗമായ പ്രാമാണികനായിരുന്നു. ചേർത്തലയിലെ സ്റ്റേറ്റ് കോൺഗ്രസ് നേതാവായി പ്രവർത്തിച്ചിരുന്ന അവിരാതരകൻ ട്രേഡ് യൂണിയൻ രംഗത്ത് സജീവമായി പ്രവർത്തിച്ചിരുന്ന കാലമായിരുന്നു അത്. സംഭവം നടക്കുമ്പോൾ അവിരാതരകൻ അന്തൂർ കയർഹാക്ടറി വർക്കേഴ്സ് യൂണിയന്റെ പ്രസിഡന്റും പി. എ. സോളമൻ സെക്രട്ടറി യുമായിരുന്നു. തരകനെ കൃഷ്ണപിള്ള മുൻപ് കണ്ടിട്ടുണ്ട്. തരകന് ആളെ ഓർമ്മ വരുന്നുവെങ്കിൽ നല്ലത്. ഇല്ലെങ്കിൽ പരിചയപ്പെടുത്താൻ ഇനിയരുത് അതായിരുന്നു കൃഷ്ണപിള്ളയും സോളമനുമായുള്ള ധാരണ. ഒളിവിൽ കഴിയുന്നവർ അപ്രകാരം പരിചയപ്പെടുത്തുന്നത് ശരിയല്ല എന്നതായിരുന്നു കൃഷ്ണപിള്ളയുടെ കാഴ്ചപ്പാട്.

അന്ന് തരകന്റെ കുടുംബമുറ്റത്തുള്ള പള്ളിയിൽ പെരുന്നാളായിരുന്നു. കുലവാഴകളും കരിക്കിൻ കുലകളും വഹിച്ച് പാറായി കുടുംബത്തിന്റെ കുടിയാന്മാർ ജന്മിക്ക് കാഴ്ചകൾ കൊണ്ടുവന്നിരുന്നു.

തരകന്റെ വീടിന്റെ പൂമുഖത്തിരുന്ന് യൂണിയൻ പ്രസിഡന്റും സെക്രട്ട റിയും ലോകകാര്യം സംസാരിക്കുകയായിരുന്നു. അപ്പോൾ പള്ളിയിൽ വാഴക്കുല കാഴ്ചവെച്ച മധ്യവയസ്കരായ രണ്ടു കുടിയാന്മാർ പടി കടന്നു വന്നു. പടി കടന്നപ്പോൾ അവർ തോർത്തെടുത്ത് അരയിൽ കെട്ടി ബഹുമാനപൂർവ്വം ഒതുങ്ങി നിന്നു. ആഗതരിൽ ഒരാൾ തരകനെ നോക്കി പറഞ്ഞു.

'പള്ളിയിൽ കുലവാഴ കൊണ്ടു വന്നതാ'. 'വാഴക്കുല പള്ളിയിൽ കൊടുത്തില്ലെ? പിന്നെന്താ?' തരകൻ വിസ്മയത്തോടെ ചോദിച്ചു.

'രണ്ടു മുട്ടൻ വാഴക്കുലകളായിരുന്നു. ഞങ്ങൾ കുഴഞ്ഞു പോയി. വെള്ളം കുടിക്കാൻ എന്തെങ്കിലും തരണം' ഒരാൾ വിനയപൂർവ്വം പറഞ്ഞു.

അതൊരു പുതുമയായിരുന്നു. കാഴ്ച കൊണ്ടുവരുന്ന കുടിയാന്മാർ കൂലി ചോദിക്കുക. വെള്ളം കുടിക്കാനെന്ന പേരിൽ പോലും അങ്ങനെ യാരും ഇതുവരെ ചോദിച്ചിട്ടില്ല. തരകൻ പുരികമുയർത്തി സോളമനെ നോക്കി. അകത്തു പോയി ഏതാനും നാണയത്തുട്ടുകൾ കൊണ്ടുവന്ന് കുടിയാന്മാർക്ക് കൊടുത്തു. അതുവാങ്ങി അവർ പോകുകയും ചെയ്തു.

തരകന്റെയും സോളമന്റെയും സംസാരം വീണ്ടും തുടർന്നു.

കടന്നു വരുന്ന മുഷിഞ്ഞു തുടങ്ങിയ കോടിമുണ്ടും കോളറുള്ള ഷർട്ടും ധരിച്ച ഒരാൾ. മുണ്ട് മടക്കിക്കുത്തിയിരുന്നു. അടിയിൽ ധരിച്ച കാക്കി നിക്കർ വെളിയിൽ കാണാം. ആകെക്കൂടി ഒരു പ്രാകൃതവേഷം. കൃഷ്ണപിള്ള.

പുഞ്ചിരിച്ചു കൊണ്ട് പോർട്ടിക്കോയിലേക്കു കയറിയ ആഗതനു വേണ്ടി സോളമൻ എഴുന്നേറ്റ കസേര നൽകി സ്വീകരിച്ചില്ല. എങ്ങനെ എഴുന്നേൽക്കാനാണ്? താൻ ബഹുമാനിക്കുന്ന ആഗതനെ ഗൃഹനാഥന് പരിചയപ്പെടുത്തി കൊടുക്കണം. തരകന് ആളെ പിടികിട്ടിയില്ലെന്നു വ്യക്തം. തരകൻ അകത്തുപോയപ്പോൾ കൃഷ്ണപിള്ള സോളമനോടു തിരക്കി.

'തരകനു മനസ്സിലായില്ല അല്ലേ?'

'ഇല്ല' സോളമൻ പറഞ്ഞു. 'ഞാൻ പോകട്ടെ,' കൃഷ്ണപിള്ള പോകാൻ തയ്യാറെടുത്തു... 'നീ പുറകെ വന്നാൽ മതി. ആ പള്ളിമുറ്റത്ത് ഒരു കാപ്പി പീടികയിൽ ഊണുണ്ടാക്കാൻ ഞാൻ ഏർപ്പാടു ചെയ്തിട്ടുണ്ട്.' ഇത്രയും പറഞ്ഞ് സഖാവ് പോയി.

തരകൻ തിരികെ വന്നപ്പോൾ പത്രത്തിൽ കണ്ണുംനട്ടിരിക്കുന്ന സോളമനെ രൂക്ഷമായി നോക്കി.

'വന്നയാൾ പോയൊ? ആരായിരുന്നു?'

'ആലപ്പുഴക്കാരൻ ഒരു കച്ചവടക്കാരൻ സ്നേഹിതൻ. സ്റ്റേഷനറി വ്യാപാരമാണ്. പെരുന്നാൾ കച്ചവടത്തിന് വന്നതാ. ഞാനിവിടിരിക്ക ന്നു എന്നറിഞ്ഞ് ഇങ്ങോട്ടു കയറിയതാ. 'സോളമൻ പറഞ്ഞു.

പിറ്റേന്നു പള്ളിയിൽ പെരുന്നാളായിരുന്നു. യോഗസ്ഥലം ഏർപ്പാ ടുചെയ്യാൻ ചുമതലപ്പെടുത്തിയിരുന്ന ടി. കെ. രാമൻ എന്ന തൊഴി ലാളിയുടെ വീട്ടിലേക്ക് കൃഷ്ണപിള്ളയേയും കൂട്ടി സോളമൻ നടന്നു. എഴുപുന്നയും എരമല്ലൂരും വേർതിരിക്കുന്ന ഒരു തോട്ടു കടന്നു വേണം അറൂക്കയർഫാക്ടറി വർക്കേഴ്സ് യൂണിയന്റെ ആദ്യകാല പ്രവർ ത്തകനായിരുന്ന രാമന്റെ ഭവനത്തിലെത്താൻ. ഏകദേശം രണ്ടു കിലോമീറ്റർ നടക്കണം.

നടക്കുന്നതിനിടയിൽ കൃഷ്ണപിള്ള ചോദിച്ചു.

'നീ അവിടെ ഇരിക്കുമ്പോൾ തരകന്റെ വീട്ടിൽ രണ്ടു കൃഷിക്കാർ വന്നിരുന്നൊ?'

'ഉവ്വ്, വാഴക്കുലകളും കൊണ്ട് പള്ളിയിൽ വന്ന രണ്ടു കൃഷിക്കാർ'. പിന്നീടുണ്ടായ സംഭവങ്ങളും സോളമൻ വിവരിച്ചു.

സഖാവ് പൊട്ടിച്ചിരിച്ചു.

നടന്നുവന്ന വഴി കൃഷ്ണപിള്ള തലച്ചുമടുമായി വരുന്ന കൃഷിക്കാരെ കണ്ടു. പരിചയപ്പെട്ടു. ലോഹ്യത്തിലായി. പാട്ടപെട്ട് അദ്ധ്വാനിച്ചുണ്ടാക്കിയ വാഴക്കുലകൾ പെരുന്നാളിനു പള്ളിയിൽ വെറുതെ കൊണ്ടു ചെന്നുകൊടുക്കുകയാണെന്ന് പറഞ്ഞപ്പോൾ ചുമട്ടുകൂലിയെങ്കിലും കിട്ടേണ്ടതാണെന്ന് കൃഷ്ണപിള്ള ന്യായവാദം നടത്തി. അവർക്കു കൂട്ട കാരനെ പിടിച്ചു.

'കൂലി ചോദിച്ചാൽ അടിയാ കിട്ടുക'. അവർ പറഞ്ഞു.

'തരകൻ നല്ലവനാ. ചോദിച്ച നോക്ക്. കിട്ടും. ' കൃഷ്ണപിള്ള ധൈര്യം പകർന്നു. അങ്ങനെയാണ് ആ പാവപ്പെട്ട കൃഷിക്കാർ അവിരാ തരകന്റെ മുൻപിൽ ഒരവകാശ വാദം ഉന്നയിച്ചതും 'ആവശ്യം' നേടിയതും!

സന്ധ്യകഴിഞ്ഞപ്പോഴാണ് എരമല്ലൂരിൽ മറ്റ സഖാക്കൾ എത്തിയത്. കൂടുതൽ ആളുകളും ആലപ്പുഴയിൽ നിന്നും എത്തിയവരായിരുന്നു. ആൾപ്പാർപ്പില്ലാത്ത ഒരു ചെറ്റപ്പുരയിൽ രാത്രി പത്തുമണിയോടെ യോഗം തുടങ്ങി. യോഗത്തിൽ സംബന്ധിച്ച എല്ലാവരേയും സോളമൻ ഓർക്കുന്നില്ല. കെ. കെ. കുഞ്ഞൻ, സൈമൺ ആശാൻ, പി. കെ. പത്മ നാഭൻ, അന്തപ്പൻ മൂപ്പൻ,

ടി. വി. തോമസ്, കെ. എൻ. ദത്ത് എന്നിവർ തീർച്ചയായും ഉണ്ടായിരുന്നു.

അങ്ങനെ തിരുവിതാംകൂറിലെ കമ്മ്യൂണിസ്റ്റ് പാർട്ടിയുടെ ആദ്യ ഘടകം അന്നു രാത്രി രൂപീകരിക്കപ്പെട്ടു. സെക്രട്ടറിയായി പി. എ. സോളമനെ തെരഞ്ഞെടുത്തു.

ചേർത്തലയിലെ ക്ഷാമം

രണ്ടാം ലോക മഹായുദ്ധം ശക്തിപ്രാപിക്കുന്നതനുസരിച്ച് നാട്ടിൽ അരി കിട്ടാത്ത അവസ്ഥയുണ്ടായി. ചേർത്തലയിൽ അതിരൂക്ഷ മായ ക്ഷാമം പടർന്ന പിടിച്ചു. കരിഞ്ചന്തയും പൂഴ്ത്തിവെപ്പും തല പൊക്കി. അക്കാലത്ത് ചേർത്തല സന്ദർശിച്ച എം. എൻ. ഗോവിന്ദൻ നായർ തന്റെ ആത്മകഥയിൽ ചേർത്തലയിലെ പട്ടിണിക്കോലങ്ങളായ കുട്ടികളെ കണ്ട കാര്യം പ്രതിപാദിക്കുന്നുണ്ട്. ചേർത്തലയിലെ കമ്യൂ ണിസ്റ്റ് പാർട്ടിയുടെ രൂപീകരണത്തിനും മുൻപായിരുന്ന എം. എന്റെ സന്ദർശനം. സർവെ ഓഫ് ഇന്ത്യയുടെ കണക്കനുസരിച്ച് 23000 ജനങ്ങ ളാണ് ചേർത്തലയിൽ മാത്രം പട്ടിണിമൂലം മരിച്ചത്.

ദുരിതാശ്വാസപ്രവർത്തനങ്ങളിലേർപ്പെട്ട കോൺഗ്രസിനെ സർ സി. പി. എതിർക്കുവാൻ വളരെ വിചിത്രമായ ന്യായവാദം നടത്തി. കോൺഗ്രസ് പ്രസ്ഥാനത്തെ തല്ലിക്കെട്ടുത്തുക എന്ന ദുഷ്ട ലക്ഷ്യമാ യിരുന്ന ഈ നയത്തിന പിന്നിൽ ഉണ്ടായിരുന്നത്. തിരുവിതാംകൂറിലെ കോൺഗ്രസ്സിനെ സംബന്ധിച്ച് 1939 മുതൽ മൂന്ന വർഷകാലം വളരെ നിർജ്ജീവമായ കാലഘട്ടമായിരുന്നു. പല നേതാക്കളും പാർട്ടി പ്രവർ ത്തനം നിർത്തിവെച്ചു. പി. കെ. കുഞ്ഞ് സ്റ്റേറ്റ കോൺഗ്രസ്സിൽ നിന്നും രാജി വെച്ചു. ചങ്ങനാശേരി പരമേശ്വരൻപിള്ള, എ. നാരായണപിള്ള, വർക്കിംഗ് കമ്മിറ്റി അംഗമായിരുന്ന പി. ജെ. സെബാസ്റ്റ്യൻ എന്നി വരൊക്കെ ഇക്കാലത്ത് പിന്നോക്കം വലിഞ്ഞ സ്റ്റേറ്റകോൺഗ്രസ്സ നേതാക്കളാണ്. സി. പി. യെ എതിർക്കുന്ന മെമ്മോറാണ്ടം പിൻവ ലിക്കുകയും ഗാന്ധിജിയുടെ തീരുമാനമനുസരിച്ച് രണ്ടാം നിയമലംഘന സമരം കോൺഗ്രസ് നിർത്തിവെയ്ക്കുകയും ചെയ്തപ്പോൾ കോൺഗ്രസി ന്റെ അണികളിൽ നീറിപ്പിടിച്ച നിരാശയായിരുന്ന പ്രസ്ഥാനത്തെ നിർജ്ജീവമാക്കിയത്. അക്കാലത്തെ നാഷണൽ കോൺഗ്രസിന്റെ

പ്രമുഖ നേതാവും വർക്കിംഗ് കമ്മിറ്റി അംഗവുമായിരുന്ന പട്ടാഭി സീതാ രാമയ്യ, സർ സി. പി. യെ അനുകൂലിക്കുന്ന ഒരു നേതാവായിരുന്നു. സ്റ്റേറ്റ് കോൺഗ്രസ് ആക്ടിംഗ് പ്രസിഡന്റ് ജി. രാമചന്ദ്രൻ, പട്ടാഭി സീതാരാമയ്യ യുമൊത്ത് മദ്രാസിൽവച്ച് സർ. സി. പിയെ കണ്ട് ഒരു കൂടിയാലോചന നടത്തി.

അതിനുശേഷം ദിവാൻജിയുടെ സന്മനസ്സിനെ പ്രകീർത്തിച്ച കൊണ്ട് ജി. രാമചന്ദ്രൻ പുറപ്പെടുവിച്ച പ്രസ്താവന സി. പി. ദുരുപയോഗം ചെയ്തു. സ്റ്റേറ്റ് കോൺഗ്രസ്സ് തന്റെ മുൻപിൽ പരാജയം സമ്മതിച്ചതായും തന്നോട് കരുണയാചിച്ചതായും സി. പി. പ്രചരിപ്പിച്ചു. ഇങ്ങനെയൊരു വസ്ഥയിൽ തികച്ചും നിർജ്ജീവമായിത്തീർന്ന കോൺഗ്രസ്സിന് അരി കിട്ടാതെ വലയുന്ന തിരുവിതാംകൂറിലെ ജനങ്ങൾക്ക വേണ്ടി ദുരിതാ ശ്വാസ പ്രവർത്തനങ്ങൾ ശക്തിപ്പെടുത്താൻ കഴിഞ്ഞില്ല. അമ്പലപ്പുഴ ചേർത്തല താലൂക്കുകളിലെ പാവപ്പെട്ടവരുടെ ഏക ആശ്രയം കയർ ഫാക്ടറി തൊഴിലാളികളുടെ പ്രവർത്തനങ്ങളായിരുന്നു. നിയമവിധേയ മല്ലാത്ത കമ്മ്യൂണിസ്റ്റ് പാർട്ടി ഒളിവിലെ പ്രവർത്തനങ്ങളിലൂടെയാണ് തൊഴിലാളി പ്രക്ഷോഭണങ്ങളുടെ ചുക്കാൻ പിടിച്ചത്.

ക്ഷാമബത്ത, കൂലിക്കൂടുതൽ, കൂലിയിൽ ഒരു ഭാഗം ധാന്യമായി കുറഞ്ഞ വിലയ്ക്ക് ലഭ്യമാക്കുക, വാർഷിക ബോണസ് അനുവദിക്കുക മുതലായ അടിയന്തിര ആവശ്യങ്ങൾ ഉന്നയിച്ചായിരുന്ന തൊഴിലാ ളികൾ പ്രക്ഷോഭണം സംഘടിപ്പിച്ചത്. വിവിധ കലാപരിപാടികളിലൂടെ തങ്ങളുടെ പ്രവർത്തനത്തിന്റെ ആഴം വർദ്ധിപ്പിക്കാനും സാമാന്യജന ങ്ങളെ ബോധവാന്മാരാക്കാനും കഴിയുമെന്ന് മനസ്സിലാക്കിയ ആലപ്പുഴ കയർഫാക്ടറി വർക്കേഴ്സ് യൂണിയൻ മുൻകയ്യെടുത്ത് 'ആലപ്പുഴ തൊഴിലാളി സാംസ്കാരിക കേന്ദ്രം' എന്ന സംഘടനക്ക് രൂപം കൊടുത്തു. സാധാരണ ജനങ്ങളുടെ ജീവിതത്തെ ആസ്പദമാക്കിയുള്ള കലാരൂപങ്ങൾ അക്കാലത്ത് ഉണ്ടായിരുന്നില്ല. പുരാണേതിഹാസങ്ങൾ മാത്രമായിരുന്ന പ്രതിപാദ്യവിഷയങ്ങൾ. അതിൽ നിന്നും വിഭിന്നമായി പട്ടിണി മരണം രംഗത്തു കാട്ടുന്ന നാടകങ്ങൾ സാമാന്യ ജനങ്ങളുടെ മനസ്സിൽ തീ കോരിയിട്ടു.

'ഉരിയരി പോലും കിട്ടാനില്ലാ
പൊന്ന കൊടുത്താലും
ഉദയാസ്തമനം പീടികമുന്നിൽ
നിന്ന നരച്ചാലും'

എന്ന ഗാനം അറിഞ്ഞുകൂടാത്തവർ അക്കാലത്ത് ആരും ഉണ്ടാ യിരുന്നില്ല. തൊഴിലാളി സാംസ്കാരിക കേന്ദ്രം തുറന്നിട്ട പാതയിലൂ ടെയാണ് പിൽക്കാലത്ത് കെ. പി. എ. സി സഞ്ചരിച്ചത്. അമ്പലപ്പുഴ - ചേർത്തല താലൂക്കുകളിൽ ഒരു പുതിയ തൊഴിലാളി സംസ്കാരം മുളപൊട്ടി. അതിന്റെ വളർച്ച ജന്മിമാരുടെ പേടിസ്വപ്നമായി മാറി.

അറിവിന്റെ
പുതിയ വെളിച്ചം

അമ്പലപ്പുഴ ചേർത്തല താലൂക്കുകളിലെ നിയമവിധേയമല്ലാത്ത കമ്മ്യൂണിസ്റ്റ് പാർട്ടിയുടെ മുഖ്യമായ പ്രവർത്തനലക്ഷ്യം മാർക്സിസ്റ്റ് ലനിനിസ്റ്റ് ചിന്തകളുടെ പുതുവെളിച്ചം തൊഴിലാളികളിലും അധഃസ്ഥിത വർഗ്ഗത്തിലും എത്തിക്കുക എന്നതായിരുന്നു. ഇതിനായി നിരവധി പാർട്ടി ക്ലാസുകളാണ് കമ്മ്യൂണിസ്റ്റ് പാർട്ടിയുടെ രഹസ്യ പ്രവർത്തനത്തിലൂടെ സംഘടിപ്പിക്കപ്പെട്ടത്.

എ. കെ. ഗോപാലൻ, കെ. ദാമോദരൻ, കെ. സി. ജോർജ്ജ്, കെ. കെ. വാര്യർ, സി. ഒ. മാത്യു, സൈമണ് ആശാൻ മുതലായ പാർട്ടി നേതാക്കൾ ഈ മേഖലകളിലെ സാധാരണ ജനങ്ങളുമായി അടുത്തിടപഴകുകയും ആശയവിനിമയം നടത്തുകയും ചെയ്തു. പല ഒളിത്താവളങ്ങളിലും നിരവധി പാർട്ടിക്ലാസുകൾ സംഘടിപ്പിക്കപ്പെട്ടു. തൊഴിലാളി വർഗ്ഗത്തിന്റെ നേതൃത്വത്തിലുള്ള ഒരു ഭരണകൂടമാണ് സോവ്യറ്റ് യൂണിയൻ ഭരിക്കുന്നത് എന്ന അറിവ് തൊഴിലാളികൾക്കും ജന്മികളുടെ ആട്ടും തുപ്പും സഹിച്ച് ജീവിച്ചിരുന്ന കുടിയാന്മാർക്കും പകർന്നു കൊടുത്ത ആത്മവീര്യം അത്യന്തം ഉദാത്തമായിരുന്നു! സ്വന്തമായി ഒന്നുമില്ലാത്ത

പാവങ്ങൾ ഒരു പുത്തൻ സംസ്കാരത്തിന്റെ ദിവാസ്വപ്നങ്ങളിൽ മുഴുകി. അവരുടെ ഹൃദയം അവാച്യമായ ഉത്സാഹത്തിമിർപ്പിൽ തുടി കൊട്ടി!

ഒറ്റപ്പുന്നയിൽ ഒരു യോഗം നടക്കുകയാണ്. ചേർത്തലയിലെ ജന്മി വാഴ്ചയ്ക്ക് എതിരായി സംഘടിപ്പിച്ച ആദ്യയോഗം. പൊതുയോഗത്തിനു

മുൻപ് സി. ജി. സദാശിവന്റെ നേതൃത്വത്തിൽ ഒരു പടപ്പാട്ട പാടിക്കൊ
ണ്ട് കർഷക തൊഴിലാളികളുടേയും കയർഫാക്ടറി തൊഴിലാളികളുടെ
യും ജാഥ നടന്നു. തന്റെ വല്യച്ഛനായ കൃഷ്ണൻ വൈദ്യർ രചിച്ച ഗാനം

പന്ത്രണ്ട് വയസ്സ മുതൽ കേട്ടു പഠിച്ച സി. ജി. സദാശിവന് അത്
മുഴുവൻ ഹൃദിസ്ഥമായിരുന്നു.

ഉത്സാഹത്തിമിർപ്പോടെ സഖാക്കൾ പടപ്പാട്ട് ഏറ്റു പാടി.
'വരിക വരിക സഹജരെ
പതിതരില്ല മന്നജരിൽ
ഒരു പിതാവിനതുഭവിച്ച
തനയരാണ നമ്മളീ
കരമണച്ചു കരളുറച്ച
പെരുവഴിക്കു പോക നാം'

യോഗത്തിൽ വികാര നിർഭരമായി മനുഷ്യനെ മനുഷ്യൻ ചൂഷണം
ചെയ്യാത്ത തീണ്ടലും തൊടീലും ഇല്ലാത്ത ഒരു വ്യവസ്ഥിതിയെക്കുറിച്ചുള്ള
തന്റെ സ്വപ്നം സി. ജി. പങ്കുവെച്ചു. തങ്ങൾ ഇതുവരെ സ്വപ്നം കാണാത്ത
ഒരു സോഷ്യലിസ്റ്റ വ്യവസ്ഥിതിയുടെ ഊടും പാവും നെയ്തെടുക്കുന്ന
തൊഴിലാളി ഐക്യം എന്ന ചിന്തയിൽ മുഴുകി സഖാക്കൾ പ്രസംഗം
സശ്രദ്ധം കേട്ടുകൊണ്ടിരുന്നു. അവരുടെ ഹൃദയങ്ങളിൽ ആവേശം
അലയടിച്ചുയർന്നു. പ്രസംഗം അവസാനിച്ചയുടനെ മുൻനിരയിൽ
ഇരുന്നിരുന്ന ഇളയിടത്തുപറമ്പിൽ എ. കെ. കുമാരൻ എന്ന കർഷക
തൊഴിലാളി ആവേശപൂർവ്വം ചാടി എഴുന്നേറ്റു.
'ഇൻക്വിലാബ് സിന്ദാബാദ്'
'തൊഴിലാളി ഐക്യം സിന്ദാബാദ്'
'ജന്മിത്വം തുലയട്ടെ!'

കുമാരൻ തൊണ്ട പൊട്ടുമാറുച്ചത്തിൽ മുദ്രാവാക്യം വിളിക്കുകയാണ്.
സദസ്സ് ഒന്നടങ്കം ഏറ്റു വിളിച്ചു. അത് കുമാരന് ആവേശം പകർന്നു.
അയാൾ ആവുന്നത്ര ഉച്ചത്തിൽ വീണ്ടും മുദ്രാവാക്യം വിളിച്ച കൊണ്ടിരു
ന്നു. കുമാരന്റെ മുഖം തുടുത്തു. കഴുത്തിലെ ഞരമ്പുകൾ വലിഞ്ഞുമുറുകി. സി.
ജി. അയാളുടെ സമീപത്തേക്ക് ഓടിച്ചെന്നു. അയാളെ ശാന്തനാക്കാൻ
ശ്രമിച്ചു. പുത്തൻ അറിവിന്റേയും സ്വപ്ന സായൂജ്യത്തിന്റെയും ഉത്സാ
ഹത്തിമിർപ്പിൽ കുമാരൻ മറ്റൊരു ലോകത്തായിരുന്നു. സ്ഥലകാല
ബോധം നഷ്ടപ്പെട്ട കുമാരൻ മോഹാലസ്യപ്പെട്ട വീണു. അയാളുടെ
കായികശക്തി അയാൾക്ക് നഷ്ടപ്പെട്ടു. അടിച്ചമർത്തപ്പെട്ട സ്വാതന്ത്ര്യ
ബോധത്തിന്റെ ബഹിർഗ്ഗമനത്തിൽ തന്റെ ശക്തിയുടെ അവസാന
കണികയും ചോർന്നു പോകുന്ന ആവേശമായിരുന്നു കുമാരനെ ഗ്രസിച്ച

നിന്നത്! ആരാത്രിയിൽ തന്നെ ഇളയിടത്തു പറമ്പിൽ എ. കെ. കുമാരൻ മൂതിയടഞ്ഞു.

അദ്ധ്വാന വർഗ്ഗത്തിന്റെ നേതൃത്വത്തിലുള്ള ഒരു ഭരണക്കൂടം നിലവിൽ വരുമെന്നും സ്ഥിതിസമത്വം പൂവണിയുന്ന ഒരു ചുവന്ന പുലരി സമാഗതമാകുമെന്നും സ്വപ്നം കണ്ട കൊണ്ട് ചേർത്തല താലൂക്കിലെ അടിച്ചമർത്തപ്പെട്ട വിയർപ്പിന്റെ മക്കൾ മുഷ്ടി ചുരുട്ടി ആകാശത്തേക്ക് കൈ നീട്ടി ഉറക്കെ മുദ്രാവാക്യം മുഴക്കി!

ചേർത്തലയിലെ ജന്മിമാർ

കാട്ടിയാട്ട ശിവരാമപ്പണിക്കർ വളരെ പ്രമാണിയായ ഒരു ജന്മി യായിരുന്നു. എൻ. എസ്. എസ്സ് സംഘാടകൻ, സ്റ്റേറ്റ്കോൺ ഗ്രസ് പ്രവർത്തകൻ എന്നീ നിലകളിലും പ്രവർത്തിച്ചിരുന്ന അദ്ദേഹം സർ. സി. പി. ഗവണ്മെന്റിന്റെ ഒരു അടുത്ത സില്ബന്ധിയായിരുന്നു. ചേർത്തല ഇംഗ്ലീഷ് ഹൈസ്കൂൾ ഹെഡ് മാസ്റ്ററായിരുന്ന അദ്ദേഹം രാജഭരണത്തെ അനുകൂലിക്കുന്ന ഒരു സവർണ്ണ നേതാവായിരുന്നു. അധികാരത്തിന്റേയും പണത്തിന്റേയും സ്വാധീനമുപയോഗിച്ച് പാവ പ്പെട്ട കർഷകരേയും കർഷക തൊഴിലാളികളേയും ശിവരാമപ്പണിക്കർ അടക്കി ഭരിച്ചു.

കർഷകത്തൊഴിലാളികളേയും കർഷകരേയും സംഘടിപ്പിക്കുന്ന തിനെ അദ്ദേഹം സർവ്വശക്തിയും ഉപയോഗിച്ച് എതിർത്തിരുന്നു. കമ്മ്യൂണിസ്റ്റ് പാർട്ടിയുടെ പ്രവർത്തന ഫലമായി കർഷകത്തൊഴി ലാളികൾ സംഘടിക്കുകയും കെ. ആർ. സുകുമാരൻ വക്കീൽ (കെ. ആർ. ഗൗരിയമ്മയുടെ ജേഷ്ഠസഹോദരൻ)പ്രസിഡന്റും പുന്നശ്ശേരി കൃഷ്ണൻ സെക്രട്ടറിയുമായി കർഷകത്തൊഴിലാളി യൂണിയൻ നിലവിൽ വന്നു. തൊഴിലാളികൾക്ക് യൂണിയന്റെ തണലിൽ ആത്മധൈര്യവും സ്വാതന്ത്ര്യ ബോധവും വർദ്ധിച്ചു. ജന്മിയോട് കുടിയാന്മാർ കൂലി നേരിട്ട ചോദിക്കുക എന്നത് ശിവരാമപ്പണിക്കരെ പോലുള്ള നാട്ടുവാഴി പ്രഭുക്കന്മാർക്ക് ചിന്തിക്കാൻ പോലും അസാദ്ധ്യമായ കാര്യമായിരു ന്നു! ഒരു തൊഴിലാളി കൂലി ചോദിച്ചു എന്ന കാരണത്തിന് കട്ടിയാട്ട

ശിവരാമപ്പണിക്കർ തന്റെ ചൊൽപ്പടിയില്ലുള്ള ഒരു റൗഡിയെ വിട്ട് അയാളെ മർദ്ദിച്ചു. യൂണിയൻ അതിൽ ഇടപെട്ടു. അപ്പോൾ ശിവരാമ പ്പണിക്കർ അവരോട്ട പറഞ്ഞ ന്യായം ഇപ്രകാരമായിരുന്നു. "എന്റെ കരിക്കും കഞ്ഞിയുമാണ് അവന്റേയും അവന്റെ അച്ഛന്റേയും ശരീരം. ആ അവനാണ് എന്നോട്ട കാര്യം പറയാൻ വരുന്നത്. അത് ശരിയാണൊ? എനിക്ക് പാവപ്പെട്ടവരോട് കരുണയേയുള്ളൂ".

എം. സി. എം അന്ത്രപ്പേരായിരുന്ന ചേർത്തലയിലെ ജന്മിത്ത ലവൻ. വലിയൊരു ജന്മിയും എസ്റ്റേറ്റടമയുമായിരുന്ന അന്ത്രപ്പേർ അഖില തിരുവിതാംകൂർ ഭൂഉടമ സംഘത്തിന്റെ വൈസ് പ്രസിഡണ്ടും ആയിരുന്നു. ഒരു ഗവൺമെന്റ് കോൺട്രാക്ടർ കൂടിയായിരുന്ന അദ്ദേഹ ത്തിന് സി. പി. യുടെ ഭരണ വ്യവസ്ഥയിൽ നല്ല പിടിപാട്ടുണ്ടായിരുന്നു. എല്ലാത്തിനും പുറമെ തൊഴിലാളികളെ മർദ്ദിക്കുന്നതിൽ കുപ്രസിദ്ധി നേടിയ ആളായിരുന്നു.

മറ്റൊരു ജന്മി പാട്ടത്തിൽ വേലായുധൻ കർത്താവായിരുന്നു. കട്ടി യാട്ട ശിവരാമപ്പണിക്കരുടെ സഹോദരിയെയാണ് അദ്ദേഹം വിവാഹം കഴിച്ചത്. വേലായുധൻ കർത്താവിന്റെ ഭാര്യയുടെ ആദ്യത്തെ വിവാഹ ബന്ധത്തിൽ അവർക്ക് ചന്ദ്രപ്പൻ എന്നും കൃഷ്ണപ്പൻ എന്നും പേരുള്ള രണ്ട് ആൺമക്കൾ ഉണ്ടായിരുന്നു. അവർ നാട്ടിലെ പേര് കേട്ട റൗഡി കളായിരുന്നു. ഇരുവരും വേലായുധൻ കർത്താവിനോടൊപ്പം ഒരേ വീട്ടിലാണ് താമസിച്ചിരുന്നത്. അവർ നിരവധി ക്രിമിനൽ കേസുകളിൽ പ്രതികളായിരുന്നുവെങ്കിലും ആയുധധാരികളായി നടക്കുന്ന അവരെ പോലീസിന് പിടികിട്ടിയിരുന്നില്ല. അഥവാ പോലീസ് അവരുടെ നേരെ കണ്ണടച്ചു. ഇരു റൗഡികളുടേയും പോലീസിന്റേയും സഹായത്തോടെ ചെറുകർഷകരെ ദ്രോഹിച്ചും അവരുടെ ഭൂമി കൈവശപ്പെടുത്തിയും കർഷകത്തൊഴിലാളികളെ ചൂഷണം ചെയ്തും ഒത്തിരി സമ്പാദിച്ച ജന്മി കളായിരുന്നു കട്ടിയാട്ട ശിവരാമപ്പണിക്കരും പാട്ടത്തിൽ വേലായുധൻ കർത്താവും. തങ്ങളുടെ കുടിയാന്മാരായ കർഷകത്തൊഴിലാളികളോട് വളരെ ക്രൂരമായാണ് ഇവർ പെരുമാറിയിരുന്നത്.

കല്ലുവീട്ടിൽ കുഞ്ഞച്ചൻ മറ്റൊരു മാടമ്പിയായ ജന്മിയായിരുന്നു. പാവപ്പെട്ട കൃഷിക്കാരുടെ ഭൂമി കൈവശപ്പെടുത്തിയും കർഷകത്തൊ ഴിലാളികളെ മർദ്ദിച്ചും ഇയാൾ നിരവധി ഭൂസ്വത്തുക്കൾ സമ്പാദിച്ചു. കുഞ്ഞച്ചന്റെ നേതൃത്വത്തിൽ അക്രമങ്ങൾ നടത്താൻ കെൽപ്പുള്ള ഒരു റൗഡി സംഘം ഉണ്ടായിരുന്നു. കർഷകത്തൊഴിലാളികൾ അയാൾ നിശ്ചയിക്കുന്ന സമയം വരെ ജോലി ചെയ്യണം. അയാൾ കൊടുക്കുന്ന കൂലി വാങ്ങി പൊയ്ക്കൊള്ളണം. അതായിരുന്ന കുഞ്ഞച്ചന്റെ നിയമം.

കർഷകത്തൊഴിലാളി കുടുംബത്തിൽ ചന്തമുള്ളൊരു പെണ്ണിനെ കണ്ടാൽ അവൾ അന്ന് അന്തിയുറങ്ങുന്നത് കുഞ്ഞച്ചന്റെ വീട്ടിലായി ക്കും. ഒരിക്കൽ കുഞ്ഞച്ചന്റെ ചെത്തു തൊഴിലാളിയായ ഒരു ചെറുപ്പ ക്കാരന്റെ നവവധുവിൽ അയാളുടെ കാമദൃഷ്ടി പതിഞ്ഞു. ഭർത്താവിനെ തന്ത്രപൂർവ്വം ദൂരേയ്ക്കു പറഞ്ഞു വിട്ടതിനു ശേഷം അവളെ പ്രാപിക്കാൻ ശ്രമിച്ച കുഞ്ഞച്ചന് അവൾ വഴങ്ങിയില്ല. ക്രുദ്ധനായ കുഞ്ഞച്ചൻ തന്റെ റൗഡികളെ വിട്ട് അവളെ പിടിച്ച കെട്ടി തന്റെവീട്ടിൽ കൊണ്ടുവന്ന് ക്രൂരമായി ബലാൽസംഗം ചെയ്തതിനു ശേഷം അവളെ ഒരു കുഴിയി ലിറക്കി കഴുത്തോളം മണ്ണിട്ടു മൂടി. രക്ഷിക്കണേ എന്ന് വിളിച്ച് അലറി ക്കരഞ്ഞ അവളുടെ ശിരസ്സിൽ ക്രൂരമായി ആഞ്ഞു ചവിട്ടുകയായിരുന്നു ആ നരാധമൻ ചെയ്തത്. കെ. വി. മോഹൻകുമാറിന്റെ ഉഷ്ണരാശി എന്ന നോവലിൽ വളരെ ഹൃദയസ്പർശിയായി ഈ രംഗം വിവരിച്ചിട്ടുണ്ട്. മരണ ഭയത്തിന്റെ ഉച്ചകോടിയിൽ ഗത്യന്തരമില്ലാതെ ആ സാധു പെൺകുട്ടി കുഞ്ഞച്ചന്റെ പാദം സർവ്വശക്തിയു മുപയോഗിച്ച് കടിച്ച പറിച്ച. എല്ലാ വർഷവും ആ നേരമാകുമ്പോൾ കുഞ്ഞച്ചന്റെ പാദത്തിലെ ആ മുറിപ്പാട് പഴക്കാറുണ്ടായിരുന്നു എന്നാണ് പഴമക്കാർ പറഞ്ഞിരുന്നത്.

ചേർത്തലയിൽ നിന്നും വടക്കോട്ട് പത്തു കിലോമീറ്റർ സഞ്ചരിച്ച കഴിഞ്ഞാൽ തുറവൂർ എന്ന ഗ്രാമത്തിലെത്തും. തുറവൂരിന കിഴക്ക് വളമംഗലം ഗ്രാമത്തിന്റെ അധിപതിയായിരുന്ന പൂവത്തിക്കൈമൾ എന്ന നാട്ടുവാഴി. കൊല്ലിനും കൊലയ്ക്കും അധികാരമുണ്ടായിരുന്ന നാട്ടുവാഴിയായിരുന്ന പൂവത്തിൽ പത്മനാഭ കൈമൾ. വളമംഗലം പ്രദേശങ്ങളിൽ കൂടുതലും അധിവസിച്ചിരുന്നത് ഈഴവരും പുലയരും പട്ടാര്യന്മാരുമായിരുന്നു. കൈമൾക്ക് സ്വന്തമായി ഒരു ഗുണ്ടാ പട തന്നെയുണ്ടായിരുന്നു. എട്ടു പത്തു ലക്ഷം നാളികേരവും പത്തായിരം പറനെല്ലും കൈമൾക്ക് പ്രതിവർഷം കിട്ടിയിരുന്നു. ഈഴവർ, പുലയർ, ധീവരർ എന്നീ ജാതിക്കാരെല്ലാം കൈമളെ തമ്പ്രാൻ എന്നോ തമ്പ്രാ എന്നോ ആണ് വിളിച്ചിരുന്നത്. ഈഴവർ തുടങ്ങിയ ഹീന ജാതിക്കാർ പൊതുവഴിയെ സഞ്ചരിക്കുന്നത് കൈമൾക്ക് ഇഷ്ടമായിരുന്നില്ല. പത്മനാഭക്കൈമളുടെ കാലശേഷം അനന്തിരവനായ കുട്ടപ്പക്കൈമൾ ഭരണാധിപനായി. കൈമൾ തന്റെ കർഷകത്തൊഴിലാളികൾക്ക് വളരെ തുച്ഛമായ കൂലിയാണ് കൊടുത്തിരുന്നത്. കൈമളുടെ മർദ്ദനം ഭയന്ന് കൂലി കൂട്ടിച്ചോദിക്കാൻ തൊഴിലാളികൾ മുതിർന്നില്ല. വളമം ഗലത്തിന് രണ്ട കിലോമീറ്റർ അകലെയുള്ള പൊന്നാം വെളിയിൽ ആലപ്പുഴയിൽ നിന്നെത്തിയ ഖാദർ പിള്ള ഒരു കയർഫാക്ടറി തുടങ്ങി. ഫാക്ടറി അതിവേഗം വളർന്നു. തൊഴിലാളികളുടെ എണ്ണവും വർദ്ധിച്ചു.

പൂവത്തിൽ കൈമളുടെ അടിയാന്മാരും കുടിയാന്മാരായ ഈഴവരും കൂലിക്കൂടുതൽ ലഭിക്കുന്ന കയർഫാക്ടറി തൊഴിലാളികളായി മാറി. പൊന്നാം വെളിയിൽ കമ്മ്യൂണിസ്റ്റ് പാർട്ടിയുടെ നേതൃത്വത്തിൽ തൊഴിലാളി സംഘടനയുണ്ടായി. അതുവരെ മറുവാക്ക ചൊല്ലാതെ കൈമളുടെ എല്ലാ ക്രൂരതകളും സഹിച്ചിരുന്ന കുടിയാന്മാർ കൈമൾക്ക് എതിരായി ശബ്ദമുയർത്താൻ തുടങ്ങി.

ചേർത്തലയിൽ നിന്നും ആറേഴ കി. മി. തെക്കോട്ട മാറി ദേശീയ പാതയുടെ പടിഞ്ഞാറുഭാഗത്ത് സ്ഥിതിചെയ്യുന്ന രണ്ട പ്രദേശങ്ങളാണ് കടക്കരപ്പള്ളിയും വെട്ടയ്ക്കലും. ഈ പ്രദേശങ്ങൾ അടക്കി ഭരിച്ചിരു ന്നത് വെട്ടയ്ക്കൽ കോച്ച എന്ന് അറിയപ്പെട്ടിരുന്ന യഷ്ഠദനായിരുന്നു. പോർച്ചുഗീസുകാർ കേരളത്തിലെത്തുനതിന മുൻപ് 1492-ൽ കൊച്ചി യിലെത്തിയതാണ് ജൂതന്മാർ. സ്വയം പ്രകാശിക്കുന്ന സ്ഫടികക്കല്ലുകൾ കൊച്ചിരാജാവിന് കാഴ്ചവെച്ചാണ് ജൂതന്മാർ രാജപ്രീതി നേടിയത്. കൊച്ചിരാജാക്കന്മാർ ജൂതന്മാർക്ക് ധാരാളം ഭൂസ്വത്ത് സമ്മാന മായി നൽകി. വെട്ടയ്ക്കൽ കോച്ചക്ക് ലക്ഷക്കണക്കിന നാളികേരവും അത്ര തന്നെ നെല്ലും കിട്ടിയിരുന്നു. ഈ പ്രദേശങ്ങളിലെ ആണങ്ങൾ കല്യാണം കഴിച്ചാൽ ആദ്യരാത്രി ജന്മിയായ കോച്ചയ്ക് അവകാശപ്പെട്ട തായിരുന്നു എന്ന വിചിത്രമായ നാട്ടനടപ്പ് നിലവിലിരുന്നു എന്നൊരു പഴങ്കഥ പ്രസിദ്ധമാണ്. വെട്ടമുള്ള കല്ല് എന്ന അർത്ഥം വരുന്ന വെട്ട യ്ക്കൽ എന്ന സ്ഥലനാമം ജൂതനായ കോച്ചയുടെ അസ്ഥിത്വത്തെ വിളി ച്ചറിയിക്ക നതാണ്. തന്റെ പ്രതാപത്തെ തൊഴിലാളി പ്രസ്ഥാനങ്ങൾ ചോദ്യം ചെയ്യമെന്ന് മനസ്സിലാക്കിയ വെട്ടയ്ക്കൽ കോച്ച സി. പി. യുടെ പട്ടാളത്തെ വെട്ടയ്ക്കലേക്ക് വിളിച്ച വരുത്തുകയായിരുന്നു.

മറ്റൊരു കുപ്രസിദ്ധനായ നാട്ടരാജാവ് അഴീക്കൽ ആന്റണിയാ യിരുന്നു. അഴീക്കലെ മത്സ്യത്തൊഴിലാളികളെ അടക്കി ഭരിച്ചിരുന്ന അഴീക്കൽ ആന്റണിക്ക് ഒരു ഗുണ്ടാ സംഘം സ്വന്തമായി ഉണ്ടായിരുന്നു. അയാളുടെ വീടിന് ഉദ്ദേശം ഒന്നരമൈൽ ചുറ്റളവില്ലുള്ള മത്സ്യത്തൊഴി ലാളികൾ അയാളോട് തൊണ്ട വാങ്ങി തല്ലി പിരിച്ച് കയർ അയാൾക്കു തന്നെ കൊട്ടക്കണമെന്നായിരുന്നു നിയമം. നാട്ടിൽ നിലവില്ലുണ്ടായിരു ന്ന കൂലിയുടെ നാലിലൊന്ന മാത്രമാണ് അഴീക്കൽ ആന്റണി തൊഴിലാ ളിക്ക് കൊട്ടത്തിരുന്നത്. മർദ്ദനം ഭയന്ന് കൂലി കൂട്ടിച്ചോദിക്കാൻ ആരും തയ്യാറായില്ല. തന്നെ എതിർക്കുന്നവരെ മർദ്ദിക്കുക മാത്രമല്ല അവരുടെ കുടി പൊളിച്ച കളയാനും ആന്റണി മടിച്ചില്ല.

കർഷകത്തൊഴിലാളി മുന്നേറ്റം

അമ്പലപ്പുഴ ചേർത്തല താലൂക്കുകളിലെ കയർഫാക്ടറി തൊഴിലാളികൾ കമ്മ്യൂണിസ്റ്റ് പാർട്ടിയുടെ പ്രവർത്തനത്തിലൂടെ വർഗ്ഗബോധമുള്ള തൊഴിലാളി സംഘടനകൾക്ക് രൂപം കൊടുത്ത പ്പോൾ സമൂഹത്തിന്റെ അടിത്തട്ടിൽ ജന്മിമാരുടെ ആട്ടും ഇപ്പമേറ്റ കഴിഞ്ഞിരുന്ന കർഷകത്തൊഴിലാളികളുടെ മനസ്സിലും പുത്തൻ വർഗ്ഗബോധത്തിന്റെ തീപ്പൊരി വീണു. അത് ആളിപ്പടരുവാൻ തുടങ്ങി.

ഉദയാസ്റ്റുഡിയോയുടെ പടിഞ്ഞാറു വശത്ത് പി. ജി പത്മനാഭന്റെ വീട്ടിൽ ഒരു പാർട്ടിക്ലാസ് നടക്കുന്നു. എ. കെ. ഗോപാലൻ ക്ലാസെടു ക്കുന്നു. എ). വി. കുഞ്ഞമ്പുവുമുണ്ട്. മുപ്പതോളം കമ്മ്യൂണിസ്റ്റ് പ്രവർത്ത കരുണ്ട്. കർഷകത്തൊഴിലാളി സംഘടന കെട്ടിപ്പടുക്കാൻ കുട്ടനാടൻ മേഖലയിലേക്ക് പോകേണ്ട പ്രവർത്തകരെ തീരുമാനിക്കപ്പെട്ടു. എം ടി ചന്ദ്രസേനൻ, എൻ. എസ്. പി പണിക്കർ, വി. എസ്. അച്യുതാനന്ദൻ, സി. കെ. കേശവൻ, ആർ. തങ്കപ്പൻ എന്നിവരെ കുട്ടനാട്ടിലെ കർഷക തൊഴിലാളികളെ സംഘടിപ്പിക്കാനായി നിയോഗിച്ചു. കൈനകരി, മങ്കൊമ്പ്, പുളിങ്കുന്ന്, ചമ്പക്കുളം, നെട്ടുമുടി, കാവാലം, ചെറുകര, നീലം പേരൂർ, ഈരു എന്നീ സ്ഥലങ്ങളിലേക്ക് ഓരോരുത്തർ പോകണമെ ന്നാണ് തീരുമാനം. ഓരോരുത്തരുടെ കയ്യിലും അന്നത്തെ തിരുവിതാം കൂർ നാണയമായിരുന്ന ഓരോ ചക്രം വീതം കൊടുത്തു. പ്രവർത്തകരിൽ ആവേശത്തിരയിളക്കി കൊണ്ട് എ. കെ. ജി. പറഞ്ഞു. "ഈ ഒരു ചക്രം

ലോക ചക്രം തിരിക്കുവാൻ കെൽപ്പുള്ളതാണ്." ഒരു പുത്തൻ ആവേശ ത്തോടെ പ്രവർത്തകർ കുട്ടനാട്ടിലേക്ക് യാത്രതിരിച്ചു.

രണ്ടാം ലോകമഹായുദ്ധകാലത്ത് അരിക്ക് വില കൂടിയപ്പോൾ കൂലി പണമായി വേണ്ട പകരം നെല്ലായി തന്നാൽ മതിയെന്ന ആവശ്യം ഉന്നയിക്കാൻ തൊഴിലാളികളെ പ്രേരിപ്പിക്കുക യായിരുന്ന ആദ്യമായി കമ്മ്യൂണിസ്റ്റുകൾ ചെയ്തത്. ആവശ്യം സാധിച്ച കിട്ടിയതോടെ വിവിധ സ്ഥലങ്ങളിൽ കർഷകത്തൊഴിലാളി സംഘടനകൾ രൂപമെടുത്തു. 'തിരുവിതാംകൂർ കർഷകത്തൊഴിലാളി' എന്ന പേരിൽ ടി. കെ. വർഗ്ഗീസ് വൈദ്യൻ പ്രസിഡന്റും എസ്. കെ. ദാസ് സെക്രട്ടറിയായും' സംഘടന രൂപപ്പെട്ടു. സംഘടനയുടെ പിൻബലത്തിൽ ജന്മിമാരോട് കൂലി ചോദിച്ച വാങ്ങാൻ കർഷകത്തൊഴിലാളികൾ തയ്യാറായി. കുട്ടനാട്ടിലെ പാടത്ത് പണിയെടുക്കുന്ന സ്ത്രീ തൊഴിലാളികൾ ജന്മികളെ കൊയ്ത്ത് കഴിഞ്ഞ പാടത്ത് തടഞ്ഞു നിർത്തി അവകാശങ്ങൾ ചോദിച്ച വാങ്ങുന്ന സംഭവ ങ്ങൾ ഉണ്ടായി. നെല്ല് പാടത്ത് നിന്നും ജന്മി കൊണ്ട് പോയികഴിഞ്ഞാൽ അവകാശങ്ങൾ അനുവദിച്ച കിട്ടില്ല എന്ന് അവർക്കറിയാ മായിരുന്നു. കമ്മ്യൂണിസ്റ്റ് പാർട്ടിയുടെ വ്യക്തമായ നിർദ്ദേശങ്ങൾക്കനുസരിച്ച് രൂപപ്പെട്ട് വന്ന കർഷകത്തൊഴിലാളി സംഘടനകൾ അമ്പലപ്പുഴ ചേർത്തല താലൂക്കുകളിലെ ജന്മിമാർക്ക് തലവേദനയായി മാറി. അവർ പ്രവർത്തകരേയും തൊഴിലാളികളേയും കള്ളക്കേസുകളിൽ കുടുക്കി. തങ്ങളുടെ ചൊൽപ്പടിക്ക നിൽക്കുന്ന പോലീസിനേയും ഗുണ്ടകളേയും ഉപയോഗിച്ച് അവർ തൊഴിലാളി നേതാക്കളേയും തങ്ങളുടെ വരുതിക്ക നിൽക്കാത്ത തൊഴിലാളികളേയും മർദ്ദിച്ചു.

1944 - ൽ ചേർത്തല താലൂക്കിലാണ് കർഷക തൊഴിലാളികളുടെ ഒരു വാർഡ് കമ്മിറ്റി ആദ്യമായി രൂപം കൊള്ളുന്നത്. ഒരു കൂറ്റൻ ചെങ്കൊടിക്ക കീഴിൽ നിന്നും ട്രേഡ് യൂണിയൻ പ്രസ്ഥാനത്തിന്റെ പിതാവും തൊഴിലാളികളുടെയിടയിൽ സർവ്വാദരണീയനുമായ ആർ. സുഗതൻ യോഗം ഉത്ഘാടനം ചെയ്തു. പിൽക്കാലത്ത് 1946 ആദ്യവാര ത്തോടെ ചേർത്തല കർഷകത്തൊഴിലാളി യൂണിയൻ നിലവിൽ വന്നു. അഡ്വ. കെ. ആർ. സുകുമാരൻ (കെ. ആർ. ഗൗരിയമ്മയുടെ ജേഷ്ഠൻ) ആയിരുന്നു പ്രസിഡന്റ്. പുന്നശ്ശേരി കൃഷ്ണനായിരുന്നു വൈസ് പ്രസി ഡന്റ്. 3250 അംഗങ്ങളുള്ള സംഘടനയായി അത് വളർന്നു.

എതിർപ്പുകളെ നേരിട്ട കൊണ്ട് കർഷകത്തൊഴിലാളി സംഘ ടനകൾ വളർന്ന വന്നു. കുട്ടനാട്ടിൽ പടനിലം എന്ന സ്ഥലത്തുവച്ച് കർഷകത്തൊഴിലാളി യൂണിയന്റെ വാർഷിക സമ്മേളനം നടത്തുവാൻ നിശ്ചയിച്ചു. സമ്മേളനത്തിനായി ആയിരങ്ങൾ ചെങ്കൊടിയുമേന്തി

വള്ളങ്ങളിൽ പടനിലത്ത് എത്തിച്ചേർന്നപ്പോൾ യൂണിയൻ പ്രസിഡന്റ് വർഗ്ഗീസ് വൈദ്യനെ പടനിലത്ത് കാത്തിരുന്നത് കൊല്ലം ഡി. എസ്. പി യുടെ നേതൃത്വത്തിലുള്ള നിരോധനാജ്ഞ യായായിരുന്നു. വാശി മൂത്ത തൊഴിലാളികൾ കോട്ടയം ജില്ലയിലുള്ള രാമങ്കരിയിലേക്ക നാലഞ്ച മൈൽ യാത്ര ചെയ്ത് അവിടെവെച്ച് സമ്മേളനം നടത്തുകയായിരുന്നു. കർഷക തൊഴിലാളി സംഘടനകൾ ശക്തിപ്രാപിക്കുന്നതു കണ്ട് ഉറക്കം നഷ്ടപ്പെട്ടത് ജന്മിമാർക്ക മാത്രമായിരുന്നില്ല. സി. പി. രാമസ്വാമി അയ്യരും കർഷക സംഘടനകളുടെ വളർച്ചയെ പ്രതിരോധിക്കാൻ കളമൊരുക്കി. പിന്നോക്ക സമുദായ സംഘടനകളുടെ കൂട്ടുപിടിച്ചാണ് സി. പി. അതിനു തുനിഞ്ഞത്. അമ്പലപ്പഴ ചേർത്തല താലൂക്കുകളിലെ തൊഴിലാളി സംഘടനകളെ ശക്തമായി പ്രതിരോധിച്ച് മർദ്ദന മുറക ളിലൂടെ കമ്മ്യൂണിസ്റ്റ് പാർട്ടിയെ വേരോടെ പിഴുതു കളയാനുള്ള പദ്ധ തികൾ സി. പി. തയ്യാറാക്കിയിരുന്നു എന്നാണ് പിന്നീടുള്ള സംഭവങ്ങൾ സാക്ഷ്യപ്പെടുത്തുന്നത്.

പുന്നപ്രയുടെ
സാമൂഹ്യ പശ്ചാത്തലം

ആലപ്പുഴ നഗരത്തിന്റെ തെക്കുഭാഗത്ത് നാഷണൽ ഹൈവേയിൽ കൂടി ഏകദേശം ആറു കി. മി സഞ്ചരിച്ചാൽ റോഡിന്റെ പടിഞ്ഞാറു വശത്ത് ഒരു വലിയ ക്രിസ്ത്യൻ ദേവാലയം കാണാം. പുന്ന പ്രയിലെ കത്തോലിക്ക പള്ളിയാണത്. അവിടെ നിന്നും പടിഞ്ഞോട്ട് രണ്ടര കി. മി. സഞ്ചരിച്ചാൽ അറബിക്കടലാണ്. കടലോരം തെങ്ങിൻ തോപ്പുകൾ നിറഞ്ഞതായിരുന്നു. 1930 കാലഘട്ടത്തിൽ ആറുകണ ക്കിന് ഓലമേഞ്ഞ കുടിലുകളും അവയ്ക്കിടയിൽ അങ്ങിങ്ങായി മാത്രം ജന്മികൾ താമസിക്കുന്ന നല്ല കെട്ടിടങ്ങളും ഉണ്ടായിരുന്നു. കുടിലുകളിൽ താമസിച്ചിരുന്നത് ജന്മികളുടെ കുടിയാന്മാരായ മത്സ്യത്തൊഴിലാളിക ളും കയർപിരി തൊഴിലാളികളുമായിരുന്നു. അക്കാലത്ത് അഴുക്കിയ തൊണ്ട് തല്ലിയെടുക്കുന്ന ചകിരി ഉണക്കി നേർമ്മയുള്ള കയർയാൺ കൈയ്യിലോ റാഡിലോ പിരിച്ചെടുക്കുന്നതായിരുന്നു കയർ വ്യവസാ യത്തിന്റെ പ്രധാന അസംസ്കൃത വസ്തു. മത്സ്യത്തൊഴിലാളികൾക്ക് കടലിൽ പോയി മീൻ പിടിക്കാനുള്ള വള്ളമോ വലയോ സ്വന്തമായി ഉണ്ടായിരുന്നില്ല. വള്ളവും വലയും സ്വന്തമായുള്ള മുതലാളികളാണ് മത്സ്യത്തൊഴിലാളികളെ അടക്കി ഭരിച്ചിരുന്നത്. ഏറ്റവും വലിയ മുതലാളി പള്ളി തന്നെയായിരുന്നു!

പതിനൊന്നു പേരാണ് ഒരു വള്ളത്തിൽ മത്സ്യ ബന്ധനത്തിന് പോകുന്നത്. അവർ കൊണ്ടുവരുന്ന മൊത്തം മത്സ്യം രണ്ടായി പങ്കു വെയ്ക്കും. ഒരു ഭാഗം മുതലാളിക്കും ഒരു ഭാഗം തൊഴിലാളികൾക്കും ആയി നിശ്ചയിച്ചിരുന്നു. പക്ഷെ തൊഴിലാളികളുടെ പങ്കിൽ നിന്നും വീണ്ടും ഒരു ഭാഗം മുതലാളിയുടെ മരണമടഞ്ഞ കാരണവന്മാർക്കും പള്ളിക്കും അമ്പലത്തിനും കൊട്ടക്കാൻ തൊഴിലാളികൾ ബാദ്ധ്യസ്ഥ രായിരുന്നു. ആ പ്രദേശത്തെ സ്റ്റേറ്റ് കോൺഗ്രസ് നേതാവായിരുന്ന അപ്പോൺ അരൗള്ളം ജന്മികളിൽ ഒരാളായിരുന്നു. മറ്റൊരു പ്രധാന ജന്മി പള്ളിയായിരുന്നു. തൊഴിലാളികളെ ചൂഷണം ചെയ്യുന്ന കാര്യ ത്തിൽ പുരോഹിതന്മാരും നേതൃത്വം കൊടുത്തിരുന്നു എന്നത് ഒരു വിരോധാഭാസമാണ്. ഇവിടത്തെ മറ്റൊരു പുരാതന ജന്മി പൊള്ളേൽ കുടുംബമായിരുന്നു. ഇപ്പൊലത്ത്, അന്തപ്പൻ, പൊലിക്കാർപ്പ് എന്നിവർ ഈ കുടുംബത്തിലെ മുതലാളിമാരായിരുന്നു. മീൻ കച്ചവടക്കാരുമായി വിലയുറപ്പിക്കുന്ന ദല്ലാളന്മാരും തൊഴിലാളികളെ ചൂഷണം ചെയ്തു.

പുന്നപ്രയിലെ മത്സ്യത്തൊഴിലാളികളേയും കയർ തൊഴിലാളിക ളെയും സംഘടിപ്പിക്കുന്നതിൽ പ്രധാന നേതൃത്വം വഹിച്ചത് സൈമൺ ആശാനായിരുന്നു. കേരളത്തിലെ ആദ്യത്തെ ട്രേഡ് യൂണിയൻ സംഘ ടനയായ തിരുവിതാംകൂർ ലേബർ അസോസിയേഷൻ മിതവാദികളായ നേതൃത്വത്തിന്റെ കീഴാലാകുന്നു എന്ന് 1936-ൽ തന്നെ മനസ്സിലാക്കിയ പി. കൃഷ്ണപിള്ള ട്രേഡ് യൂണിയനെ വിപ്ലവത്തിന്റെ വഴിയിലേക്ക തിരിച്ച വിടാൻ ആലപ്പുഴയിൽ കോൺഗ്രസ് സോഷ്യലിസ്റ്റ് പാർട്ടിയുടെ തിരുവി താംക്കൂറിലെ ആദ്യഘടകം സ്ഥാപിക്കുകയുണ്ടായി. സൈമൺ ആശാൻ ആ ഘടകത്തിൽ അംഗമായിരുന്നു. കയർത്തൊഴിലാളി സമരങ്ങളുടെ ച്ചൂട്ടും ചൂരുമേറ്റ കിടന്നിരുന്ന പുന്നപ്ര പ്രദേശങ്ങളിൽ മത്സ്യത്തൊഴിലാളി യൂണിയൻ, ചെത്ത് തൊഴിലാളി യൂണിയൻ, ചികിരിപിരി തൊഴിലാളി യൂണിയൻ, കർഷകത്തൊഴിലാളി യൂണിയൻ, തെങ്ങുകയറ്റ തൊഴിലാളി യൂണിയൻ മുതലായ സംഘടനകൾ നിലവിൽ വന്നു.

പള്ളിയും പുരോഹിതരും മത്സ്യത്തൊഴിലാളികളുടെ മേൽ നിർ ണ്ണായക സ്വാധീനം ചെലുത്തിയിരുന്നു. പുരോഹിതർ പറയുന്നതെന്തും അക്ഷരംപ്രതി അനുസരിക്കുന്ന കുഞ്ഞാടുകളായിരുന്നു പുന്നപ്രയിലെ തൊഴിലാളികൾ. 1936-ൽ അന്നത്തെ പള്ളി വികാരി കൂട്ടമണിയടിച്ച് 'സത്യവിശ്വാസികളെ' പള്ളിയങ്കണത്തിൽ വിളിച്ചുവരുത്തി. ആലപ്പുഴ പട്ടണത്തിലും പരിസരത്തുമുള്ള മുസ്ലിം മതവിശ്വാസികളെ തല്ലിക്കൊ ല്ലാൻ ആവശ്യപ്പെട്ടു. കുഞ്ഞാടുകൾ എല്ലാം അക്ഷരംപ്രതി അനുസരിച്ചു. നിരവധിയാളുകൾക്ക് പരിക്ക പറ്റുകയും കുറേപ്പേർ ജയിലിലാകുകയും

ചെയ്തു. എല്ലാം ദൈവത്തിന വേണ്ടിയാണെന്ന പറഞ്ഞ് പുരോഹിതൻ അവരെ സമാധാനിപ്പിച്ചു. തൊഴിലാളികളെ ജന്മിയുടെ അടിമത്ത ത്തിൽ പിടിച്ച നിർത്തുന്ന നിർണ്ണായക ഘടകം അവരുടെ അന്ധമായ മത വിശ്വാസമാണെന്ന് സൈമൺ ആശാൻ മനസ്സിലാക്കി. സൈമൺ ആശാന്റെ പ്രധാന ലക്ഷ്യം തൊഴിലാളികളുടെ പുരോഹിത രോടുള്ള വിധേയത്വത്തിന്റെ ചരടറുക്കക എന്നതായിരുന്നു. ആശാൻ അക്കാര്യ ത്തിൽ വിജയിച്ചു. അങ്ങനെയാണ് അമ്പലപ്പുഴയിലെ മുഴുവൻ കടലോര പ്രദേശങ്ങളിലെയും പുന്നപ്രയിലേയും മത്സ്യത്തൊഴിലാളികൾ മുഴുവൻ ഉൾക്കൊള്ളുന്ന ഒരു മത്സ്യത്തൊഴിലാളി യൂണിയൻ വളർന്നുവന്നത്.

ചേർത്തലയിൽ കമ്മ്യൂണിസ്റ്റ് പ്രവർത്തനങ്ങൾ രൂപമെടുത്ത വഴികൾ

ആലപ്പുഴയിലെ തൊഴിലാളി പ്രസ്ഥാനത്തെ കമ്മ്യൂണിസ്റ്റ് പാർട്ടി യുടെ കൊടിക്കീഴിൽ അണിനിരത്തുന്നതിനായി 1936 മുതൽ കൃഷ്ണപിള്ള നടത്തിയ ഇടപെടലുകൾ നമ്മൾ മുൻ അദ്ധ്യായങ്ങളിൽ കണ്ടതാണ്. എരമല്ലൂരിൽ തിരുവിതാംകൂറിലെ ആദ്യകമ്മ്യൂണിസ്റ്റ് പാർട്ടിയുടെ രൂപീകരണത്തിൽ പങ്കെടുത്തതിന ശേഷം വൈക്കത്തെ വെച്ചാണ് കൃഷ്ണപിള്ള വീണ്ടും അറസ്റ്റിലാകുന്നത്. 1940 ഡിസംബർ മാസത്തിലാ യിരുന്നു അറസ്റ്റ് ചെയ്യപ്പെട്ടത്. തിരുവനന്തപുരം സെൻട്രൽ ജയിലി ലേക്ക് കൊണ്ടുപോയ അദ്ദേഹത്തെ പിന്നീട് കന്യാകുമാരി ജില്ലയിൽ ശുചീന്ദ്രത്തിനടുത്തുള്ള എടലാക്കുടി എന്ന ചെറുദ്വീപിൽ തടവിൽ പാർപ്പിച്ചു. അവിടെ തടവിൽ കഴിയുമ്പോഴാണ് തനിക്ക് ഹിന്ദി പുസ്തകം വായിക്കാൻ തന്ന തങ്കമ്മ എന്ന പെൺകുട്ടിയെ നേരിൽ കാണാതെ കൃഷ്ണപിള്ള പ്രണയിക്കുന്നത്. പ്രണയം അതിന്റെ പാരമ്യതയിലെത്തി തങ്കമ്മയെ കല്യാണം കഴിക്കാൻ കൃഷ്ണപിള്ള തീരുമാനിച്ചിരിക്കുന്ന സമയത്താണ് ആലപ്പുഴ കയർത്തൊഴിലാളി പണിമുടക്കിന്റെ പ്രധാന നേതാക്കളിൽ ഒരാളായ സി. ഒ. മാത്യു സഖാവിനെ കാണാൻ എടലാ ക്കുടിയിലെത്തുന്നത്.

വിവാഹിതനാകാൻ നിശ്ചയിച്ച കൃഷ്ണപിള്ളയുടെ തീരുമാനം അക്ഷരാർത്ഥത്തിൽ സി. ഒ. മാത്യുവിനെ ഞെട്ടിച്ചു. വിവാഹത്തിൽ നിന്നും സഖാവ് പിൻമാറണമെന്ന മാത്യുവിന്റെ ഉപദേശം കൃഷ്ണപിള്ള തള്ളിക്കളഞ്ഞു. ഇത്തരം വ്യക്തി പരമായ പിരിമുറുക്കമുള്ള സമയത്തും കൃഷ്ണപിള്ളയുടെ മനസ്സിൽ പാർട്ടിയെ വളർത്തുന്ന ചിന്തകൾക്ക് അതീവ പ്രാധാന്യമുണ്ടായിരുന്നു എന്ന വേണം കരുതാൻ. തങ്കമ്മയുടെ കയ്യിൽ പോസ്റ്റ് ചെയ്യാൻ കൃഷ്ണപിള്ള എത്തിച്ച കൊടുത്ത കത്ത് ചേർത്തല യിൽ സി. ജി. സദാശിവന വേണ്ടിയുള്ളതായിരുന്നു. തപാൽ വഴിയുള്ള

കത്തുകൾ ഭരണകൂടത്തിന്റെ പരിശോധനയുണ്ടാകും എന്നതിനാൽ ചേർത്തലയില്ലുള്ള സി. ജി. സദാശിവന്റെ സഹോദരി ചന്ദ്രമതിയുടെ മേൽവിലാസവും കൊടുത്തിട്ടാണ് സി. ഒ. മാത്യു തിരിച്ചു പോന്നത്.

ആലപ്പുഴയിൽ എന്നതുപോലെ ചേർത്തലയിൽ കമ്മ്യൂണിസ്റ്റ് പാർട്ടി കെട്ടിപ്പടുക്കുന്നതിൽ കൃഷ്ണപിള്ള വലിയ പങ്കു വഹിച്ചിരുന്നു. ചേർത്തല യിലെ അക്കാലത്തെ പ്രമുഖ കോൺഗ്രസ് പ്രവർത്തകനായിരുന്ന സി. ജി. സദാശിവനുമായി 1938 മുതൽ കൃഷ്ണപിള്ളയ്ക്ക് ബന്ധമുണ്ടായിരുന്നു.

പ്രതാപിയും ആദരണീയനുമായ ഒരു ഈഴവ പ്രമാണിയായി രുന്നു മുഹമ്മയിലെ ചീരപ്പൻ ചിറയിൽ കുട്ടപ്പപ്പണിക്കർ. അയിത്ത കുലജാതനെന്നോ അവർണനെന്നോ കരുതി ആരും അദ്ദേഹത്തി ന്റെ വഴി തടഞ്ഞിരുന്നില്ല. കുന്തിരിശ്ശേരി ചെറിയകുന്നേൽ തറവാട് വയലാറിലെ പുരാതനവും പ്രശസ്തവുമായ ഈഴവ കുടുംബമായിരുന്നു. ചീരപ്പൻ ചിറയിൽ കുട്ടപ്പപ്പണിക്കരുടെ അനന്തിരവനായ സി. കെ. കുമാരപ്പണിക്കർ അറിയപ്പെടുന്ന ഒരു നാട്ടു പ്രമാണിയായിരുന്നു. ചേർ ത്തലയിൽ തൊഴിലാളി പ്രസ്ഥാനങ്ങൾ രൂപമെടുക്കുന്ന കാലത്ത് സി. കെ. കുമാരപ്പണിക്കരായിരുന്നു കുന്തിരിശ്ശേരി തറവാട്ടിലെ കാരണവർ. ഇംഗ്ലീഷ് ഭാഷയിലും സംസ്കൃതത്തിലും പ്രാവീണ്യമുണ്ടായിരുന്ന പണി ക്കർക്ക് വായനയിൽ പ്രത്യേക താല്പര്യമുണ്ടായിരുന്നു. ഷേക്സ്പിയർ നാടകങ്ങൾ പഠിച്ച് രംഗത്ത് അവതരിപ്പിക്കുന്ന ഒരു വിനോദം കുമാര പ്പണിക്കർ അക്കാലത്ത് നിർവ്വഹിച്ചിരുന്നു. വയലാർ രാമവർമ്മയുടെ അമ്മയായ അംബാലിക തമ്പുരാട്ടി അക്കാലത്ത് കുമാരപ്പണിക്കരോട് തന്റെ മകൻ കുട്ടന് ഷേക്സ്പീയർ കൃതികൾ പരിചയപ്പെടുത്തിക്കൊടു ക്കണമെന്ന് ആവശ്യപ്പെട്ടു. വൈകുന്നേരങ്ങളിലും ചിലപ്പോൾ നേരം ഇരുട്ടിയും പതിനാറോ പതിനേഴോ വയസ്സ് പ്രായമായ രാമവർമ്മ കുമാരപ്പണിക്കരുടെ വീട്ടിൽ എത്തിയിരുന്നു. അക്കാലത്തെക്കുറിച്ച് ഒരു ഓർമ്മക്കുറിപ്പിൽ വയലാർരാമവർമ്മ ഇപ്രകാരം പറയുന്നു. 'രാത്രി ഏറെ ഇരുട്ടുമ്പോൾ നല്ല പൊക്കമുള്ള ചുരുണ്ടമുടിക്കാരനായ ഒരാൾ പണിക്കരെ കാണാനെത്തിയിരുന്നു. അത് ആരാണെന്ന് എനിക്ക് മനസ്സിലായിരുന്നില്ല. പണിക്കരെ വിളിച്ച മാറ്റി നിർത്തി എന്തൊക്കെയൊ സംസാരിച്ചതിന് ശേഷം അദ്ദേഹം ഇരുട്ടിലേക്ക് അപ്രത്യക്ഷനാകും. ഒരിക്കൽ ഞാൻ പണിക്കരോട് അത് ആരാണെന്ന ചോദിച്ചു." അതാണ് സി. ജി. സദാശിവൻ. മനസ്സിൽ മുഴുവൻ സോഷ്യ ലിസ്റ്റ് സ്വപ്നങ്ങളുമായി നടക്കുന്ന ഒരാൾ ". അതായിരുന്നു കുമാരപ്പണി ക്കരുടെ മറുപടി'.

ശ്രീനാരായണ ഗുരുവിന്റെ ആദർശങ്ങളിൽ വിശ്വസിച്ചിരുന്ന പണിക്കർക്ക് ചേർത്തലയിലെ എസ്. എൻ. ഡി. പി പ്രവർത്തനങ്ങൾ കരപ്പുറം സേവാസംഘം എന്ന പേരിൽ സംഘടിപ്പിച്ച് നടത്തിയിരുന്ന കാലം മുതൽ സി. ജി. യെ അറിയാമായിരുന്നു. പാണാവള്ളി ചിറ്റയിൽ കുടുംബത്തിലെ ഗോവിന്ദൻ വൈദ്യന്റെ മൂത്ത പുത്രനായിരുന്ന സി. ജി. സദാശിവനുമായി പണിക്കരുടെ സൗഹൃദം വളർന്നുവന്നു. ശ്രീനാ രായണ ഗുരുദർശനങ്ങളും മാർക്സിയൻ ദർശനങ്ങളുമായി താരതമ്യപ്പെ ടുത്തി നോക്കുമായിരുന്ന പണിക്കർക്ക് മാർക്സിസ്റ്റ് ധനതത്വശാസ്ത്രവും കമ്മ്യൂണിസ്റ്റ് മാനിഫെസ്റ്റോയും വായിക്കാൻ കൊടുത്തത് സി. ജി. സദാശിവനായിരുന്നു. ഒരു പ്രഭ കുമാരനായും നാട്ടുപ്രമാണിയായും വളർന്നു വന്ന പണിക്കർ അസാമാന്യ ധൈര്യശാലിയുമായിരുന്നു. കീഴ്ജാതിക്കാർക്ക് ക്ഷേത്രപ്രവേശനത്തിന് അനുമതി ലഭിച്ചിരുന്നു വെങ്കിലും തീണ്ടാപ്പാട് അകലം പാലിച്ചില്ലെങ്കിൽ മേൽജാതിക്കാർ തീണ്ടാട്ട നടത്തുമായിരുന്നു. അതിനെ ചൊല്ലി നടക്കുന്ന വഴക്കുകളിൽ മേൽജാതിക്കാരെ നേരിടാനുള്ള കായിക ബലമുള്ള ഒരു സംഘം പണിക്കരുടെ കീഴിലുണ്ടായിരുന്നു. ഇത്തരം സന്ദർഭങ്ങളിൽ മേൽജാ തിക്കാരന്റെ കരണക്കുറ്റിക്ക് ആദ്യത്തെ അടി പണിക്കരുടെ വകയാ യിരുന്നു. അങ്ങനെയുള്ള കുമാരപ്പണിക്കരെയാണ് ചൂഷണ രഹിതമായ ഒരു സോഷ്യലിസ്റ്റ് വ്യവസ്ഥിതിയുടേയും അയിത്താചാരമില്ലാത്ത ഒരു സ്വതന്ത്ര സമൂഹത്തിന്റെയും സ്വപ്നങ്ങളിലേക്ക് സി. ജി. സദാശിവൻ നയിച്ചത്.

ഒരു ദിവസം സഖാവ് കൃഷ്ണപിള്ള, സി. ഒ. മാത്യു, എന്നിവർക്കൊപ്പം സി. ജി. സദാശിവൻ കുന്തിരിശ്ശേരി തറവാട്ടിലെത്തി. കൃഷ്ണപിള്ളയുടെ ഉജ്ജ്വലമായ സംഭാഷണ ചാതുര്യത്തിൽ കുമാരപ്പണിക്കർ ആകൃഷ്ട നായി. സഖാവ് എന്ന പേരിൽ അറിയപ്പെട്ടിരുന്ന കൃഷ്ണപിള്ളയെക്ക റിച്ച് പണിക്കർ ധാരാളം കേട്ടിട്ടുണ്ടായിരുന്നുവെങ്കിലും ആദ്യമായി നേരിൽ കാണുകയായിരുന്നു. ചേർത്തല താലൂക്കിലെ തൊഴിലാളിക ളുടേയും കുടിയാന്മാരായ കീഴ്ജാതിക്കാരുടേയും പക്ഷത്താണ് താൻ നിൽക്കേണ്ടതെന്നും അവർക്കു വേണ്ടി പട നയിക്കുകയാണ് തന്റെ ധർമ്മമെന്നും പണിക്കർക്ക് ബോധ്യമായി. അങ്ങനെ സി. കെ. കുമാ രപ്പണിക്കർ കമ്മ്യൂണിസ്റ്റ് പാർട്ടി അംഗമായി. ഈ വിധം ചേർത്തല താലൂക്കിലെ എല്ലാ പ്രധാന പാർട്ടി പ്രവർത്തനത്തിലും സഖാവ് കൃഷ്ണ പിള്ള നേരിട്ട് നേതൃത്യം കൊടുത്തിരുന്നു. സഞ്ചരിക്കാൻ വാഹനങ്ങൾ ദുർലഭമായിരുന്ന അക്കാലത്ത് കാൽനടയായി കൃഷ്ണപിള്ള നിരവധി ഗ്രാമങ്ങളിൽ സഞ്ചരിച്ചിരുന്നു. ഒരിക്കൽ ആലപ്പുഴയിലെ ആര്യാട്

ഒരു യോഗത്തിൽ സംബന്ധിച്ചതിന ശേഷം കൃഷ്ണപിള്ളയും സി. ജി. സദാശിവനും കൂടി വടക്കോട്ട് ചേർത്തലയിലേക്ക് നടന്നു. വഴിയിൽ മറ്റ പല രഹസ്യ യോഗങ്ങളും ഉണ്ടായിരുന്നു. കമ്മ്യൂണിസ്റ്റ് പാർട്ടി നിയമ വിധേയമല്ലാത്ത കാലമായിരുന്നു. ചേർത്തല തിരുവിഴ ക്ഷേത്രത്തിന്റെ നടയിലെത്തിയ അവർ കണ്ടത് നടയടക്കുന്ന പൂജാരിയെയാണ്. മൂന്ന ദിവസങ്ങളായി രണ്ടാളും അരിയാഹാരം കഴിച്ചിരുന്നില്ല. കലശലായ വിശപ്പുണ്ട്. കൃഷ്ണപിള്ള നേരെ അമ്പലനടയിലേക്ക് നടന്നു. നടയടക്കുന്ന പൂജാരിയോട് ചോദിച്ചു. "ഞങ്ങൾക്ക് വല്ലാതെ വിശക്കുന്നു. കഴിക്കാൻ എന്തെങ്കിലും കിട്ടുമൊ?" തന്റെ കയ്യിലെ രുക്കുവിളക്കിന്റെ വെട്ടം സന്ദർ ശകരുടെ നേരെ പിടിച്ച് അവരെ നോക്കിയ പൂജാരി പുഞ്ചിരിയോടെ പറഞ്ഞു, "കുറച്ച പടച്ചോറ മാത്രമെ ബാക്കിയുള്ളൂ. കഴിക്കുമോ?" വിശ ന്നിരിക്കുന്നവന് ആഹാരമാണ് വേണ്ടത്. അവിടെ ഇഷ്ടാനിഷ്ടങ്ങൾക്ക് എന്തു പ്രാധാന്യം." തീർച്ചയായും. വല്ലാതെ വിശന്നിരിക്കുന്നവർക്ക് ആഹാരം അമൃതല്ലെ തിരുമേനി". പൂജാരി സന്തോഷത്തോടെ ഒരു വാഴയില രണ്ടായി കീറി നിലത്തു വിരിച്ച് രണ്ടാൾക്കും പടച്ചോറുവില മ്പി. ആർത്തിയോടെ അവർ ആഹാരം കഴിക്കുന്നത് പൂജാരി കൗതു കത്തോടെ നോക്കിനിന്നു. പിൽക്കാലത്ത് കൃഷ്ണപിള്ള പറഞ്ഞത് തന്റെ ജീവിതത്തിൽ പടച്ചോറിന്റെയത്രയും സ്വാദുള്ള ആഹാരം താൻ കഴിച്ചിട്ടേയില്ല എന്നായിരുന്നു!

ചേർത്തല താലൂക്കിലെ തൊഴിലാളികളും കുടിയാന്മാരും കമ്യൂണിസ്റ്റ് പാർട്ടിയുടെ പ്രവർത്തനങ്ങളിലൂടെ പുതിയ സംഘടനകൾക്ക് രൂപം കൊടുത്തു. ചേർത്തല താലൂക്ക് മരപ്പണിത്തൊഴിലാളിയൂണിയൻ, തെങ്ങ കയറ്റ തൊഴിലാളി യൂണിയൻ, ചേർത്തല കന്നിട്ട ആന്റ് ഓയിൽമിൽ വർക്കേഴ്സ് യൂണിയൻ, ബീഡിത്തൊഴിലാളി യൂണിയൻ, മത്സ്യത്തൊഴിലാളി യൂണിയൻ, കർഷകത്തൊഴിലാളി യൂണിയൻ എന്നിവയെല്ലാം 1944 - നു ശേഷം രൂപപ്പെട്ടതാണ്. അമ്പലപ്പുഴ ചേർത്തല താലൂക്കുകളിൽ രൂപപ്പെട്ട ട്രേഡ് യൂണിയൻ സംഘടനകൾ തൊഴിലാളികളുടെ സാമ്പത്തിക നേട്ടങ്ങൾക്കു വേണ്ടി മാത്രം നിലകൊ ള്ളുന്ന പ്രസ്ഥാനങ്ങളായിരുന്നില്ല. തൊഴിലാളികളും കുടിയാന്മാരും പരസ്പരമുണ്ടാകുന്ന തർക്കങ്ങളും വഴക്കുകളും യൂണിയൻ നേതൃത്വം ഇടപെട്ട് പരിഹരിക്കാൻ തുടങ്ങി. ജന്മിമാർക്കും ഫാക്ടറി മുതലാളി കൾക്കും പുന്നപ്രയിലെ പള്ളി വികാരിയച്ചനും ഒട്ടും രുചിക്കാത്ത കാര്യങ്ങളായിരുന്നു ഇത്തരം ഇടപെടലുകൾ.

ക്വിറ്റ് ഇന്ത്യ സമരം
തിരുവിതാംകൂറിൽ

1942 ആഗസ്റ്റ് ഏഴ്, എട്ട് തീയതികളിൽ ബോംബെയിൽവച്ച് ചേർന്ന സർവ്വേന്ത്യ കോൺഗ്രസ്സ് കമ്മിറ്റി 'ക്വിറ്റ് ഇന്ത്യാ പ്രമേയം' അംഗീകരിച്ചു. അതിനെ തുടർന്ന മഹാത്മജി ഉൾപ്പെടെയുള്ള കോൺഗ്രസ് നേതൃത്വത്തെ ബ്രിട്ടീഷുകാർ അറസ്റ്റ് ചെയ്ത് ജയിലിലാക്കി.

ഇത് അക്രമരാഹിത്യ സിദ്ധാന്തത്തിന്റെ ശവക്കുഴി തോണ്ടി. സമരക്കാർ അക്രമത്തിന്റെ മാർഗം സ്വീകരിച്ചു. റെയിലും പാലങ്ങളും റോഡുകളും തകർത്തു. റെയിൽവേ സ്റ്റേഷനുകളും തപാലാഫീസുക ളും പോലീസ് സ്റ്റേഷനുകളും തീ വെച്ച നശിപ്പിച്ചു. ഇന്ത്യൻ ദേശീയ നേതൃത്വം ഫാസിസ്റ്റ് ചിന്താഗതിക്ക് കുടപിടിക്കുകയാണെന്ന ഒരു സാർവ്വദേശീയ പ്രചാരണം നടത്താൻ ബ്രിട്ടീഷ് സാമാജ്യത്വത്തിന് അവസരം ലഭിച്ചു.

ക്വിറ്റ് ഇന്ത്യ പ്രസ്ഥാനം ഇന്ത്യയിലാകമാനം കത്തിക്കാളുമ്പോൾ അതിനോട് പ്രതികൂലമായ നിലപാടാണ് ഇന്ത്യൻ കമ്മ്യൂണിസ്റ്റ പാർട്ടി സ്വീകരിച്ചത്. 1941 ജൂൺ 22 ന് ഹിറ്റ്ലർ സോവിയറ്റ് യൂണിയനെ ആക്രമിച്ചതോടെ കമ്മ്യൂണിസ്റ്റ്പാർട്ടിക്ക് യുദ്ധം ജനകീയ യുദ്ധമായി മാറി. സോവ്യറ്റ് യൂണിയനും അമേരിക്കയും ബ്രിട്ടനും ഉൾപ്പെട്ട സഖ്യ ശക്തികൾ കമ്മൂണിസ്റ്റ് പാർട്ടിക്ക് പ്രിയപ്പെട്ടവരായി മാറി. കമ്മ്യു ണിസ്റ്റ പാർട്ടിയെ സംബന്ധിച്ചിടത്തോളം തങ്ങളുടെ സുഹൃത്തായ സോവ്യറ്റ് യൂണിയന്റെ യുദ്ധത്തിലെ ചങ്ങാതിയായ ബ്രിട്ടനെ എതിർക്കാൻ വയ്യാത്ത അവസ്ഥയിലായി! അതുകൊണ്ടാണ് രണ്ടാം ലോക മഹായുദ്ധം അവസാനിക്കുന്നത വരെ ബിട്ടനോട് ഇന്ത്യ വിട്ടു

പോകണമെന്ന് പറയാൻ കമ്യൂണിസ്റ്റ് പാർട്ടി മടി കാണിച്ചത്. ഇത് തെറ്റായ നിലപാടാണെന്ന് പല കമ്യൂണിസ്റ്റ് നേതാക്കളും അക്കാലത്ത് അഭിപ്രായപ്പെട്ടിരുന്നു.

കൊല്ലത്തെ കശുവണ്ടിതൊഴിലാളികളെ സംഘടിപ്പിക്കുന്നതിൽ മുഖ്യ പങ്കു വഹിച്ച ശ്രീകണ്ഠൻ നായർ കമ്മ്യൂണിസ്റ്റ് പാർട്ടിയിൽ നിന്നും അകലം പാലിച്ച് ആർ എസ് പി യിലേക്കു പോകാൻ കാരണമായി തീർന്നത് കമ്യൂണിസ്റ്റ് പാർട്ടിയുടെ ഈ നിലപാടായിരുന്നു.

പൊതുവെ ശക്തിക്ഷയം സംഭവിച്ചിരുന്ന സ്റ്റേറ്റ് കോൺസ്ലിന് ക്വിറ്റ് ഇന്ത്യ സമരം തിരുവാതാംകൂറിൽ വിജയിപ്പിക്കാനായില്ല. പട്ടം താണുപിള്ള ജയിലിലായിരുന്നു. ആക്ടിംഗ് പ്രസിഡന്റായിരുന്ന അക്കാമ്മ ചെറിയാന്റെ അദ്ധ്യക്ഷതയിൽ തിരുവനന്തപുരത്ത് ചേർന്ന സമ്മേളനത്തിൽ വളരെ ദുർബ്ബലമായ ഒരു പ്രമേയം പാസാക്കി ക്വിറ്റ് ഇന്ത്യ പ്രസ്ഥാനത്തെ പിന്താങ്ങുക മാത്രമെ കോൺഗ്രസ് ചെയ്തുള്ളൂ. തിരുവിതാംകൂർ കമ്യൂണിസ്റ്റുപാർട്ടി സെക്രട്ടറി കെ. സി. ജോർജ്ജ് സ്റ്റേറ്റ്കോൺഗ്രസ്ലിന് കത്തു കൊടുത്തു. പാർട്ടിയുടെ നയമനുസരിച്ച് കമ്മ്യൂണിസ്റ്റ് പാർട്ടി ക്വിറ്റ് ഇന്ത്യ പ്രസ്ഥാനത്തിൽ നിന്നും വിട്ടു നിൽക്കുക യാണെന്ന് അതിൽ അറിയിച്ചിരുന്നു. റ്റി. എം വർഗ്ഗീസ് ഉൾപ്പെടെയുള്ള കോൺഗ്രസ് നേതാക്കന്മാർ പാർട്ടിയുപേക്ഷിച്ച് വക്കീൽപണി പുനരാ രംഭിച്ചിരുന്നു.' സാമാന്യ ജനങ്ങൾക്കിടയിൽ നിരാശയ്ക്കും നിഷ്ക്രിയത്വ ത്തിനും ഇത് കാരണമായി. കോൺഗ്രസ് നേതൃത്വത്തിന്റെ ഒരു വലിയ ഭാഗം ജയിലിലായിരുന്നു. വെളിയിലുള്ളവർ നിരാശരും നിഷ്ക്രിയര മായിരുന്നു. 1943 ആയപ്പോൾ തിരുവിതാംകൂറിൽ ക്വിറ്റ് ഇന്ത്യ സമരം കെട്ടടങ്ങി.

1942 - 46 കാലഘട്ടത്തിലെ തിരുവിതാംകൂർ തൊഴിലാളിപ്രവർത്തനങ്ങൾ

ആർ. സുഗതൻ 1942-ന്റെ ഇടക്കത്തിൽ ജയിൽമോചിതനായി. പുറത്തു വന്ന സുഗതനെ അഖില തിരുവിതാംകൂർ ട്രേഡ് യൂണിയൻ കോൺഗ്രസിന്റെ ജനറൽ സെക്രട്ടറിയായി തെരഞ്ഞെടുത്തു. ഈ കാലത്താണ് ആർ. സുഗതൻ ഇന്ത്യൻ കമ്യൂണിസ്റ്റ് പാർട്ടി അംഗമായത്.

ജയിൽ മോചിതനായി വന്ന സുഗതൻ കാണുന്നത് കയർഫാക്ടറി വർക്കേഴ്സ് യൂണിയന്റെ വലിയ ജനമുന്നേറ്റമാണ്. തൊഴിലാളി വർഗ്ഗത്തിന്റെ അജയ്യമായ ശക്തിവിശേഷം സുഗതനിൽ പുതിയതും ഉജ്ജ്വലവുമായ ഒരു ആത്മധൈര്യം പകർന്നു. എ. വി. കുഞ്ഞമ്പുവാ യിരുന്നു അന്ന് തിരുവിതാംകൂർ കമ്യൂണിസ്റ്റ് പാർട്ടി സെക്രട്ടറി. കുഞ്ഞ മ്പുവായിരുന്ന ആർ. സുഗതനെ കമ്യൂണിസ്റ്റ് പാർട്ടിയിൽ അംഗമായി

ചേർത്തത്. റാഡിക്കൽ കോൺഗ്രസ് പ്രവർത്തനം ഉപേക്ഷിച്ച് എം. എൻ ഗോവിന്ദൻ നായരും കമ്മ്യൂണിസ്റ്റ് പാർട്ടിയിലേക്ക് വന്നതും ഇക്കാലത്താണ്.

1943 ഫെബ്രവരി 11-ന് ജയിലിൽ കിടന്ന് 21-ദിവസങ്ങൾ നീണ്ട നിന്ന നിരാഹാര സത്യാഗ്രഹം മഹാത്മാഗാന്ധി ആരംഭിച്ചു. ഇക്കാ ലത്ത് തിരുവിതാംകൂറിലെ കോൺഗ്രസ് വളരെ നിഷ്ക്രിയമായ അവസ്ഥയിലായിരുന്നുവെങ്കിലും കമ്മ്യൂണിസ്റ്റ് പാർട്ടിയും തൊഴിലാളി സംഘടനകളും സജീവ പ്രവർത്തനത്തിൽ ഏർപ്പെട്ടു. ഉപവാസമനുഷ്ഠി ക്കുന്ന ഗാന്ധിജിയെ നിരുപാധികം മോചിപ്പിക്കുന്നതിന് ഒരു ബഹുജന പ്രചരണം കമ്മ്യൂണിസ്റ്റ് പാർട്ടിയുടെ തിരുവിതാംകൂർ കമ്മിറ്റിയും തൊഴിലാളി യൂണിയനുകളും അഴിച്ചുവിട്ടു. ഗാന്ധിജിയെ നിരുപാധികം വിട്ടയക്കണമെന്ന് ആവശ്യപ്പെട്ട് തിരുവിതാംകൂർ കയർഫാക്ടറിക്കേ ഴ്സ് യൂണിയനും തിരുവിതാംകൂറിൽ അന്ന് നിലവിലിരുന്ന കമ്യൂണിസ്റ്റ് പാർട്ടി നേതൃത്വത്തിലുള്ള മറ്റ തൊഴിലാളി യൂണിയനുകളും ഇന്ത്യൻ വൈസ്രോയിക്ക് കമ്പി സന്ദേശം അയച്ചു. ക്വിറ്റ് ഇന്ത്യാ സമരം തിരു വിതാംകൂറിൽ ശക്തിപ്പെടാതിരുന്നതിന്റെ ഉത്തരവാദിത്വം കമ്മ്യൂണിസ്റ്റ് പാർട്ടിയുടെ തലയിൽ കെട്ടിവെയ്ക്കാൻ ചില കോൺഗ്രസ് നേതാക്കൾ ശ്രമിച്ചിരുന്നു.

1945 വരെയുള്ള അടുത്ത രണ്ട വർഷങ്ങളിൽ അമ്പലപ്പുഴ-ചേർത്തല താലൂക്കുകളിലെ മത്സ്യത്തൊഴിലാളി യൂണിയനുകൾ, തെങ്ങുകയറ്റ തൊഴിലാളി യൂണിയൻ, ചെത്തുതൊഴിലാളി യൂണിയൻ, എണ്ണയാട്ട തൊഴിലാളി യൂണിയൻ, മുനിസിപ്പൽ തൊഴിലാളി യൂണിയൻ, റിക്ഷാ തൊഴിലാളി യൂണിയൻ, തോട്ടം തൊഴിലാളി യൂണിയൻ എന്നിവയോ ടൊപ്പം കൊല്ലത്തെ കശുവണ്ടി തൊഴിലാളി യൂണിയൻ എന്നിങ്ങനെ നിരവധി തൊഴിലാളി യൂണിയനുകളാണ് സ്ഥാപിക്കപ്പെട്ടത്. ഈ യൂണിയനുകളിലൊക്കെ കമ്മ്യൂണിസ്റ്റ് പാർട്ടിക്ക് നിർണ്ണായകമായ സ്വാധീനമുണ്ടായിരുന്നു. 1945 കാലഘട്ടത്തോടെ ബഹുജന നേതൃത്വ ത്തിലേക്ക് കമ്മ്യൂണിസ്റ്റ് പാർട്ടി എത്തിക്കഴിഞ്ഞിരുന്നു. അക്കാലത്തെ തൊഴിലാളികളുടെ പ്രവർത്തനങ്ങളിലും സമരങ്ങളിലും റ്റി. വി. തോമസി ന്റേയും ആർ. സുഗതന്റേയും ആത്മാർപ്പണത്തിന്റെ തിളങ്ങുന്ന മുദ്രകൾ കാണാൻ കഴിയും.

പാർട്ടി ക്ലാസുകൾ

മേൽ വിവരിച്ച കാലഘട്ടത്തിൽ ചേർത്തലയിലെ ചായക്കട കളും വൈദ്യശാലകളും രാഷ്ട്രീയ ചർച്ചാകേന്ദ്രങ്ങളായി മാറുകയാ യിരുന്നു. കെ. ആർ. ഗൗരി തന്റെ ആത്മകഥയിൽ ഇപ്രകാരം

രേഖപ്പെടുത്തിയിരിക്കുന്നു. 'പൊന്നാംവെളിയിൽ ചെടയന്റെ പീടികയിലെ ബന്ധം സുകുമാരനണ്ണനെ (ഗൗരിയമ്മയുടെ മൂത്ത സഹോദരൻ കെ. ആർ. സുകുമാരൻ) ചേർത്തലയിലെ തൊഴിലാളി വർഗ്ഗ പ്രവർത്ത നങ്ങളിൽ കൂടുതൽ വ്യാപൃതനാക്കി. ഈ കടയിലാണ് അന്ന് പൊതു പ്രവർത്തകരും തൊഴിലാളി പ്രവർത്തകരും ഒത്തുകൂടുന്നത്. അവിടെ രാഷ്ട്രീയത്തിന്റെ വിവിധ വശങ്ങളും പാർട്ടിയുടെ പ്രവർത്തനങ്ങളും ചർച്ച ചെയ്യപ്പെട്ടു. അവിടെ കൂടുന്ന രാഷ്ട്രീയ പ്രവർത്തകരിൽ സഖാവ് സി. ജി. സദാശിവനും ഉണ്ടായിരുന്നു. അണ്ണനും സി. ജി. യുമായി വേഗം പരി ചയക്കാരായി. സ്നേഹിതരായി. മിക്കവാറും ദിവസങ്ങളിൽ അണ്ണൻ വീട്ടിൽ വരുമ്പോൾ കൂടെ സി. ജി. സദാശിവനും ഉണ്ടാകുമായിരുന്നു. സി. ജി. അന്ന് കമ്യൂണിസ്റ്റുകാരനാണ്. സി. ജി. യാണ് അണ്ണനെ കമ്യൂ ണിസ്റ്റു പാർട്ടിയുമായി ബന്ധപ്പെടുത്തുന്നതും കയർഫാക്ടറി വർക്കേഴ്സ് യൂണിയനിൽ കൊണ്ടു പോകുന്നതും.'

പിന്നീടു ചേർത്തല കയർഫാക്ടറി യൂണിയൻ വൈസ് പ്രസിഡന്റ്, കർഷക തൊഴിലാളി യൂണിയൻ പ്രസിഡന്റ് എന്നീ നിലകളിൽ പ്രവർ ത്തിച്ച കെ. ആർ. സുകുമാരൻ വയലാർ സമരത്തിന്റെ പ്രധാന നേതാ ക്കളിൽ ഒരാളായിരുന്നു. വയലാർ സമരത്തിനു ശേഷം രണ്ടു വർഷങ്ങൾ കഴിഞ്ഞാണ് കെ. ആർ. ഗൗരി കമ്മ്യൂണിസ്റ്റു പാർട്ടിയിൽ ചേരുന്നത്.

വയലാറിൽ പ്രധാനമായും പാർട്ടി ക്ലാസുകൾ സംഘടിപ്പിച്ചിരു ന്നത് ദേവകി കൃഷ്ണന്റെ (പ്രശസ്ത കോൺഗ്രസ് നേതാവും കേന്ദ്രമന്ത്രി യുമായിരുന്ന വയലാർരവിയുടെ അമ്മ) വീട്ടിലായിരുന്നു. അക്കാലത്ത് കമ്മ്യൂണിസ്റ്റുകാരിയായിരുന്ന ദേവകി കൃഷ്ണൻ കമ്മ്യൂണിസ്റ്റ് പാർട്ടിയുടെ കീഴിലുള്ള മഹിളാ സംഘത്തിന്റെ പ്രസിഡന്റായിരുന്നു. എ. കെ. ജി നിരവധി തവണ ഇവിടെ വന്ന് ക്ലാസുകൾ എടുത്തിരുന്നു. പട്ടണക്കാട് ചക്കാലയിൽ നാരായണി എന്ന കമ്യൂണിസ്റ്റ് വനിതാ പ്രവർത്തകയെ മദർ എന്നാണ് പാർട്ടി വൃത്തങ്ങളിൽ അറിയപ്പെട്ടിരുന്നത്.

മാക്സിം ഗോർക്കിയുടെ പ്രശസ്തമായ മദർ എന്ന നോവലിനെ അനുസ്മരിച്ച കൊണ്ടാണ് ചക്കാലയിൽ നാരായണിയെ അപ്രകാരം നാമകരണം ചെയ്തത്. ഒളിവിൽ കഴിഞ്ഞിരുന്ന നിരവധി പാർട്ടി നേതാക്കളുടെ അഭയ കേന്ദ്രമായിരുന്ന ചക്കാലയിൽ ഭവനം. നിരവധി കമ്യൂണിസ്റ്റ് നേതാക്കൾക്ക് തനിക്കാവും വിധം വെച്ച വിളമ്പിയ മദർ അക്ഷരാർത്ഥത്തിൽ വയലാർ സമരചരിത്രത്തിൽ നന്ദിപൂർവം സ്മരി ക്കപ്പെടേണ്ട ഒരു കഥാപാത്രമാണ്. കൂടാതെ ചേർത്തല താലൂക്കിലെ നിരവധിവനിതകളെ സംഘടിപ്പിക്കുന്നതിലും കമ്മ്യൂണിസ്റ്റ് പ്രസ്ഥാനവു മായി ചേർത്തുനിർത്തുന്നതിലും മദർ പ്രധാന പങ്കുവഹിച്ചു. സമൂഹത്തിന്റെ

കെ. ആര്‍. ഗൗരിയമ്മ

എല്ലാ മേഖലകളിലുമുള്ള ജനങ്ങളെ കോര്‍ത്തിണക്കി കൊണ്ട് കലാപ്രവര്‍ത്തനങ്ങളിലൂടെയും ക്ലാസുകളിലൂടെയും തൊഴിലാളി വര്‍ഗ്ഗത്തിന്റെ നേതൃത്വത്തിലുള്ള സമത്വസുന്ദരമായ ഒരു വ്യവസ്ഥിതിയെക്കുറിച്ചുള്ള മോഹന സ്വപ്നങ്ങള്‍ ജനങ്ങളെ ഏറ്റു നിന്നു.

ഇതേ കാലഘട്ടത്തില്‍ കമ്മ്യൂണിസ്റ്റ് പാര്‍ട്ടി സംഘടിപ്പിക്കുന്ന പൊതു പരിപാടികളെക്കുറിച്ച് പല കിംവദന്തികളും തെറ്റിദ്ധാരണകളും പ്രചരിപ്പിച്ചിരുന്നു. അക്കാലത്ത് നിയമ ബിരുദമെടുത്ത് വിയാത്തുരയിലെ തന്റെ വീട്ടില്‍ നില്ക്കുകയായിരുന്ന കെ. ആര്‍. ഗൗരി പോലും ഇത്തരം പ്രചരണങ്ങളില്‍ വിശ്വസിച്ചിരുന്നു എന്നത് ഗൗരിയമ്മയുടെ ആത്മകഥയില്‍ വ്യക്തമായി പറഞ്ഞിരിക്കുന്നു. ഗൗരിയമ്മ ഇപ്രകാരം എഴുതുന്നു. 'യുദ്ധത്തിനിടയില്‍ പുതുപ്പള്ളി രാഘവന്‍ വീട്ടില്‍ വന്നു. ആരാണെന്നും എന്തിനു വന്നു എന്നുമൊക്കെ ചോദിച്ചു മനസ്സിലാക്കിയ ശേഷം, അച്ഛന്‍ പുതുപ്പള്ളിയെ സ്വീകരിച്ച് കിഴക്കവശം കിടന്ന ഈസി ചെയറില്‍ ഇരിക്കാന്‍ പറഞ്ഞു. പുതുപ്പള്ളി എന്നെ ഒരു ഭക്ഷ്യോത്പാദന യോഗത്തില്‍ പ്രസംഗിക്കാന്‍ വിളിക്കാന്‍ വന്നതാണ്. എന്നെ അച്ഛന്‍ വിളിപ്പിച്ചു. ഈ യോഗത്തിനു പോകണമെന്ന് നിര്‍ബ്ബന്ധിച്ചു. എനിക്കാണെങ്കില്‍ സാധാരണ യോഗങ്ങളില്‍ പ്രസംഗിച്ച ശീലവുമില്ല. എസ്. എന്‍. ഡി. പി യുടേയൊ മറ്റൊ ഒന്നരണ്ട് പബ്ലിക് മീറ്റിംഗുകളില്‍ ഒന്നു രണ്ടു പ്രാവശ്യം പോയി പ്രസംഗിച്ചിട്ടുണ്ട്. അച്ഛന്‍ പറഞ്ഞതിനാല്‍ യോഗത്തില്‍ ചെല്ലാമെന്ന് ഏറ്റു. പ്രസംഗ ദിവസം എന്നെ കൊണ്ടു പോകാന്‍ വയലാറില്‍ നിന്നും സഖാവ് കാര്‍ത്ത്യായനിയും രണ്ടു പുരുഷ സഖാക്കളും എത്തി. അവര്‍ വള്ളത്തിലാണ് വന്നത്. ഞങ്ങള്‍ പട്ടണക്കാട് പാലത്തിനടുത്ത് എത്തിയപ്പോള്‍ പാലത്തിലുള്ള ചീപ്പ് അടച്ചിരുന്നു. ചീപ്പ് ഉറക്കണമെങ്കില്‍ രണ്ടു മണിക്കൂര്‍ വൈകും. സഖാക്കളാരൊ കയര്‍ഫാക്കി തൊഴിലാളി യൂണിയന്‍ ഓഫീസില്‍ പോയി വിവരം പറഞ്ഞു. പെട്ടെന്ന് പത്തന്‍ പതു പേര്‍ പാലത്തിനടുത്തു വന്ന്, വള്ളം എടുത്തു പൊക്കി റോഡില്‍ കൂടി നടന്ന്, പാലത്തിനു കിഴക്ക വശത്തുള്ള തോട്ടില്‍ കൊണ്ടു പോയി വെച്ചു. ഞാനിതെല്ലാം നോക്കി റോഡരുകില്‍ നിന്നു. ഞങ്ങള്‍ എല്ലാവരും വീണ്ടും വള്ളത്തില്‍ കയറി. വയലാറില്‍ ദേവകീ കൃഷ്ണന്റെ

വീട്ടിനു കിഴക്കവശം വന്നിറങ്ങി. എന്നെ അവർ മീറ്റിംഗ് സ്ഥലത്തേക്ക് കൊണ്ടു പോയി. ദേവകീ കൃഷ്ണൻ അന്ന് കമ്മ്യൂണിസ്റ്റ് പാർട്ടി മെമ്പറാണ്. മഹിളാ സംഘത്തിന്റെ ഭാരവാഹിയോ മറ്റോ ആണ്. യോഗം അവരുടെ വീടിന്റെ പടിഞ്ഞാറെ നടവഴിയിലാണ്, തീരുമാനിച്ചിരുന്നത്. കുറെ സ്ത്രീകളും പുരുഷന്മാരും ഉണ്ടായിരുന്നു. എന്നാൽ യോഗത്തിനു മാത്രം ആളില്ലാത്തതിനാൽ ഞാൻ ദേവകീ കൃഷ്ണന്റെ വീട്ടിൽ തന്നെ ഇരുന്നു. അന്ന് ആ വീട്ട് അധികം വലുതായിരുന്നില്ല. രണ്ടു മുറി, ഒരു കുഴിയടുക്കള, മുൻവശത്ത് അടച്ച കെട്ടിയ വരാന്ത. വരാന്തയിലെ തെക്കുവശത്തുള്ള കസേരയിൽ ഞാനിരുന്നു. വീടിന്റെ തെക്കേമുറിയിൽ സഖാവ് ഭൈമി സദാശിവൻ, എൻ. എസ്. പി. പണിക്കർ വേറെ ഒന്നു രണ്ടു പെൺ സഖാക്കളും ഉണ്ടായിരുന്നു. യോഗം തുടങ്ങാൻ താമസിച്ചതിനാൽ ഞാൻ അസ്വസ്ഥയായി. തിരികെ പോരണമെന്ന് നിർബ്ബന്ധം പിടിച്ചപ്പോൾ യോഗം തുടങ്ങാൻ തീരുമാനിച്ചു.

യോഗത്തിൽ സ്വാഗത പ്രസംഗം നടത്തിയത് ദേവകീ കൃഷ്ണനാണ്. മറ്റൊരു സ്ത്രീ-ആലപ്പുഴ നിന്നുള്ളവർ - അദ്ധ്യക്ഷത വഹിച്ചു. ഭൈമി സദാശിവൻ പ്രസംഗിച്ചു. യോഗം തുടങ്ങിയപ്പോൾ തന്നെ വലിയ കുഴപ്പ മായി. ദേവകീ കൃഷ്ണൻ സ്വാഗതം പറയുന്നതിനിടയിൽ മോഹാലസ്യപ്പെട്ടു വീണു. അവരെ എടുത്തു കിടത്തി, മുഖത്ത് വെള്ളം തളിച്ച് ഉണർത്തി വീടിനകത്തേക്കു കൊണ്ടു പോയി. ഞാൻ പ്രസംഗം നടത്തി എന്നു വരുത്തി അധികം താമസിയാതെ അവസാനിപ്പിച്ചു. ഏതാണ്ട് പ്രസംഗി ച്ചത് ഭൈമി സദാശിവനാണ്. അന്നവർ വിവാഹം കഴിച്ചിട്ടില്ല. പാവാടയും ബ്ലസുമാണ് അവരുടെ വേഷം. ആലപ്പുഴയിൽ നിന്നു വന്നവർ ഒറ്റയ്ക്കോ കൂട്ടമായോ പാട്ടുകൾ പാടി. അനസൂയയോ മറ്റോ ആണെന്നാണ് ഓർമ്മ. അധികം താമസിയാതെ യോഗം പിരിച്ചുവിട്ടു. സ്ത്രീകളും പുരുഷന്മാരുമായ പ്രവർത്തകർ ചെറിയ സംഘങ്ങളായി മാറി നിന്ന് എന്തൊക്കെയൊ സംസാരിച്ചു. എന്നെ കൊണ്ടു വരാൻ കാണിച്ച ശുഷ്ക്കാന്തി, തിരികെ കൊണ്ടു പോയി വിടാൻ കാണിച്ചില്ല. എനിക്ക് വിഷമമായി. ഒടുവിൽ ഞാൻ നിർബ്ബന്ധിച്ചതിന്റെ അടിസ്ഥാനത്തിൽ എന്നെ വള്ളത്തിൽ കയറ്റി ചേർത്തല തോട്ടിൽ കൂടി ചേച്ചി താമസിക്കുന്ന മഠത്തിപ്പറമ്പിൽ കൊണ്ടാക്കി. ഈ വിവരം അവർ അച്ഛനെ അറിയിച്ചു.

കമ്മ്യൂണിസ്റ്റുകാരുടെ ദക്ഷ്യോൽപാദന മീറ്റിംഗ് സ്ത്രീ സമാജത്തിന്റെ ആഭിമുഖ്യത്തിലാണ് നടന്നത്. യോഗം നടത്താൻ താമസിച്ചത്, യോഗ നടപടികളുടെ നിള്ളധത, അടക്കം പറച്ചിൽ, ദേവകീ കൃഷ്ണൻ ബോധരഹി തയായത്, അതിൽ സംബന്ധിച്ചവരുടെ കൂട്ടായും ഒറ്റതിരിഞ്ഞുമുള്ള ചർച്ച ഇവയെല്ലാം എന്റെ മനസ്സിൽ കമ്മ്യൂണിസ്റ്റ് പാർട്ടി നടത്തിപ്പിനെക്കുറിച്ച്

യാതൊരുവിധ മതിപ്പും ഉളവാക്കിയില്ല. അച്ചടക്കമില്ലാത്ത, കാര്യം തുറന്നു പറയാത്ത, കൂട്ടായി പ്രവർത്തിക്കാത്ത, ഗ്രൂപ്പുകളായി തിരിഞ്ഞു നിൽക്കുന്ന, പാർട്ടിയായിട്ടാണ് എനിക്കു തോന്നിയത്. ഞാൻ തിരികെ പോന്നതിനു ശേഷമാണ് അറിയുന്നത് ഇവർ ഏതോ ക്യാമ്പിൽ സ്ത്രീകളും പുരുഷന്മാരും ഒന്നിച്ച് താമസിക്കുകയായിരുന്നു എന്ന്. ഏതായാലും ആദ്യത്തെ എന്റെ പ്രതികരണം നല്ലതല്ലായിരുന്നതിനാൽ പിന്നീടുള്ള മീറ്റിംഗുകളിൽ നിന്നും ഞാൻ ഒഴിഞ്ഞു നിന്നു. '

അങ്ങനെയുള്ള ഗൗരിയമ്മയാണ് പിന്നീട് കമ്മ്യൂണിസ്റ്റ് പാർട്ടിയുടെ അംഗമായതും ജയിൽവാസമനുഭവിക്കുകയും ടി. വി. തോമസിനെ വിവാഹം കഴിച്ചതും കേരളത്തിലെ കമ്മ്യൂണിസ്റ്റ് പാർട്ടിയുടെ പ്രധാന നേതാവായി മാറിയതും എന്നോർക്കുമ്പോൾ പാർട്ടി പ്രവർത്തന ങ്ങളെ കുറിച്ച് പ്രചരിച്ചിരുന്ന കിംവദന്തികൾ എത്ര മാത്രം സ്വാധീനം ചെലുത്തിയിരുന്നു എന്ന് മനസ്സിലാക്കാമല്ലോ! ഗൗരിയമ്മയ്ക്കു പോലും തെറ്റിദ്ധാരണ രൂപപ്പെട്ടതിന്റെ കാരണം സി. കെ. കുമാരപ്പണിക്കരുടെ നേതൃത്വത്തിൽ വയലാറിനടുത്ത് പാർട്ടി പ്രവർത്തനത്തിനായി രൂപമെ ടുത്ത ഒരു കമ്മ്യൂൺ പ്രവർത്തനമായിരുന്നു. അതിന്റെ സത്യാവസ്ഥയെ ക്കുറിച്ച് സി. ജി. സദാശിവൻ എഴുതിയ സി. കെ. കുമാരപ്പണിക്കരുടെ ജീവിതരേഖയിൽ (എന്നും മുന്നിൽ നടന്നവർ) ഇപ്രകാരം പറയുന്നു.

'ജാപ്പ് ഫാസിസ്റ്റ് വിരുദ്ധ പ്രസ്ഥാനകാലത്തും പിന്നീട് ജനകീയയുദ്ധ കാലത്തും സാംസ്കാരിക സംഘടനകളെ പാർട്ടിയുടെ ആശയ പ്രചര ണത്തിന് വളരെയധികം പ്രയോജനപ്പെടുത്തി യിരുന്നു. കുറത്തിപ്പാട്ട്, കോലടിക്കളി, കൈകൊട്ടിക്കളി, ഡാൻസുകൾ, ഓട്ടം തുള്ളൽ എന്നി ങ്ങനെയുള്ള ചെറിയ ചെറിയ കലാരൂപങ്ങൾ അന്ന് സംഘടിപ്പിക്കപ്പെ ട്ടിരുന്നു. പാർട്ടി പ്രാസംഗികന്മാരും ഈ കലാസമിതികളിലെ ഒന്നോ രണ്ടോ സെറ്റും കൂടി രാവിലെ പ്രചരണത്തിന് ഓരോ വാർഡിലേക്ക് ഇറങ്ങുകയായി. ഏതെങ്കിലും ഒരു തൊഴിലാളിയുടെ വീടിന്റെ മുറ്റത്തുവച്ച് കലാപരിപാടികൾ നടത്തും. അപ്പോൾ അടുത്തുള്ള പത്തു മുപ്പതു വീട്ടുകാർ ആബാലവൃദ്ധം അവിടെ കൂടും. രാഷ്ട്രീയ പ്രവർത്തകർ പ്രസംഗം നടത്തും. പിന്നീട് അവിടെ നിന്നും മറ്റ ഭാഗത്തേക്ക് മാറും. അങ്ങനെ വാർഡുകളും പഞ്ചായത്തുകളും പ്ലാൻ അനുസരിച്ച് പ്രചരണം പൂർത്തിയാക്കും. ഇതിനിടയിൽ സംഘടനകളിൽ അംഗങ്ങളെ ചേർക്കലും സംഭാവന പിരിക്കലും സാഹിത്യവിൽപ്പനയും ഒപ്പം നടത്തും.

ഈവിധ പ്രവർത്തനങ്ങൾക്കുവേണ്ടി വയലാർ പഞ്ചായത്തിൽ കളവങ്കോടത്ത് പണിക്കർ (സി. കെ. കുമാരപ്പണിക്കർ) ഒരു കമ്മ്യൂൺ സ്ഥാപിച്ചു. കമ്മ്യൂണിൽ യുവാക്കളും യുവതികളും ഒന്നിച്ച താമസിച്ചു.

പ്രചരണ പ്രവർത്തനങ്ങൾക്ക് സ്ക്വാഡുകളായി രാവിലെ ഇറങ്ങും. വൈകുന്നേരം കമ്മ്യൂണിൽ എത്തും. ഭക്ഷണം കമ്മ്യൂണിൽ സ്വന്തമായി പാകം ചെയ്യുകയാണ്. കമ്മ്യൂൺ ജീവിതവും ആവിധത്തിലുള്ള ഒരു പാർട്ടി പരിപാടിയും നാട്ടുകാർക്ക് ഒരു പുത്തരിയായിരുന്നു. പോരെങ്കിൽ കമ്മ്യൂ ണിസ്റ്റ് പാർട്ടി എന്ന കേട്ടാൽ ജീവിക്കുവാൻ അല്പസ്വല്പവകയുള്ളവരെ ല്ലാം ഭയപ്പെടുകയും വെറുക്കുകയും ചെയ്യുന്ന കാലം. പാർട്ടിയാണെങ്കിൽ നിയമവിധേയത്വത്തിലേക്ക് അടുത്തു വരുന്നതേയുള്ളൂ.

കമ്മ്യൂണം പ്രവർത്തന പരിപാടികളും പണിക്കർക്കു സ്വന്തമായി വളരെ സാമ്പത്തിക സമ്മർദ്ദങ്ങൾ ഉണ്ടാക്കി. ഒരു കാര്യത്തിന് ഇറങ്ങിയാൽ പിന്നെ അതിനു വേണ്ടിവരുന്ന ഏതൊരു നഷ്ടത്തിനും കൂസാത്ത പ്രകൃതമായിരുന്നു പണിക്കരുടേത്. അതുകൊണ്ടു അതിൽ അസഹ്യതയൊന്നും ഭാവിച്ചില്ല. എന്നാൽ കമ്മ്യൂണിനെപ്പറ്റി അപവാദ ങ്ങൾ ശത്രുക്കൾ വളരെ ശക്തിയായി പ്രചരിപ്പിച്ചു. അതിന്റെ മുൻപിൽ ഭയന്നു പിൻമാറാൻ പണിക്കരുടെ അഭിമാനബോധം സമ്മതിച്ചിരു ന്നില്ല. എന്നാൽ എന്താണ് ചെയ്യേണ്ടതെന്നറിയാതെ ഒരു മാനസിക വിഷമവും.

ഈ സന്ദർഭത്തിൽ പി. റ്റി. പുന്നൂസ് എന്നെ കോട്ടയത്തു നിന്നും ചേർ ത്തലക്ക് അയച്ചു. (1941-ൽ പാർട്ടി സംഘടനാ പ്രവർത്തനങ്ങൾക്കായി സി. ജി. സദാശിവനെ കോട്ടയം ജില്ലയിൽ പാർട്ടി നേതൃത്വം നിയോഗി ച്ചിരുന്നു). ചേർത്തല വന്ന് ഞാൻ ഒരാഴ്ചയോളം താമസിക്കേണ്ടി വന്നു.

പണിക്കരുടെ വിഷമതകൾ മനസ്സിലാക്കി കമ്മ്യൂൺ പിരിച്ച വിടണ മെന്നും, നാട്ടുകാരുടെ വിമർശനങ്ങൾ സത്യരഹിതമാണെങ്കിലും നമ്മുടെ സാംസ്കാരികനിലവാരം മാനിക്കാതെയുള്ള പ്രവർത്തന ശൈലി നമ്മുടെ ഉദ്ദേശലക്ഷ്യങ്ങളുടെ ഫലപ്രാപ്തിക്ക് വിഘാതങ്ങൾ സൃഷ്ടിക്ക കയേയുള്ളൂ എന്നും പറഞ്ഞപ്പോൾ പണിക്കർക്ക് അതു ബോദ്ധ്യമായി.

താൻ എത്ര ശക്തിയായി വച്ചുപുലർത്തുന്ന അഭിപ്രായങ്ങളും കാര്യ കാരണ സഹിതം ആരെങ്കിലും ബോദ്ധ്യപ്പെടുത്തിയാൽ, പറയുന്ന ആൾ ആരെന്നു നോക്കാതെ തന്നെ തന്റെ തെറ്റുകൾ തിരുത്തുന്നതിന് പണിക്കർ യാതൊരു സങ്കോചവും കാണിച്ചിരുന്നില്ല.'

ഇപ്രകാരം ചേർത്തല താലൂക്കിലെ കമ്മ്യൂണിസ്റ്റ് പാർട്ടി പ്രവർത്ത നങ്ങൾ തൊഴിലാളികളുടേയും കുടികിടപ്പുകാരുടേയും അവശവിഭാഗ ങ്ങളുടേയും ഇടയിൽ ഒരു പുതിയ ഉണർവ്വ് പ്രദാനം ചെയ്തു കൊണ്ട് വളർന്നു വന്നു. പാർട്ടി തത്ത്വങ്ങളുടെ ബാലപാഠങ്ങൾ തൊഴിലാളികളെ ഉയിർത്തെഴുന്നേൽക്കാനുള്ള ആവേശം പകർന്നു കൊണ്ട് പരിരംഭണം ചെയ്തു.

തിരുവിതാംകൂറിലെ യുദ്ധാനന്തര സാമ്പത്തിക പ്രതിസന്ധി

1945 മെയ് 9 - ന് നാസികളെ സോവിയറ്റ് യൂണിയൻ പരാജയ പ്പെടുത്തിയതോടെ രണ്ടാം ലോകമഹായുദ്ധം അവസാനി ക്കുകയായിരുന്നു. ഹിരോഷിമയിലും നാഗസാക്കിയിലും അണുബോംബ് വർഷിച്ച് ജപ്പാനെ അമേരിക്ക നിലംപരിശാക്കി. അമേരിക്ക - ബ്രിട്ടൻ -സോവിയറ്റ് യൂണിയൻ സഖ്യകക്ഷികൾ വിജയിച്ചു. ഇതോടെ യുദ്ധ രംഗത്തു നിന്നും നിരവധി സൈനികർ തിരിച്ച വരാൻ തുടങ്ങി. തിരു വിതാംകൂറിൽ തൊഴിലില്ലായ്മയും പട്ടിണിയും വർദ്ധിക്കാൻ മറ്റൊരു കാരണം കൂടിയുണ്ടായിരുന്നു. യുദ്ധകാലത്ത് ഓർഡറുകൾ ഉണ്ടായി രുന്ന കയറുൽപ്പന്നങ്ങൾക്ക് യുദ്ധാനന്തരം ഓർഡറുകൾ ഇല്ലാതായി. നിരവധി കയർഫാക്ടറികൾ അടച്ച പൂട്ടുന്ന സ്ഥിതിവിശേഷം നാട്ടിൽ സംജാതമായി. പുതിയ സംരംഭകർ പണം മുടക്കാൻ വിമുഖത കാട്ടി. കയർ തൊഴിലാളികൾ ദാരിദ്ര്യത്തിലായി. നിരവധി തൊഴിലാളികൾ തൊഴിൽ രഹിതരായി. ഏകദേശം ഇരുപതിനായിരം തൊഴിലാളികൾ ക്ക് പണിയില്ലാതായി. ഇവരിൽ ഭൂരിപക്ഷവും അമ്പലപ്പഴ-ചേർത്തല താലൂക്കുകളിലായിരുന്നു. അവരുടെ കുടുംബാംഗങ്ങളും പട്ടിണിയിലായി.

തിരുവിതാംകൂറിലെ ജീവിതം ദുസ്സഹമായി. ഒരു കർഷകത്തൊഴിലാ ളിക്ക് ശരാശരി ഒരുരുപാ എട്ട്അണ (അമ്പതു പൈസ) കൂലി കിട്ടിയിരു ന്നപ്പോൾ വൈദഗ്ധ്യമുള്ള കയർ തൊഴിലാളിക്ക് കൂലി അതിലും കുറവാ യിരുന്നു. തിരുവിതാംകൂർ ഗവണ്മെന്റിന്റെ ഹ്രസ്വദൃഷ്ടിയും പിടിപ്പുകേടും

ഭക്ഷണക്ഷാമം രൂക്ഷമാക്കി. ബർമ്മ, മലയ മുതലായ രാജ്യങ്ങളിൽ നിന്നും അരി കിട്ടുമെന്ന വിശ്വാസത്തിൽ ഗവണ്മെന്റ് നെല്ലെടുപ്പ് പദ്ധതികൾ നിർത്തിവെച്ചു. സംഭരിച്ച ധാന്യങ്ങൾ നീതിപൂർവ്വം വിതരണം ചെയ്യുന്നതിന് ഗവണ്മെന്റ് ശ്രദ്ധിച്ചില്ല. കൂടാതെ സിലോണിനും കൊച്ചിക്കും ഗവണ്മെന്റ് സ്റ്റോക്കിൽ നിന്നും 15000 ടൺ അരി വീതം വിറ്റു. പൂഴ്ത്തിവെയ്പ്പും കരിഞ്ചന്തയും വർദ്ധിച്ചു. ഗവണ്മെന്റാകട്ടെ റേഷൻ വെട്ടിക്കുറച്ചു. റേഷൻ കൃത്യമായി വിതരണം ചെയ്യാൻ കഴിഞ്ഞത് പട്ടണവാസികൾക്കു മാത്രമായിരുന്നു. പുന്നപ്ര-വയലാർ സമരങ്ങളിലേക്കും അതിനോടനുബന്ധിച്ച് നിരാലംബരായ കയർ തൊഴിലാളികളും കർഷക തൊഴിലാളികളും കുടിയാന്മാരും ക്യാമ്പുകളിലേക്ക് എത്തിച്ചേരുവാനുമുള്ള ഒരു കാരണം സാമ്പത്തിക പ്രതിസന്ധിയായിരുന്നു.

ദേശീയ രാഷ്ട്രീയ സ്ഥിതി

1945 നവംബറിൽ ഐ. എൻ. എ തടവുകാരെ നിരുപാധികം വിട്ടയക്കണമെന്ന ആവശ്യമുന്നയിച്ച് കൽക്കത്തയിലെ വിദ്യാർത്ഥികൾ ഉശിരൻ പ്രകടനം നടത്തി. അതിൽ മുസ്ലിംലീഗും കോൺഗ്രസ്സും എല്ലാ ഭിന്നതകളും മറന്ന് തോളോട്ട തോൾ ചേർന്ന് പങ്കെടുത്തു.

ബ്രിട്ടീഷ് ഗവണ്മെന്റ് ലാത്തിയും തോക്കും കൊണ്ട് പ്രകടനത്തെ നേരിട്ടു. ആ പ്രക്ഷോഭണ കൊട്ടങ്കാറ്റ് ഇന്ത്യയുടെ എല്ലാ ഭാഗത്തേക്കും ആഞ്ഞു വീശുകയും അവസാനം ഐ. എൻ. എ തടവുകാരുടെ മേലുള്ള കോർട്ടമാർഷൽ ഒഴിവാക്കി അവരെ മോചിപ്പിക്കാൻ ബ്രിട്ടീഷ് ഗവണ്മെന്റ് നിർബ്ബന്ധിതരായി. പക്ഷെ കെട്ടഴിച്ചുവിട്ട ജനകീയ മുന്നേറ്റം അതുകൊണ്ട് അവസാനിച്ചില്ല. സമരരംഗം കൽക്കത്തയിൽ നിന്നും ബോംബെയിലേക്ക മാറി. ഇരുപതിനായിരം വരുന്ന നാവിക സൈനികർ ബോംബെയിൽ പണിമുടക്കി. അത് പടർന്ന പിടിച്ചു. കൽക്കത്തയിലും കറാച്ചിയിലും മദ്രാസിലും ഡൽഹിയിലും തൊഴിലാളികൾ ഒറ്റക്കെട്ടായി നാവിക സൈനികരുടെ പിന്നിൽ അണിനിരന്നു. പട്ടാളക്കാരുടേയും തൊഴിലാളികളുടെയും ബഹുജനങ്ങളുടെയും ചോര ഒന്നായി ചേർന്ന് ബോംബെയിലെ നിരത്തുകളിൽ ഒഴുകി. ഭാരതത്തിലെ സ്വാതന്ത്ര്യ സമര ചരിത്രത്തിൽ ചോരയിൽ കുതിർന്ന ഒരു അദ്ധ്യായം അങ്ങനെ രചിക്കപ്പെട്ടു. ഇന്ത്യക്ക് രാഷ്ട്രീയ സ്വാതന്ത്ര്യം പ്രഖ്യാപിക്കാൻ ബ്രിട്ടീഷുകാർ നിർബ്ബന്ധിതരായി. ബ്രിട്ടനിൽ ആറ്റ്ലിയുടെ നേതൃത്വത്തിൽ ലേബർ പാർട്ടി അധികാരത്തിൽ വന്നതും ഇന്ത്യൻ സ്വാതന്ത്ര്യലബ്ധിക്ക് അനുകൂല ഘടകമായി. ഇന്ത്യയുടെ സ്വാതന്ത്ര്യം കൈമാറുന്നതിൽ ഒരു തീരുമാനമുണ്ടാക്കാനായി ബ്രിട്ടന്റെ ഒരു ക്യാബിനറ്റ് മിഷൻ 1946 മാർച്ച് 23-ന് ഇന്ത്യയിലെത്തി.

ക്യാബിനറ്റ് മിഷൻ നടത്തിയ ചർച്ചകൾക്ക് പ്രത്യക്ഷ ഫലമൊന്നും ഉണ്ടായില്ല. സിംലയിൽവച്ച് കോൺഗ്രസ്സും മുസ്ലിം ലീഗും സംബന്ധിച്ച ഒരു സമ്മേളനം ക്യാബിനറ്റ് മിഷന്റെ നിർദ്ദേശമനുസരിച്ച വിളിച്ച കൂട്ടി. ഈ സമ്മേളനം ഫലം കണ്ടില്ല. ഒരു ഇടക്കാല ഗവണ്മെന്റ് രൂപീകരിക്കുന്നതിന വേണ്ടി കോൺഗ്രസ്സിനേയും ലീഗിനേയും അനുരഞ്ജിപ്പിക്കുന്നതിൽ ക്യാബിനറ്റ് മിഷൻ പരാജയപ്പെട്ടു. അവർ ലണ്ടനിലേക്ക് മടങ്ങി. ഉദ്യോഗസ്ഥർ മാത്രമടങ്ങുന്ന ഒരു എക്സിക്യൂ ട്ടീവ് കൗൺസിൽ ഏർപ്പെടുത്താൻ വൈസ്രോയി തീരുമാനിച്ചു. തുടർന്ന് ഭരണഘടനാസമിതിയിലേക്ക നടന്ന തെരഞ്ഞെടുപ്പിൽ കോൺഗ്ര സ്സിനും കോൺസ്സിനെ അനുകൂലിക്കുന്ന പാർട്ടികൾക്കും കൂടി 292 സീറ്റും മുസ്ലിംലീഗിന് 74 സീറ്റും ലഭിച്ചു. 1946ജൂലൈ 27-ന് മുസ്ലിം ലീഗ് പ്രവർത്തകസമിതി യോഗത്തിൽ പാകിസ്ഥാൻ സ്ഥാപിച്ച കിട്ടുന്നതിന് പ്രത്യക്ഷ സമരദിനമായി ആഗസ്റ്റ് ആറാം തീയതി ആചരിക്കാൻ ജിന്ന ആഹ്വാനം ചെയ്തു. തുടർന്ന് ഇന്ത്യയിൽ അരങ്ങേറിയ ഹിന്ദു മുസ്ലിം ലഹളയുടേയും കൂട്ടക്കൊലകളുടേയും വിത്ത് വിതയ്ക്കുകയായിരുന്നു ജിന്ന ചെയ്തത്. ഇടക്കാല ഗവണ്മെന്റിൽ മുസ്ലീം ലീഗിനെ പങ്കെടുപ്പിക്കാൻ ജവഹർലാൽ നെഹ്രു നടത്തിയ ശ്രമങ്ങൾ പരാജയപ്പെട്ടു. ലീഗിനെ കൂടാതെയുള്ള ഇടക്കാല ഗവണ്മെന്റ് 1946 സെപ്റ്റംബർ 2 ന് നിലവിൽ വന്നു. തങ്ങൾ വൈസ്റോയിയുടെ നേതൃത്വത്തിലുള്ള എക്സിക്യൂട്ടിവ് കൗൺസിലിൽ ചേരാതെ നിൽക്കുന്നത് ദോഷകരമാണെന്നു ബോദ്ധ്യ പ്പെട്ട ജിന്ന മുസ്ലീം ലീഗ് പ്രതിനിധികളായ അഞ്ചു പേരെ ഇടക്കാലഗ വണ്മെന്റിൽ ചേരാൻ അനുവദിച്ചു. 1946 ഒക്ടോബർ 26-നായിരുന്നു ഇത്. ഇതേസമയം ഇന്ത്യയിലെ പ്രമുഖ നാട്ട രാജ്യങ്ങളിൽ ഒന്നായ തിരുവിതാംകൂറിൽ നടന്ന സംഭവവികാസങ്ങൾ മറ്റൊരു സ്വാതന്ത്ര്യ സമരത്തിന്റെ രക്തരൂക്ഷിതമായ അടിച്ചമർത്തലായിരുന്നു! ഇന്ത്യൻ യൂണിയനിൽ നിന്നും സ്വതന്ത്രമായ ഒരു രാജ്യമായി തിരുവിതാംകൂറിനെ നിലനിർത്താനും രാജാധികാരത്തിൻ കീഴിൽ ചോദ്യം ചെയ്യപ്പെടാനാ വാത്ത ഒരു ഭരണാധികാരിയായി തുടരാനുമായിരുന്ന സി. പി. യുടെ തീരുമാനം.

സി. പി. രാമസ്വാമി അയ്യരുടെ തന്ത്രങ്ങൾ

പ്രായപൂർത്തി വോട്ടവകാശത്തിന്റെ അടിസ്ഥാനത്തിൽ രാജ്യത്തെ ജനങ്ങൾക്ക് സമ്മതിദാനാവകാശം ഉണ്ടാകണമെന്നും അങ്ങനെ തിരുവിതാംകൂറിലേക്ക് നടത്തപ്പെടുന്ന നിയമസഭാ തെരഞ്ഞെടുപ്പിൽ ജയിച്ച വരുന്ന പ്രതിനിധികളിൽ നിന്നും ഭരണസമിതി രൂപീകരിക്ക ണമെന്നുമാണ് 1938 മുതൽ സ്റ്റേറ്റ് കോൺഗ്രസ്സും മറ്റ സംഘടനകളും

ആവശ്യപ്പെട്ടത്. എട്ടു വർഷങ്ങൾ കഴിഞ്ഞിട്ടും ഉത്തരവാദഭരണം എന്ന കോൺസിന്റെ ആവശ്യം ദിവാനോ രാജാവോ അംഗീകരിച്ചില്ല. രാജാവ് നിയമിക്കുന്ന ഉദ്യോഗസ്ഥനായിരിക്കും സഭയുടെ എക്സിക്യൂ ട്ടീവ്. അയാളെ എപ്പോൾ വേണമെങ്കിലും മാറ്റാനുള്ള അധികാരവും രാജാവിനാണ്. സമ്മതിദാനാവകാശം കരമൊട്ടുക്കുന്നതിന്റെ അടിസ്ഥാനത്തിലാണ് കൊടുത്തിരുന്നത്. ചുരുക്കത്തിൽ കാര്യമായ അധികാരങ്ങളൊന്നും ജനപ്രതിനിധികൾക്ക് കൈമാറാത്ത ഒരു ഭരണ സംവിധാനമാണ് അതിബുദ്ധിമാനായ സി. പി. ഒരുക്കിയിരുന്നത്. എങ്ങനെയും ദിവാന് പ്രാമുഖ്യമുള്ള ഒരു ഭരണക്രമം!

1946 ജനവരി 15-ന് അമേരിക്കൻ മോഡൽ ഭരണത്തിന്റെ കരട് നിയമസഭയിൽ അവതരിപ്പിച്ചു. 'മഹാരാജാവ് തിരുമനസ്സിലെയും രാജ കുടുംബാംഗങ്ങളുടെയും പദവി, സ്വത്ത്, വിദേശീയവും രാഷ്ട്രീയവുമായ ബന്ധങ്ങൾ, ദേവസ്വങ്ങൾ, ഹിന്ദുമത എൻഡോവ്മെന്റുകളുടെ നിയ ന്ത്രണവും ഭരണവും, പട്ടാളം എന്നിവയൊഴിച്ച് നിയമസഭയ്ക്ക് ഗവണ്മെ ന്റിന്റെ എല്ലാ പ്രവർത്തനമണ്ഡലങ്ങളിലും അധികാരമുണ്ടായിരിക്കും.' മുകളിൽ പറഞ്ഞിരിക്കുന്നതുപോലെ കാരണങ്ങൾ വിശദമാക്കി വീറ്റോ ചെയ്യാത്ത പക്ഷം നിയമസഭയുടെ രണ്ടു മണ്ഡലങ്ങളും അനുകൂലിക്കുന്ന തീരുമാനങ്ങൾ ഗവണ്മെന്റ് നടപ്പിൽ വരുത്തുമെങ്കിലും ദിവാനെയൊ എക്സിക്യൂട്ടിവിലെ എതെങ്കിലും ഉദ്യോഗസ്ഥനെയൊ നീക്കുവാൻ അധികാര മുണ്ടായിരിക്കില്ല. ഹൈക്കോടതി ജഡ്ജിമാരെ തിരുമനസ്സ കൊണ്ട് നിയമിക്കുന്നതുമാണ്.

കൂർമ്മ ബുദ്ധിയായ സി. പി. എന്ന തമിഴ് ബ്രാഹ്മണൻ വളരെ മുന്നൊ രുക്കങ്ങളോടെയാണ് നിയമസഭയിൽ മേൽ പ്രസ്താവിച്ച അമേരിക്കൻ മോഡൽ ഭരണ പരിഷ്ക്കാരം അവതരിപ്പിച്ചത്. സ്റ്റേറ്റ് കോൺസ് നിഷ്ക്രിയമായിരിക്കുന്ന കാലത്ത് 1945 ജൂൺ മാസത്തിൽ സർ. സി. പി. ശ്രീമൂലം അസംബ്ലിയിലേക്ക് തെരഞ്ഞെടുപ്പ നടത്തി. തെര ഞ്ഞെടുപ്പിൽ കോൺഗ്രസിന്റെ വലിയൊരു വിഭാഗം നേതാക്കൾക്ക് സമരത്തിൽ പങ്കെടുത്ത് ജയിൽശിക്ഷ അനുഭവിച്ചതിന്റെ പേരിൽ തെരഞ്ഞെടുപ്പിൽ സ്ഥാനാർത്ഥിത്വം നിഷേധിച്ചിരുന്നു. കോൺഗ്ര സ്സിനു നിയമസഭയിൽ സീറ്റകൾ കുറയുമെന്നും അതു വഴി പാർട്ടിയുടെ ജനസ്വാധീനം കുറഞ്ഞു എന്ന് ലോകത്തെ കാട്ടിക്കൊടുക്കാനുമാണ് സി. പി. തിരക്കിട്ട തെരഞ്ഞെടുപ്പ് നടത്തിയത്. അക്കാര്യത്തിൽ സി. പി. പ്രതീക്ഷിച്ചതുപോലെ പുതിയ നിയമസഭയിൽ എട്ടൊ പത്തൊ കോൺഗ്രസ് പ്രതിനിധികൾ മാത്രമെ ജയിച്ചവന്നുള്ളൂ! അങ്ങനെയുള്ള നിയമസഭയിലാണ് സർ. സി. പി. തന്റെ അമേരിക്കൻ മോഡൽ ഭരണ പരിഷ്ക്കാരം പ്രസ്താവിച്ചത്.

ബ്രിട്ടീഷ് ഭരണം താങ്ങി നിർത്തിയിരുന്ന ഇന്ത്യയിലെ അറുന്നൂറോളം നാട്ടുരാജ്യങ്ങളിൽ തിരുവിതാംകൂർ രാജ്യം ഏറ്റവും ശക്തിയേറിയ ഒരു രാജ്യമായിരുന്നു. ഇവിടത്തെ ദിവാനായ സി. പി. ബ്രിട്ടീഷ് സാമ്രാ ജ്യത്വത്തിന്റെ പ്രിയങ്കരനായ ദാസനായിരുന്നു. അതുകൊണ്ട് ഇന്ത്യ സ്വാതന്ത്ര്യം നേടിയാലും ബ്രിട്ടീഷ് ഭരണം ഇവിടെ ഇടരണമെന്ന് ദിവാൻ ദൃഢനിശ്ചയം ചെയ്തു. ഇന്ത്യൻ യൂണിയനിൽ ചേരാതെ തിരുവിതാംകൂർ സ്വതന്ത്രമായി നിലകൊള്ളുമെന്ന് സർ. സി. പി. പ്രഖ്യാപിച്ചു. തിരുവിതാം കൂർ ബ്രിട്ടീഷ് മേൽക്കോയ്മയിൽ തുടർന്ന് പോകണമെന്നായിരുന്നു സി. പി. ആഗ്രഹിച്ചത്. ജനങ്ങളെ ഭിന്നിപ്പിച്ച നിർത്തുന്നതിന് പല പദ്ധതി കളും ദിവാൻ ആസൂത്രണം ചെയ്തു. വിദ്യാഭ്യാസം ദേശസാൽക്കരിക്കുക, കോളേജുകൾ അനുവദിച്ച കൊടുക്കുക, അമേരിക്കൻ മോഡൽ ഭരണ പരിഷ്ക്കാരം പ്രഖ്യാപിച്ച നടപ്പാക്കുക മുതലായവയായിരുന്നു സി. പി. യുടെ തന്ത്രങ്ങൾ. ഉത്തരവാദിത്വ പ്രക്ഷോഭം മുമ്പോട്ട നയിക്കാൻ ത്രാണിയില്ലാത്ത കോൺഗ്രസ് നേതാക്കളിൽ ചിലർ സി. പി. യെ അനു കൂലിക്കാൻ തയ്യാറായി. എസ്. എൻ. ഡി. പി, എൻ. എസ്. എസ്, മുസ്ലിം ലീഗ്, കത്തോലിക്ക കോൺഗ്രസ് എന്നീ സാമുദായിക സംഘടനകളെ സ്വാധീനിച്ച് പല നേതാക്കളെയും തന്റെ അനുകൂലികളാക്കാൻ സി. പി. ക്ക് കഴിഞ്ഞു. സാമുദായിക സംഘടനകളുടെ പിൻബലത്തോടെ സ്റ്റേറ്റകോൺഗ്രസിനെ തകർക്കാനും തന്റെ അമേരിക്കൻ മോഡൽ ഭരണ പരിഷ്ക്കാരത്തോട് വിയോജിച്ച നിൽക്കുന്ന കമ്യൂണിസ്റ്റകാരെ മർദ്ദിച്ച് ഒതുക്കാനും കമ്യൂണിസ്റ്റ് പ്രസ്ഥാനത്തെ തിരുവിതാംകൂറിൽ നിന്നും നിർമാർജ്ജനം ചെയ്യാനുമായിരുന്നു സർ. സി. പി. പദ്ധതികൾ തയ്യാറാക്കിയത്.

പുന്നപ്ര-വയലാർ വെടിവെയ്പ്പിലേക്ക് നയിച്ച സംഭവ പരമ്പരകൾ വിശകലനം ചെയ്താൽ നമുക്ക് മനസ്സിലാകുന്ന കാര്യം അത് ആകസ്മിക മായ ഒരു ഏറ്റുമുട്ടലിൽ സംഭവിച്ച ആൾനാശമായിരുന്നില്ല. വ്യക്തമായ പദ്ധതികൾ തയ്യാറാക്കി മഹാരാജാവിന്റെ മൂക്കിനു താഴെ ദിവാൻ നടത്തിയ ഒരു മനുഷ്യ കുരുതിയായിരുന്നു. തന്റെ അമേരിക്കൻ മോഡൽ ഭരണ പരിഷ്ക്കാരം നടപ്പിലാക്കാനും ഇന്ത്യൻ യൂണിയനിൽ ചേരാതെ ഒരു സ്വതന്ത്ര നാട്ടുരാജ്യമായി തിരുവിതാംകൂർ നിലനിർത്തുന്നതിനും വേണ്ടി സർ. സി. പി. രാമസ്വാമി അയ്യർ നടത്തിയ ഒരു കൂട്ടക്കുരുതി!

കൂട്ടക്കുരുതിയിലേക്ക് നയിച്ച സംഭവ പരമ്പരകൾ

1946 ജൂലൈ മാസത്തിൽ ജനങ്ങളുടെ നിത്യോപയോഗ സാധനങ്ങളായ അരിയും തുണിയും പഞ്ചസാരയും മണ്ണെ ണ്ണയും വിതരണം ചെയ്യണമെന്ന് ആവശ്യപ്പെട്ട് കയർ തൊഴിലാളി യൂണിയൻ സമരത്തിന് ആഹ്വാനം ചെയ്തു. തിരുവിതാംകൂറിലെ ഒന്നോ രണ്ടോ തൊഴിലാളി സംഘടനകൾ ഒഴിച്ച് മുഴുവൻ തൊഴിലാളി സംഘടനകളും അഖില തിരുവിതാംകൂർ ട്രേഡ് യൂണിയൻ കൗൺസിൽ (ATTUC) എന്ന കേന്ദ്ര സംഘടനയിൽ അംഗങ്ങളായിരുന്നു. അഖില തിതാവിതാംകൂർ ട്രേഡ് യൂണിയൻ കൗൺസിലിന്റെ പ്രസിഡന്റ് ടി. വി. തോമസും ജനറൽ സെക്രട്ടറി ആർ. സുഗതനും വൈസ് പ്രസി ഡന്റ് എൻ. ശ്രീകണ്ഠൻ നായരുമായിരുന്നു. പണിമുടക്ക് ആഹ്വാനം അമ്പലപ്പുഴ ചേർത്തല താലൂക്കിലെ കയർ തൊഴിലാളികൾ മാത്രമല്ല തിരുവിതാംകൂറിലെ സംഘടിത തൊഴിലാളികൾ ഒന്നാകെ ഏറ്റെടുത്തു. പ്രകോപിതരായ അധികാരി വർഗ്ഗം ആർ. സുഗതനെ അറസ്റ്റ് ചെയ്തു ജയിലിലടച്ചു. പക്ഷെ തീരുമാനിച്ചതു പോലെ പണിമുടക്ക മരം മൂന്നദി വസങ്ങൾ വിജയകരമായി നടന്നു. ഈ സമരത്തെ 'ഒരു വലിയ ദേശീ യവിപത്ത്' എന്നാണ് സി. പി. നിയമസഭയിൽ വിശേഷിപ്പിച്ചതെങ്കിലും യൂണിയന്റെ ആവശ്യങ്ങൾ പലയും സർക്കാർ അംഗീകരിക്കുകയും തുണി വിതരണത്തിന് കാർഡ് വ്യവസ്ഥ ഏർപ്പെടുത്തുകയും അമ്പലപ്പുഴയിലും ചേർത്തലയിലും കുറഞ്ഞ ചെലവിൽ ഊണ കൊടുക്കാനുള്ള ടിക്കറ്റുകൾ യൂണിയനുകൾക്ക് കൈമാറുകയും ചെയ്തു.

എൻ. ശ്രീകണ്ഠൻ നായർ

1946 സെപ്റ്റംബർ ആദ്യം 'സ്വാതന്ത്ര്യ സ്നേഹികൾ ഒന്നിച്ചുചേരണം' എന്ന പേരിൽ ഒരു ലഘുലേഖ സി. കേശവൻ അച്ചടിച്ച പ്രസിദ്ധപ്പെടുത്തി. 'മൗനം കുറ്റകരമാകുന്ന ചില മുഹൂർത്തങ്ങൾ ചരിത്രത്തിലുണ്ട്... അങ്ങനെ മൗനം ശിക്ഷാർഹമായ ഒരു ഭീരുത്വമായിത്തീർന്നിരിക്കുന്ന ഒരു കാലഘട്ടത്തില്ലൂടെയാണ് തിരുവിതാംകൂർ കടന്നു പോകുന്നത്' എന്ന ആമുഖത്തോടെ ആരംഭിക്കുന്ന പ്രസ്താവനയിൽ രാജ്യത്തിന്റെ ശോചനീയമായ ദാരിദ്ര്യത്തെ ഇറന്ന കാട്ടുകയും തൊഴിലാളി സമരങ്ങളെ ഗവണ്മെന്റ് മർദ്ദിച്ച് ഒയ്ക്കുന്നതിനെ വിമർശിക്കുകയും കൊല്ലം, ആലപ്പുഴ, കോട്ടയം, ആലുവ, പുനലൂർ മുതലായ സ്ഥലങ്ങളിൽ പട്ടാളത്തെ വിന്യസിച്ചിരിക്കുന്നതിനെ എതിർക്കുകയും ചെയ്തു. രാജ്യത്ത് കുഴപ്പങ്ങൾ ഉണ്ടാക്കുന്നത് കമ്മ്യൂണിസ്റ്റുകാരും ചില കോൺഗ്രസുകാരുമാണെന്ന ഗവണ്മെന്റ് ഭാഷ്യത്തെ എതിർക്കുകയും പട്ടിണി, വിലക്കയറ്റം, തൊഴിലില്ലായ്മ മുതലായവയാൽ കുഴഞ്ഞിരിക്കുന്ന ഒരു രാജ്യത്ത് കുഴപ്പമുണ്ടാക്കാൻ വെളിയിൽ നിന്നും ആരും വരേണ്ടതില്ല, നാമെല്ലാം കുഴഞ്ഞിരിക്കുന്ന എന്നതാണ് വസ്തുത എന്നും പ്രസ്താവിച്ചു. ഉത്തരവാദ ഭരണത്തിന വേണ്ടി 1938 ൽ കോൺഗ്രസ് ഇടങ്ങിവെച്ച സമരം ലക്ഷ്യത്തിലെത്തിക്കാൻ നാം ആഗ്രഹിക്കുന്നുവെങ്കിൽ ഇന്ന് മൗനമായിരിക്കാൻ നിർവ്വാഹമില്ല എന്ന് നിഷ്ക്രിയമായിരിക്കുന്ന കോൺഗ്രസ്സിനെ ച്ചണ്ടി പ്രസ്താവിക്കാൻ സി. കേശവൻ മടി കാണിച്ചില്ല. പട്ടം താണുപിള്ള സി. പി. യുടെ അമേരിക്കൻ മോഡൽ പരീക്ഷിച്ചുനോക്കിയാൽ കൊള്ളാമെന്ന അഭിപ്രായപ്രകടനം നടത്തിയത് ഈ കാലഘട്ടത്തിലാണ്. അങ്ങനെ സ്റ്റേറ്റ് കോൺഗ്രസിന്റെ പ്രവർത്തക സമിതിയിൽ സി. പി. അനുകൂലികൾ സി. പി. യുടെ തൊഴിലാളി വിരുദ്ധ നീക്കങ്ങൾക്ക് മൗനമായി കുട പിടിക്കുകയായിരുന്നു. സി. കേശവനും കുസലത്ത ശങ്കു പിള്ളയും പോലുള്ള കോൺഗ്രസ് നേതാക്കൾ ഉത്തരവാദ ഭരണത്തിന വേണ്ടിയും അമേരിക്കൻ മോഡലിന് എതിരായും നിലപാട്ട സ്വീകരിച്ചു.

1946 സെപ്റ്റംബർ 25-ന് ആലപ്പുഴ കയർഫാക്ടറി വർക്കേഴ്സ് യൂണിയൻ വളപ്പിൽ അഖില തിരുവിതാംകൂർ ട്രേഡ് യൂണിയൻ കൗൺസിൽ വിളിച്ചു കൂട്ടിയ ചരിത്ര പ്രസിദ്ധമായ ഒരു സമ്മേളനം

നടക്കുകയുണ്ടായി. ടി. വി. തോമസിന്റെ അദ്ധ്യക്ഷതയിൽ ചേർന്ന സമ്മേളനത്തിൽ അന്ന് കമ്മ്യൂണിസ്റ്റ് പാർട്ടി സെക്രട്ടറിയായിരുന്ന പി. റ്റി. പുന്നൂസ്, എൻ. ശ്രീകണ്ഠൻ നായർ, സി. കേശവൻ, കുമ്പളത്ത ശങ്കുപ്പി ള്ള, ജി. പി. നീലകണ്ഠപിള്ള, കെ. വി. പത്രോസ് ചേർത്തലയിൽ നിന്നും സി. കെ. കുമാരപണിക്കർ, സി. ജി. സദാശിവൻ തുടങ്ങിയവരും 55 ട്രേഡ് യൂണിയനുകളുടേയും പ്രതിനിധികളും പങ്കെടുത്തു. പി. റ്റി. പുന്നൂസ് അവതരിപ്പിച്ച പ്രമേയത്തിൽ ഗവണ്മെന്റിന്റെ മർദ്ദന നടപടികളിൽ പ്രതിഷേധിക്കണമെന്നും രാഷ്ട്രീയതടവുകാരെ നിരുപാധികം മോചി പ്പിക്കണമെന്നും ഉത്തരവാദ ഭരണത്തിനു വേണ്ടിയും അമേരിക്കൻ മോഡൽ ഭരണ പരിഷ്ക്കാരത്തിന് എതിരായും സമരം നടത്തണ മെന്നുമായിരുന്നു. എൻ. ശ്രീകണ്ഠൻ നായർ പ്രമേയത്തെ പിൻതാങ്ങി. സ്റ്റേറ്റ് കോൺഗ്രസ് തുടങ്ങുന്നതുവരെ ട്രേഡ് യൂണിയനുകൾ കാത്തിരി ക്കണമെന്ന് അഭിപ്രായപ്പെടുകയും ചെയ്തു. ഈ സമ്മേളനത്തിലാണ് സി. കേശവൻ ചരിത്ര പ്രാധാന്യമുള്ള ഒരു പ്രസംഗം നടത്തിയത്.

'സ്റ്റേറ്റ് കോൺഗ്രസ് ഉത്തരവാദ ഭരണത്തിനു വേണ്ടിയുള്ള സമരം തുടങ്ങാൻ ഉറച്ചിരിക്കുകയാണ്. നിങ്ങളുടെയിടയിലുള്ള ഈ യോജിപ്പിനെ ഞാൻ അഭിനന്ദിക്കുന്നു. ഏതായാലും മൈലാപ്പൂർ പട്ടരുടെ മുന്നിൽ തോൽക്കാൻ സാദ്ധ്യമല്ല. അമേരിക്കൻ മോഡലിൽ ചില ഭേദഗതികൾ വരുത്തുന്നതിനായി സർ. സി. പി. യുമായി കൂടി യാലോചനകൾ നടത്തുന്നതിനാൽ ഇപ്പോൾ സമരം തുടങ്ങുന്നത് പ്രതിബന്ധമായിരിക്കുമെന്നാണ് പട്ടത്തിന്റെ അഭിപ്രായം... എന്നാൽ നിങ്ങളോട് ഒരു കാര്യം പറയാം. (നെഞ്ചിൽ കൈവെച്ചു കൊണ്ട്) സ്റ്റേറ്റ് കോൺഗ്രസ് സമരം തുടങ്ങിയാലും ഇല്ലെങ്കിലും ശരി ഞാനും കുമ്പളവും സമരരംഗത്തുണ്ടായിരിക്കും. ഈ രാജ്യത്തെ എഴുപത്തിയഞ്ചു ശതമാനം യുവജനങ്ങളും നമ്മളോടൊപ്പമുണ്ടാകുമെന്ന് എനിക്കുറപ്പ ണ്ട്. അതുകൊണ്ട് കന്നി 25ാം തീയതിയിലെ (ഒക്ടോബർ 11) വർക്കിംഗ് കമ്മിറ്റി കഴിഞ്ഞ സമരം തുടങ്ങാവു. ' അമ്പലപ്പുഴ-ചേർത്തല താലൂക്ക കളിലെ തൊഴിലാളികളുടെ രാഷ്ട്രീയ നിലപാടുകൾക്ക് പിന്തുണ നൽകേ ണ്ടതാണ് സ്റ്റേറ്റ് കോൺഗ്രസ്സിന്റെ ധർമ്മമെന്ന് സി. കേശവൻ ഉറച്ച വിശ്വസിച്ചിരുന്നു. സി. കേശവനെ വിശ്വസിച്ച തൊഴിലാളി നേതാക്കൾ സമര പരിപാടികൾ ആസൂത്രണം ചെയ്യാൻ 1946 ഒക്ടോബർ 13-ന് സമ്മേളനം വീണ്ടും കൂടാമെന്നു തീരുമാനിച്ച് പിരിഞ്ഞു.

ഒക്ടോബർ 1-ന് സർ. സി. പി. രാമസ്വാമി അയ്യർ ഒന്നാം റെഗുലേഷൻ പ്രഖ്യാപിച്ചു. വായുവും വെള്ളവുമൊഴിച്ച് എല്ലാ ജീവിതാവശ്യങ്ങളേയും നിരോധിക്കുന്ന കരിനിയമം എന്നാണ് ഈ റെഗുലേഷനെ സി. കേശൻ

വിശേഷിപ്പിച്ചത്. തൊഴിലാളികൾ പണിമുടക്കിയാൽ, ഹർത്താൽ ആചരിച്ചാൽ, അഞ്ചു വർഷം കഠിനതടവും പിഴയും. സിനിമ, നാടകം, കഥാപ്രസംഗം മുതലായ കലാരൂപങ്ങൾ എപ്പോൾ വേണമെങ്കിലും നിരോധിക്കാം. ഘോഷയാത്രകളും പൊതുയോഗങ്ങളും നടത്താൻ പാടില്ല. ആരെയും എപ്പോൾ വേണമെങ്കിലും നാട്ടുകടത്താം. ഇങ്ങനെ നീണ്ട നിരോധനങ്ങളുടെ ഒരു പട്ടിക ഗവണ്മെന്റ് ജനജീവിതത്തിൽ അടിച്ചേൽപ്പിച്ചു. ഈ കരിനിയമത്തെ എതിർക്കേണ്ട സ്റ്റേറ്റ് കോൺഗ്രസ് നേതൃത്വം സി. പിയുമായി സന്ധി ചെയ്യാൻ പരിശ്രമിക്കുകയായിരുന്നു! തിരുവിതാംകൂറിലെ സംഘടിത തൊഴിലാളിവർഗ്ഗവും വിദ്യാർത്ഥികളും യുവജനങ്ങളും പരിപൂർണ്ണ ഉത്തരവാദിത്വ ഭരണം നേടിയെടുക്കാൻ ഉള്ള അന്തിമ സമരത്തിന് സ്റ്റേറ്റ് കോൺഗ്രസ് നേതൃത്വം പച്ചക്കൊടി കാണിക്കുന്നതും കാത്ത് കഴിയുകയായിരുന്നു! ഒക്ടോബർ 9 -ന് സ്റ്റേറ്റ് കോൺഗ്രസ് വർക്കിംഗ് കമ്മിറ്റി കൂടിയെങ്കിലും സമരപ്രഖ്യാപനമുണ്ടാ യില്ല. സമരത്തോട് അനുകൂല മനോഭാവം പുലർത്തിയ സി. കേശവനെ സമ്മേളനത്തിനു മുൻപുതന്നെ അറസ്റ്റ് ചെയ്ത് ജയിലിൽ അടച്ചു.

സെപ്റ്റംബർ 3-നു തന്നെ ചേർത്തലയിൽ പട്ടാളം റോന്തുചുറ്റാൻ തുടങ്ങി. ചേർത്തല താലൂക്കിൽ മർദ്ദന പരിപാടികൾ അഴിച്ചു വിട്ടന്ന തിന്റെ മുന്നോടിയായിരുന്നു ഈ നീക്കം. വളരെ ആസൂത്രിതമായ ഒരു പദ്ധതിയുടെ ഭാഗമായിരുന്നു പട്ടാളത്തെ വിന്യസിച്ച നടപടി. അപകടം മണത്ത തൊഴിലാളികൾ പ്രകോപനമുണ്ടാക്കുന്ന ഒരു നടപടികൾ ക്കും ഇനിഞ്ഞില്ല.

പക്ഷെ പോലീസും പട്ടാളവും ജന്മിമാരുടെ ഗുണ്ടകളും ചേർന്ന് ഭീകരമായ തൊഴിലാളി മർദ്ദനം അഴിച്ചവിട്ടു.

ഒന്നാം റെഗുലേഷൻ പ്രഖ്യാപിച്ചതിനു ശേഷം ഒക്ടോബർ 5-ന് ചേർത്തല കയർഫാക്ടറി വർക്കേഴ്സ് യൂണിയൻ വൈസ് പ്രസിഡ ന്റായിരുന്ന എൻ. എസ്. പി. പണിക്കരെ അറസ്റ്റ് ചെയ്തു. കമ്മ്യൂണിസ്റ്റ് പാർട്ടി യോഗത്തിൽ പ്രസംഗിച്ചു എന്ന കുറ്റം ചുമത്തിയായിരുന്നു അറസ്റ്റ് ചെയ്തത്. കർഷത്തൊഴിലാളി യൂണിയൻ വൈസ് പ്രസിഡന്റായിരു ന്ന എ. ശ്രീധരൻ, ചേർത്തല കയർഫാക്ടറി വർക്കേഴ്സ് യൂണിയൻ ഫാക്ടറി കമ്മിറ്റി സെക്രട്ടറിയായിരുന്ന സി. എസ്. രാമകൃഷ്ണൻ, ജനറൽ കമ്മിറ്റി കൺവീനർ കെ. ഡി. പ്രഭാകരൻ എന്നിവരെ ഒക്ടോബർ 9 -നും അറസ്റ്റ് ചെയ്തു.

ചേർത്തല താലൂക്കിലെ കരിനിലങ്ങളിൽ കൊയ്ത്തിന് സമയമായി. ചെമ്പകശ്ശേരി, തേവർപാതി, വെട്ടിയ കാട്, പുത്തൻകാട് മുതലായവ യായിരുന്നു കരിനിലങ്ങൾ. പട്ടിണിയിലും ദാരിദ്ര്യത്തിലും വലഞ്ഞിരുന്ന

നാടിന് ആശ്വാസമരുളുന്ന ഏറിയ വിളവ് ലഭിക്കുമെന്ന് വിളിച്ചോതുന്ന സ്വർണ്ണക്കതിർക്കലകൾ കുളിർകാറ്റിൽ നൃത്തം ചെയ്തു. അൽപം ഉപ്പുരസമുണ്ടെങ്കിലും നന്നായി വളരുന്ന ചെട്ടിവിരിപ്പ് എന്നയിനം നെല്ലാണ് ഇവിടങ്ങളിൽ കൃഷി ചെയ്തിരുന്നത്. പൊക്കാളി കൃഷി എന്നാണ് ഇത് അറിയപ്പെടുന്നത്. നല്ല വളർച്ചയുള്ള ഞാറുകൾ വെള്ളത്തിലാണ് നിൽക്കുന്നത്. മുട്ടനീരുവെള്ളത്തിൽ തലയുയർത്തി നിൽക്കുന്ന ഞാറുകൾ കൊയ്തെടുക്കാൻ തൊഴിലാളികൾ അരയ്ക്കൊപ്പം വെള്ളത്തിലിറങ്ങി നിന്ന് കൊയ്യുക മാത്രമെ നിവൃത്തിയുണ്ടായിരുന്നുള്ളൂ. ഇന്നും യന്ത്ര സഹായത്താൽ പൊക്കാളി കൃഷിയിലെ ഞാറുകൾ കൊയ്തെടുക്കാൻ സാദ്ധ്യമല്ല. യന്ത്രവൽക്കരണം ഇപ്പോഴും സുസാദ്ധ്യമാകാത്ത ഒരു മേഖലയാണ് പൊക്കാളി കൃഷി.

തൊഴിലാളികൾ മിക്കവാറും കുടുംബസമേതമാണ് കൊയ്ത്തിനു വന്നിരുന്നത്. രാവിലെ ആറുമണിക്ക് ആരംഭിക്കുന്ന കൊയ്ത്ത് മിക്കവാറും ഇരുട്ടം വരെ നീണ്ടു പോകുമായിരുന്നു.

കൊയ്ത് വള്ളത്തിൽ കയറ്റി കറ്റകൾ മുതലാളന്റെ കളത്തിൽ എത്തിക്കുന്നതുവരെയാണ് തൊഴിലാളിയുടെ ജോലിസമയം. ഒരു കുടുംബം കൊയ്ത കൂട്ടുന്ന കറ്റകൾ ഒരുമിച്ച് ഒരു കുമ്പാരമായി കളത്തിൽ അട്ടക്കി വെയ്ക്കും. അതിനെ കരകം എന്നാണ് അറിയപ്പെട്ടിരുന്നത്.

കൊയ്ത്ത് കഴിഞ്ഞ് ഏതാനും ദിവസങ്ങൾക്കകം മെതി ആരംഭിക്കും. പൊലിപ്പായിൽ മെതിച്ച കൂട്ടുന്ന നെല്ല് ജന്മിയുടെ നടത്തിപ്പുകാരൻ അളന്നുതിട്ടപ്പെടുത്തും. തൊഴിലാളിക്ക് കൊയ്ത്തിന് കൂലിയായി ലഭിക്കുന്ന നെല്ലിനെയാണ് പതം എന്ന് അറിയപ്പെട്ടിരുന്നത്. അളവു കൂട്ടയിലൊ പറയിലൊ അളക്കുന്ന നെല്ല് പത്ത് ഭാഗം ജന്മിക്ക് അവകാശപ്പെട്ടതും ഒരു ഭാഗം തൊഴിലാളിക്ക് ഉള്ളതുമായിരുന്നു. ഇതിനെയാണ് പത്തിന് ഒന്ന് പതം എന്നു പറയുന്നത്.

കമ്മ്യൂണിസ്റ്റ് പാർട്ടിയുടെ ആവിർഭാവത്തോടെ പുത്തൻ ഉണർവും ആത്മധൈര്യവും നേടിയ തൊഴിലാളികൾ പാരമ്പര്യമായി നിലനിന്നിരുന്ന ഫ്യൂഡൽ വ്യവസ്ഥിതിയെ ചോദ്യം ചെയ്തു തുടങ്ങി. ജന്മിമാർക്ക് സഹിക്കാവുന്നതിലും അപ്പുറമായിരുന്ന അദ്ധ്വാനത്തിന് കൂലി കൂട്ടണമെന്ന തൊഴിലാളികളുടെ ആവശ്യം. പത്തിനൊന്ന പതം അഞ്ചിലൊന്നായി വർദ്ധിപ്പിക്കേണ്ടി വരുമെന്ന കിംവദന്തി ഭൂവുടമകളുടെ കർണ്ണങ്ങളിൽ ഇടിമുഴക്കമായി പ്രകമ്പനം കൊണ്ടു. കൊയ്ത്ത് ദിനങ്ങളിൽ കൊയ്ത്തുകാർക്ക് ആഹാരത്തിനായി അന്നന്ന് നൽകുന്ന വേതനമാണ് തീർപ്പ്. ഈ വർഷം മുതൽ കൊയ്ത്തുകാർക്ക് തീർപ്പ് കറ്റകൾ കൊടുക്കേണ്ട എന്ന തീരുമാനം ഒരു പ്രതികാര നടപടി എന്ന നിലയിൽ ജന്മിമാർ

ഒത്തൊരുമിച്ച് കൈകൊണ്ടു. തർക്കത്തെ തുടർന്ന് നെല്ലു വിളഞ്ഞിട്ടും കൊയ്ത്ത് നീണ്ടുപോയി.

ഒക്ടോബർ 6-ന് പാട്ടത്തിൽ മേലായധകർത്താവിന്റെ കരിനില ത്തിലെ കൊയ്ത്ത് തീർന്നു. മെതിക്കാൻ സമയമായി. മെതി കഴിഞ്ഞ് അളവ്വുകാരൻ നെല്ല് അളക്കാൻ തുടങ്ങി. പതിവ്വു പോലെ പത്തിന് ഒന്ന പതം എന്ന കണക്കിന് അളന്നു. അവസാനത്തെ പതത്തിനൊപ്പം ഒരു വാര കൂടി തൊഴിലാളിക്ക് കൊട്ടക്കേണ്ടതാണ്. പക്ഷെ അയാൾ അത് കൊട്ടത്തില്ല. മാത്രമല്ല പൊലിപ്പായിൽ മിച്ചം വരുന്ന നെല്ലിൽ ഒരുപിടി മാത്രം വാരിയെടുത്തിട്ട് ബാക്കി തൊഴിലാളിക്ക് കൊട്ടക്കുക യാണ് പതിവ്. എന്നാൽ അളവ്വുകാരൻ നെല്ലെല്ലാം വാരിയെടുത്തു. കുപിതനായ കൊയ്ത്തുകാരൻ പൊലിപ്പായ തട്ടിക്കുടഞ്ഞ് അതിലുണ്ടാ യിരുന്ന നെല്ലും പൊടിയും കളത്തിലേക്ക് ഇട്ട കൊട്ടത്തു. പായ തട്ടി ക്കുടയുന്ന ശബ്ദം കേട്ട് അഭിമാനക്ഷതം തോന്നിയ ജന്മി പാട്ടത്തിൽ കർത്താവ് കൊയ്ത്തുകാരനെ പിടിച്ചകെട്ടാൻ തന്റെ അനുചരന്മാരോട് ആജ്ഞാപിച്ചു. അനുചരന്മാർ അയാളെ പിടിച്ച കെട്ടി ക്രൂരമായി മർദ്ദിച്ചു. കലിയടങ്ങാത്ത കർത്താവ് മതിവരുവോളം അയാളെ തല്ലി. അതുകൊണ്ടും ദേഷ്യം തീരാതിരുന്ന കർത്താവ് ധിക്കാരിയായ തൊഴിലാളിയെ പൂമുഖത്തെ തെങ്ങിൽ പിടിച്ച കെട്ടാൻ ആജ്ഞാപിച്ചു. വിവരങ്ങളറിഞ്ഞ തൊഴിലാളികൾ കൂട്ടത്തോടെ ഓടിയെത്തി. തൊഴി ലാളികളുടെ കൂട്ടത്തോടെയുള്ള വരവു കണ്ട് പാട്ടത്തിൽ കർത്താവ് പരി ഭ്രാന്തനായി. ആൾബലത്തിൽ തൊഴിലാളികൾ തങ്ങളുടെ കൂട്ടാളിയെ സ്വതന്ത്രനാക്കണമെന്ന് ആവശ്യപ്പെട്ടു. വലിയ എതിർപ്പൊന്നു കൂടാതെ കർത്താവ് അയാളെ അഴിച്ചവിട്ടു.

തെങ്ങിൽ പിടിച്ച കെട്ടിയ തൊഴിലാളിയെ തന്റെ മുറ്റത്തു നിന്നും തൊഴിലാളികൾ മോചിപ്പിച്ച സംഭവം പാട്ടത്തിൽ വേലായധ കർത്താ വിന് വലിയ മാനക്കേടായി. കീഴാളന്മാരോട്ടുള്ള രോഷം കർത്താവിന്റെ സിരകളിൽ തിളച്ചു. ഒക്ടോബർ 11 ന് ഉച്ച കഴിഞ്ഞ് കുരുക്കൾ എന്ന പേരിൽ അറിയപ്പെട്ടന്ന ഒരു റൗഡിത്തലവൻ കഠാരയും വടിവാള മായി തൊഴിലാളികളുടെ വീടുകൾ ആക്രമിക്കുകയും സ്ത്രീകളെ കടന്നു പിടിക്കുകയും ചെയ്തു. കൊയ്ത്ത കഴിഞ്ഞു ചായക്കടയിലിരുന്ന് ചായ കുടി ക്കുകയായിരുന്ന രണ്ട തൊഴിലാളികളെ കുരുക്കൾ ഓടിച്ചിട്ട മർദ്ദിച്ചു. വിവരമറിഞ്ഞ് വയലുകളിൽ കൊയ്ത്തുകൊണ്ടിരുന്ന തൊഴിലാളികൾ ഓടിക്കുടി. എണ്ണൂറോളം തൊഴിലാളികൾ അവിടെയെത്തി. വിരണ്ട പോയ കുരുക്കൾ കർത്താവിന്റെ വീട്ടിൽ അഭയം പ്രാപിച്ചു. ഫാക്ടറി തൊഴിലാളികളും ചെത്തുതൊഴിലാളികളും ഓടിക്കുടി. എല്ലാവരും

ചേർന്ന് കർത്താവിന്റെ വീട്ടു വളഞ്ഞു. കുടുക്കൾ ചെയ്യത് തെറ്റാണ്, മേലിൽ അപ്രകാരം ഒന്നും ഉണ്ടാവില്ല എന്ന് കർത്താവ് തന്റെ കാര്യസ്ഥനെ വിട്ട് തൊഴിലാളികളോട് പറയിപ്പിച്ചു. തൊഴിലാളികൾ ശാന്തരായി പിരിഞ്ഞു പോകുകയും കുടുക്കൾ രക്ഷപ്പെടുകയും ചെയ്യു. പക്ഷെ പിരിഞ്ഞു പോയ തൊഴിലാളികൾക്കെതിരെ പോലീസിൽ പരാതി നൽകിയ പാട്ടത്തിൽ കർത്താവ് ഈ സംഭവത്തെ ഒരു മഹാവിപത്തിന് വഴിമരുന്നായി ഉപയോഗിച്ചു ഒക്ടോബർ 12 ന് അതിരാവിലെ തന്റെ വയലിൽ കൊയ്ത്താരംഭിച്ച തൊഴിലാളികളോട് നെല്ലൊന്നും താഴത്തുകളയാതെ സാവകാശം കൊയ്താൽ മതിയെന്ന് കർത്താവ് പറഞ്ഞു. അന്നേക്ക് ഉത്സാഹിച്ചാൽ തീരേണ്ടിയിരുന്ന കൊയ്ത്ത് പാട്ടത്തിൽ കർത്താവ് ഒരുദിവസം കൂടി നീട്ടിവെയ്പ്പിച്ചു. തൊഴി ലാളികളെ പോലീസിനെക്കൊണ്ട് തല്ലിക്കാൻ പദ്ധതിയിട്ടായിരുന്നു കർത്താവ് കാത്തിരുന്നത്. ഒക്ടോബർ 13 - ന് രാവിലെ 10 മണിക്ക് കടക്കരപ്പള്ളി ചന്തയിൽ മൂന്നു വണ്ടി പട്ടാളക്കാർ വന്നിറങ്ങി. അവരെ പ്രതീക്ഷിച്ചെന്ന പോലെ ഏതാനും പോലീസുകാരും റൗഡികളും അവിടെ നിലയുറപ്പിച്ചിരുന്നു. പട്ടാളത്തിന്റെ വരവോടെ തങ്ങളോട് പക തീർക്കാനാണ് കർത്താവിന്റെ നീക്കമെന്ന് തൊഴിലാളികൾക്ക് മനസ്സിലായി. പട്ടാളക്കാരുടെ വരവു കണ്ട ഭയന്ന തൊഴിലാളികൾ പാടത്തു നിന്നും ഓടിത്തുടങ്ങി. പോലീസും റൗഡികളും അവരുടെ നേരെ പാഞ്ഞടുത്തു. 16 തൊഴിലാളികളെ ഓടിച്ചിട്ടു പിടിച്ചു.

അവരുടെ കൈകൾ പുറകോട്ട കെട്ടി പട്ടാളത്തിന്റെ അകമ്പടി യോടെ പാട്ടത്തിൽ കർത്താവിന്റെ സ്യാലനായ ചേന്നോത്ത് പണിക്ക രുടെ വീട്ടിലേക്ക് കൊണ്ട് പോയി. ഓടിച്ചിട്ടു പിടിച്ച തൊഴിലാളികളെ അതിഭീകരമായി മർദ്ദിച്ചു. 16 തൊഴിലാളികളേയും ചേർത്തല പോലീസ് സ്റ്റേഷനിലേക്ക് കൊണ്ടുപോയി.

ഒക്ടോബർ 13 നു രാത്രി ജന്മിമാരുടെ ഗുണ്ടകളും പോലീസും കൂടി കടക്കരപ്പള്ളി-തൈക്കൽ പ്രദേശങ്ങളിലെ തൊഴിലാളി ഭവനങ്ങൾ കൊള്ളയടിക്കുകയും സ്ത്രീകളെ മാനഭംഗപ്പെടുത്തുകയും ചെയ്യു. പുലർ ന്നാൽ എന്ത സംഭവിക്കുമെന്നോർത്ത് നിരവധി വീടുകൾ ഉപേക്ഷിച്ച് തൊഴിലാളികൾ സ്ഥലം വിട്ടു തുടങ്ങി. ഒക്ടോബർ 15-ന് രാവിലെ ചേർത്തല കയർഫാക്ടറി തൊഴിലാളി യൂണിയൻ മാനേജിംഗ് കമ്മിറ്റി അംഗമായ എ. കെ. പരമൻ, തെങ്ങുകയറ്റ തൊഴിലാളിയ ണിയൻ പ്രവർത്തകൻ ഒ. എം. അബ്ബുബക്കർ എന്നിവരെ ചേർത്തല പോലീസ് ലോക്കപ്പിൽ കൊണ്ടു പോയി ഭീകരമായി മർദ്ദിച്ചു. അന്ന് വൈകുന്നേരം നാലുമണിക്ക് കടക്കരപ്പള്ളിയിൽ ഉണ്ടായ മറ്റൊരു

സംഭവം തൊഴിലാളികൾക്കെതിരെ പ്രയോഗിക്കാൻ സർക്കാരിനും ഗുണ്ടകൾക്കും ഫലത്തിൽ ഒരായുധമായിരുന്നു. കട്ടിയാട്ട ശിവരാമപ്പ ണിക്കർ എന്ന ജന്മിയുടെ കാര്യസ്ഥനായ നാല്പകെട്ടുങ്കൽ രാമനെ തൊഴിലാളികൾ ഓടിച്ചിട്ടു തല്ലി. ഉച്ചയ്ക്കു ശേഷം കടക്കരപ്പള്ളി ചന്തയുടെ സമീപത്തു നാത്താപറമ്പിൽ നാരായണൻ എന്ന ഗുണ്ടയുടെ മർദ്ദ നങ്ങൾക്കെതിരെ സംഘടിച്ച പതിനഞ്ചു തൊഴിലാളികൾ നിമിഷ നേരം കൊണ്ട് വലിയൊരു സംഘമായി വളർന്നു. ഗുണ്ടത്തലവനായ രാമനെ വഴിയിൽ കണ്ടു മുട്ടിയ തൊഴിലാളി സംഘം അയാൾക്കെതിരെ തിരിഞ്ഞു. രാമനെ ഓടിച്ചിട്ടു തല്ലാൻ തൊഴിലാളികളുടെ അംഗബലവും മർദ്ദനങ്ങൾ കൊണ്ടു പൊറുതിമുട്ടിയ അവരുടെ സാഹചര്യവും അവർക്ക് ആത്മധൈര്യം പകർന്നു. കൂട്ടം ചേർന്നു നടത്തിയ മർദ്ദനത്തിൽ അവശനായ നാല്പകെട്ടുങ്കൽ രാമൻ പിന്നീട് ആശുപത്രിയിൽ മരിച്ചു. നാത്താപറമ്പിൽ നാരായണൻ മൂന്നു തൊഴിലാളികളെ കുത്തിയിട്ട് പോലീസ് ക്യാമ്പിൽ അഭയം പ്രാപിച്ചു. ഈ സംഭവമാണ് രാമൻ കൊലക്കേസ് എന്ന പേരിൽ സി. പി. യുടെ സർക്കാരും സമരത്തെ അപലപിച്ച മറ്റ രാഷ്ട്രീയ കക്ഷികളും തൊഴിലാളി യൂണിയനുകൾക്കും കമ്മ്യൂണിസ്റ്റുകാർക്കുമെതിരായി പ്രാധാന്യത്തോടെ ഉപയോഗിച്ചത്. എന്നാൽ നാത്താപറമ്പിൽ നാരായണൻ കുത്തി മുറിവേൽപ്പിച്ച തൊഴി ലാളികളിൽ ഒരാൾ മരണമടഞ്ഞെങ്കിലും അതിൽ യാതൊരു കേസും രജിസ്റ്റർ ചെയ്യപ്പെട്ടില്ല. ഈ സംഭവത്തോടെ പോലീസ്-ഗുണ്ടാ കൂട്ടുകെ ട്ടിന്റെ തൊഴിലാളി മർദ്ദനം ഉച്ചകോടിയിലെത്തി. അന്നു വൈകുന്നേരം അന്ത്രപ്പേർ ചേർത്തലയിൽ പോയി അന്ന് അവിടെ ക്യാമ്പ ചെയ്തിരുന്ന കൊല്ലം ഡി. എസ്. പി. വൈദ്യനാഥയ്യരെ കണ്ട് സംസാരിച്ചതനു സരിച്ച് രാത്രി എട്ടു മണിക്ക് ഏഴുവണ്ടി പട്ടാളം കടക്കരപ്പള്ളിയിൽ എത്തിച്ചേർന്നു. തൊഴിലാളികളുടെ വീടുകൾ കൊള്ളയടിക്കുകയും സ്ത്രീകളെ മാനഭംഗപ്പെടുത്തുകയും ചെയ്തു. കർഷകത്തൊഴിലാളികളെ മാത്രമല്ല, മറ്റ വിഭാഗം തൊഴിലാളികളേയും മർദ്ദിച്ചു. കടക്കരപ്പള്ളി യിൽ മാത്രമല്ല വെട്ടയ്ക്കൽ കോച്ചയുടേയും പൂവത്തിൽ കൈമളുടേയും പ്രദേശങ്ങളിലും പീഡനങ്ങൾ അഴിച്ചുവിട്ടു. ചെറുകിട കച്ചവടക്കാരുടെ കടകളിൽ കയറി ഭീഷണിപ്പെടുത്തി പണം പറ്റുക, ചായക്കടകളിൽ കയറി പഴക്കലകൾ എടുത്തുകൊണ്ടു പോകുക മുതലായ ഉപദ്രവങ്ങളും വർദ്ധിച്ചു. ഒൻപതു മാസം ഗർഭിണിയായ ഒരു സ്ത്രീയെ രക്തം വാർന്ന നിലയിൽ സഖാക്കൾ രക്ഷിച്ചു. ഇരുപതു വയസ്സുള്ള കൈത്തറ പാപ്പി എന്ന യുവതിയെ പട്ടാളക്കാർ പിടിച്ച കൊണ്ടു പോയി അവരുടെ ക്യാമ്പിൽ താമസിപ്പിച്ച പീഡിപ്പിച്ചു. ഇങ്ങനെയുള്ള സാഹചര്യത്തിൽ നിരാലംബരായ തൊഴിലാളികൾ ജീവരക്ഷയ്ക്കായി വീടുകൾ ഉപേക്ഷിച്ച്

കൂട്ടായി ഒന്നിച്ച താമസിക്കേണ്ടി വന്നു. അങ്ങനെയാണ് ചേർത്തല താലൂക്കിൽ തൊഴിലാളി ക്യാമ്പുകൾ രൂപപ്പെട്ടത്.

ഒക്ടോബർ 15-ന് വൈകുന്നേരം രണ്ട് വണ്ടി റിസർവ്വ്പോലീസ് പൊന്നാം വെളി കയർ ഫാക്ടറി യൂണിയൻ ആഫീസിന്റെ വാതിൽക്ക ലെത്തി. ആർത്തു വിളിച്ചു കൊണ്ട് ആഫീസിലേക്ക് കയറിയ അവർ ഓഫീസിലുണ്ടായിരുന്ന അഞ്ചു പ്രവർത്തകരെ ലാത്തികൊണ്ട ബോധം കെട്ടുന്നതുവരെ തല്ലി. ആഫീസിലെ സകല ഉപകരണങ്ങളും തല്ലിത കർത്തു. ഫയലുകളും റിക്കോർഡുകളും വലിച്ച് കീറി നശിപ്പിച്ചു. അതേ സമയം യൂണിയനാഫീസിന്റെ വടക്കവശത്തുള്ള പൊന്നാം വെളി ചന്തയിലേക്ക് മൂന്ന വണ്ടി റിസർവ്വ് പോലീസ് ഡി. എസ്. പി. വൈദ്യ നാഥയ്യരുടെ നേതൃത്വത്തിൽ എത്തിച്ചേർന്നു. ചന്തയുടെ മധ്യഭാഗത്ത നിന്നും ലാത്തി ചുഴറ്റിക്കൊണ്ട് പോലീസുകാർ നാല ഭാഗത്തേക്കും പാഞ്ഞു. ചന്തയിൽ മീനും മറ്റ സാധനങ്ങളും വാങ്ങാനെത്തിയവർ ചിതറിയോടി. കയ്യിൽ കിട്ടിയവരെ പോലീസ് തല്ലിച്ചതച്ചു. ആഫീസിൽ കയറിയ പോലീസുകാർ അടിയേറ്റ നിലം പതിച്ചിരുന്ന അഞ്ചു പേരെയും എടുത്ത് വണ്ടിയിലിട്ടു. യൂണിയനാഫീസിന്റെ മുന്നിലുണ്ടായിരുന്ന ചെങ്കൊടിയും എടുത്ത് അവർ വണ്ടിയിലിട്ടു. പിന്നീട് ചന്തയിൽ ലാത്തി ച്ചാർജ്ജ് നടത്തുന്ന സഹപ്രവർത്തകരെ സഹായിക്കാൻ അവരും കൂടി. കടകളിലും വൈദ്യശാലകളിലും കയറി പോലീസുകാർ എല്ലാവരേയും മർദ്ദിച്ചു. ഡോ. കെ. ഭാസ്കരൻ നായർ, ദിവാകരൻ വൈദ്യർ, വിവിധ കച്ചവടക്കാർ എന്നിവർക്ക സാരമായ പരിക്കുകൾ പറ്റി. ചന്തയിൽ പലയിടങ്ങളിലും രക്തം തളം കെട്ടി നിന്നിരുന്നു. പൊന്നാംവെളിയുടെ സമീപ പ്രദേശങ്ങളായ ഒളതല, പട്ടണക്കാട്, മേനാശ്ശേരി, മനക്കോടം, വിയാത്ര പ്രദേശങ്ങളിൽ കൂടുതൽ വീടുകളിലും അന്ന് അത്താഴപ്പട്ടിണി യായിരുന്നു. സന്ധ്യക്ക് പൊന്നാംവെളി ചന്ത ഭീകരമായ നിശബ്ദതയിൽ വിജനമായി. പൊന്നാംവെളിയിലെ നരനായാട്ടിൽ തൃപ്തിയാകാതെ വൈദ്യനാഥയ്യർ ചേർത്തല പോലീസ് സ്റ്റേഷനിൽ ലോക്കപ്പിൽ തടവി ലായിരുന്ന കമ്യൂണിസ്റ്റ് പാർട്ടി പ്രവർത്തകരേയും തൊഴിലാളികളേയും തല്ലിച്ചതച്ചു. നേരം വെളുക്കും വരെ അട്ടഹാസങ്ങളും ദീന രോദനങ്ങളും കൊണ്ട് ചേർത്തല ടൗൺ മുഖരിതമായി!

ഒക്ടോബർ 15-ന് രാത്രി പൊന്നാം വെളിയിൽ ഒരു പട്ടാളക്യാമ്പ് ഉയർന്നു. ജന്മിമാർ യോഗം ചേർന്ന് സി. പി. ക്ക് അനുകൂലമായി ഒരു പ്രകടനം നടത്താൻ തീരുമാനിച്ചു. ആനക്കോട്ടിൽ കർത്താവിന്റെ കയർഫാക്ടറിയിലും അല്പം വടക്കവശത്തുള്ള ഒരു രണ്ട നില കെട്ടി ടത്തിലുമായി പട്ടാള ക്യാമ്പ് പ്രവർത്തിച്ചു. മർദ്ദനമേറ്റ അവശരായ

ഗ്രാമവാസികൾ ഭയചകിതരായി. ഒക്ടോബർ 16-ന് രാവിലെ പത്തു മണിയായപ്പോൾ അന്ത്രപ്പേര്, കുട്ടിയാട്ട ശിവരാമപ്പണിക്കർ, പുളിയംകോട്ട കുറുപ്പ്, മാമ്പലപ്പണിക്കർ, ഇലഞ്ഞിയിൽ നാരായണ പണിക്കർ, പാട്ടത്തിൽ വേലായുധൻ കർത്താ, കല്ലുവീട്ടിൽ കുഞ്ഞച്ചൻ, അഴീക്കൽ അന്തപ്പൻ, പൂവത്തിൽ കുട്ടപ്പക്കൈമൾ മുതലായ ജന്മികളുടെ നേതൃത്വത്തിൽ ഏതാനും ഗുസ്തിക്കാരും കവല ചട്ടമ്പികളും പൊന്നാംവെളി ചന്തയിൽ എത്തിച്ചേർന്നു. ചേർത്തല ടൗണിലേക്കുള്ള ഒരു ജാഥയ്ക്കുള്ള ഒരുക്കമായിരുന്നു അത്. രണ്ട ദിവസങ്ങൾക്കു മുമ്പ് മൂന്ന തൊഴിലാളികളെ കുത്തി മുറിവേൽപ്പിച്ചിട്ട് പോലീസ് ക്യാമ്പിൽ അഭയം തേടിയ നത്താപറമ്പിൽ നാരായണൻ കാക്കിപാൻ്റും ഷർട്ടുമിട്ട് തലയിലൊരു തൊപ്പിയുംവച്ച് ഇടതുകയ്യിൽ വടിവാളും ഉയർത്തിപ്പിടിച്ച് ജാഥയുടെ ഏറ്റവും മുൻപിൽ നിന്നു. ജന്മികളെ നടുവിൽ നിർത്തി അവർക്കിരു വശവുമായി റൗഡികൾ വരിവരിയായി നിലയുറപ്പിച്ചു. ഘോഷയാത്ര യുടെ മുമ്പിലും പുറകിലും തോക്ക ചൂണ്ടിയ പട്ടാളക്കാരെയും വഹിച്ച കൊണ്ടുള്ള ഓരോ ലോറികളും ഉണ്ടായിരുന്നു. 'ദിവാൻ ഭരണം ഞങ്ങൾ ക്ക വേണം' 'സ്വാമി ഭരണം ഞങ്ങൾക്ക വേണം' 'തൊഴിലാളി യൂണിയൻ തകർക്കും "കമ്മ്യൂണിസ്റ്റുകളെ കൊന്നൊടുക്കും' 'വഞ്ചി രാജ്യം ജയിക്ക ട്ടെ' എന്നെല്ലാമുള്ള മുദ്രാവാക്യങ്ങൾ മുഴക്കിക്കൊണ്ട് പൊന്നാംവെളി യിൽ നിന്നും ആരംഭിച്ച ജാഥ നാലരമണിക്കുറോളം പ്രകടനം നടത്തി യതിനു ശേഷം ഏകദേശം മൂന്നു മണിയോടെ ചേർത്തല ടൗണിൽ അവസാനിച്ചു. ശാന്തമായിരുന്ന ചേർത്തല ടൗണിലേക്കും അതോടെ അസ്വസ്ഥതയുടെ അഗ്നി പടർന്നു. എല്ലാം കത്തിച്ച ചാമ്പലാക്കുന്ന വിദ്വേഷത്തിന്റെ അഗ്നി ജനജീവിതം ദുഃസ്സഹമാക്കി. കടകളെല്ലാം അടച്ച പൂട്ടി കച്ചവടക്കാർ വീട്ടിൽ പോയി. റൗഡികൾ റോഡിൽക്കൂടി കാൽനടയായി വരുന്ന യാത്രക്കാരെ ദേഹോപദ്രവമേൽപ്പിക്കുകയും അവരുടെ കൈവശമുള്ള പണവും മറ്റും പിടിച്ച പറിക്കാനും തുടങ്ങി. പരക്കെ ഒരു ഭീകരാന്തരീക്ഷം സൃഷ്ടിച്ച് അതിന്റെ ഉത്തരവാദിത്വം തൊഴിലാളി യൂണിയനുകളുടേയും കമ്മ്യൂണിസ്റ്റ പാർട്ടിയുടേയും തലയിൽ കെട്ടി വെയ്ക്കയായിരുന്ന ജന്മിമാരുടെ ലക്ഷ്യം. നാല്യകെട്ടുങ്കൽ രാമൻ എന്ന 'കൃഷിക്കാരനെ' കമ്മ്യൂണിസ്റ്റ ഗുണ്ടകൾ വധിച്ച. ജന്മിമാരുടെ വീട്ടുകൾ കയറി കമ്മ്യൂണിസ്റ്റുകൾ ആക്രമിക്കുന്നു. ചേർത്തല പട്ടണത്തി ലൂടെ വഴിനടക്കാൻ പോലും സാദ്ധ്യമല്ല. അതിനാലാണ് പട്ടാളത്തെ വിന്യസിച്ചത് എന്നൊക്കെയുള്ള കള്ളക്കഥകൾ പ്രചരിപ്പിക്കേണ്ടത് സർ. സി. പി. യുടെയും ചേർത്തല താലൂക്കിലെ ജന്മിമാരുടേയും ആവശ്യമായിരുന്നു.

ചേർത്തല താലൂക്കിൽ ഗുണ്ടാവിളയാട്ടങ്ങളും പോലീസ് മർദ്ദനങ്ങ
ളും നടക്കുന്ന സമയത്ത് ചേർത്തല പോലീസ് സ്റ്റേഷനിലെ ലോക്ക
പ്പിൽ അതിഭീകരമായ മർദ്ദന മുറകളാണ് അരങ്ങേറിയത്. രാമൻ
കൊലക്കേസിൽ ഗൂഢാലോചന ആരോപിച്ച് ചേർത്തല മജിസ്ട്രേട്ട്
കോടതിയിൽ പ്രാക്ടീസു ചെയ്തിരുന്ന സി. കെ. കുമാരൻ വക്കീലിനെ
വക്കീൽ വേഷത്തിൽ കോടതി പരിസരത്തുനിന്നും അറസ്റ്റു ചെയ്ത്
ലോക്കപ്പിൽ എത്തിച്ചു. യൂണിഫോം എല്ലാം അഴിച്ച മാറ്റി ഒരു മുണ്ട
മാത്രമുടുപ്പിച്ച് വക്കീലിനെ ജയിലിലടച്ചു. എൻ. എസ്. പി പണിക്കർ,
സി. എസ്. രാമകൃഷ്ണൻ, കെ. ഡി. പ്രഭാകരൻ, എ. കെ. പരമൻ, എ.
ശ്രീധരൻ, ഒ. എം. അബ്ബബക്കർ മുതലായ തൊഴിലാളി പ്രവർത്തകരെ
നേരത്തെ അറസ്റ്റുചെയ്തിരുന്നു. ലോക്കപ്പിലെ മർദ്ദനം അതിക്രൂരമാ
യിരുന്നു. മർദ്ദനങ്ങൾക്ക് വിധേയനായ എൻ എസ്. പി. പണിക്കർ
ഇപ്രകാരം പറയുന്നു. 'വയലാർ സംഭവത്തിനു ശേഷം (ഒക്ടോബർ
27) മൂന്നൂറിലധികം തടവുകാരാണ് ചേർത്തല സ്റ്റേഷനിൽ ഉണ്ടാ
യിരുന്നത്. മൂന്നു മുറികൾ മാത്രമാണ് അവിടെയുണ്ടായിരുന്നത്. ഒരു
മുറിയിൽ ഏഴുപേർക്ക് മാത്രമെ കിടക്കാൻ കഴിയുകയുള്ളൂ. ഒന്നിൽ ഒരു
കുഷ്ഠരോഗിയെ നേരത്തെ അടച്ചിരുന്നു. കൈകാലുകൾ രോഗം മൂലം
മുറിഞ്ഞു പോയിരുന്നതിനാൽ അയാൾ ഭക്ഷണം കഴിക്കുന്നതും മലമൂത്ര
വിസർജ്ജനം നടത്തിയിരുന്നതും അതേ മുറിയിലായിരുന്നു. അതിന്റെ
അടുത്തു പോലും ചെല്ലാൻ ദുർഗ്ഗന്ധം മൂലം സാദ്ധ്യമായിരുന്നില്ല. ഈ
മുറിയിൽ 98 പേരെ ഇട്ട പൂട്ടി. മറ്റ മുറികളിൽ ബാക്കിയുള്ളവരെ എല്ലാം
കൂടിയിട്ടു പൂട്ടി. ഈ നില രണ്ട മൂന്നു മാസം ഉണ്ടായിരുന്നു. വെടിവെപ്പ്
കഴിഞ്ഞതിന്റെ അടുത്ത ദിവസം രാവിലെ അവിടെയുണ്ടായിരുന്ന
മൂന്നൂറിൽ പരം സഖാക്കളെ നാല്വരിയായി ഒരു ഘോഷയാത്ര
പോലെ നിറുത്തിയാണ് വെളിക്കിറങ്ങാൻ കൊണ്ടു പോയത്. അതിന്റെ
മുന്നിൽ എന്നേയും സി. കെ. കുമാരൻ വക്കീലിനേയും പട്ടാളക്കാർ
പിടിച്ച നിർത്തി. മലവും മൂത്രവും നിറഞ്ഞ ഓരോ കുടം കൊണ്ടവന്ന്
ഞങ്ങളെക്കൊണ്ട് എടുപ്പിച്ച കൊണ്ടാണ് പോയത്. പോകുന്ന വഴിക്ക
തോക്കിന്റെ ബട്ട കൊണ്ട് ഞങ്ങളെ ഇടിച്ചു. ലാത്തികൊണ്ട് തലയ്ക്കടിച്ചു.
ഇടിയുടെ ശക്തി കൂടി വന്നപ്പോൾ കുടം താഴെ വീണ് ഉലഞ്ഞു പോയി.
അതിനും ഇടി കിട്ടി. വെളിക്കിറങ്ങിക്കൊണ്ടിക്കുമ്പോഴും എല്ലാവർക്കും
ഇടിയുണ്ട്. അതിനു ശേഷം വെറും നാമമാത്രമായ കഞ്ഞികൊട്ടക്കലിനു
കൊണ്ടുപോയി ഇരുത്തും. പക്ഷെ കഞ്ഞിയേക്കാൾ കൂടുതൽ ബൂട്ട്സിട്ട
കാലുകൊണ്ടുള്ള ഇടിയാണ് വിളമ്പുന്നത്. '

ആലപ്പുഴ ചേർത്തലയെപ്പോലെ ഒരു ജന്മി കേന്ദ്രമല്ലാതിരുന്നതി
നാൽ അവിടെ ചേർത്തലയിൽ ചെയ്തതുപോലെ സി. പി-ക്ക് തന്റെ

സി.കെ. കുമാരൻ വക്കീൽ

പദ്ധതികൾ നടത്താൻ കഴിഞ്ഞില്ല. അതുകൊണ്ട് കടക്കരപ്പള്ളിയിലേതു പോലെ ഒരു നരനായാട്ട് നടത്താൻ അമ്പലപ്പുഴ താലൂക്കിൽ സാധിച്ചില്ല. ആലപ്പുഴയിലെ തൊഴിലാളികൾ അവരുടെ സംഘടനാശക്തി കൊണ്ടും രാഷ്ട്രീയ പാരമ്പര്യം കൊണ്ടും ബഹുജന പിന്തുണ നേടിയിരുന്നു. അതുകൊണ്ട് ചേർത്തലയിലെ പോലെ നീണ്ടു നിൽ ക്കുന്ന ഒരു മർദ്ദനം ആലപ്പുഴയിൽ സാദ്ധ്യമായിരുന്നില്ല. ചേർത്തലയുടെ ഭൂപ്രകൃതി ബാഹ്യലോകവുമായി വേർതി രിച്ചു കൊട്ടിയടക്കാൻ പറ്റിയ നിലയിലാ യിരുന്നു. അതുകൊണ്ട് മറ്റൊരു കുബുദ്ധി

ആലപ്പുഴയിൽ നടപ്പാക്കാൻ സി. പി ശ്രമിച്ചു. ഒരു സാമുദായിക സംഘർഷം സൃഷ്ടിച്ച് തൊഴിലാളികളെ ഭിന്നിപ്പിക്കാമെന്നും മർദ്ദനം അഴിച്ച വിടാമെന്നുമായിരുന്നു അവരുടെ കണക്കുകൂട്ടൽ. ആ പദ്ധതിയും നടപ്പിലായില്ല. ചേർത്തലയിലെപ്പോലെ വലിയ ജന്മികൾ ഇല്ലെങ്കിലും ചെറിയ കുറെ ജന്മികൾ നാട്ടുവാണിരുന്ന സ്ഥലമായിരുന്ന പുന്നപ്ര.

പുന്നപ്രയിൽ മത്സ്യത്തൊഴിലാളികളും കർഷകത്തൊഴിലാളികളും കമ്മ്യൂണിസ്റ്റ് പാർട്ടി നേതൃത്വത്തിൽ സംഘടിതരായപ്പോൾ ജന്മിമാ രുമായി ചില ഏറ്റുമുട്ടലുകൾ ഉണ്ടായി. പോലീസിനെ ഉപയോഗപ്പെ ടുത്താതെ ഇനി തൊഴിലാളികളെ അടിച്ചമർത്താൻ കഴിയില്ലെന്ന് ജന്മികൾക്ക് മനസ്സിലായി. തൊഴിലാളികളുടെ ഗവണ്മെന്റ് വിരുദ്ധ നയങ്ങൾ പോലീസിന്റെ പിന്തുണ നേടാൻ സഹായകമായി. ഒരു യോഗം കഴിഞ്ഞ് മടങ്ങിപ്പോകുന്ന വഴി മുതലാളിമാരുടെ ഗുണ്ടകൾ മത്സ്യത്തൊഴിലാളികളെ ആക്രമിച്ചു. അതിന്റെ പ്രതിഷേധമായി മത്സ്യത്തൊഴിലാളികൾ അവർ ജോലിക്കു പോകുന്നവള്ളത്തിൽ ഒരു ദിവസത്തെ സൂചനാ പണിമുടക്കു നടത്തി. കുട്ടപ്പൻ എന്ന ഒരു മത്സ്യത്തൊഴിലാളി ഉൾപ്പെടെ നാലുതൊഴിലാളികളെ കള്ളക്കേസിൽ കുടുക്കി പോലീസിനെ കൊണ്ട് അറസ്റ്റ് ചെയ്യിപ്പിച്ച് ലോക്കപ്പിലിട്ട് മർദ്ദി ച്ചു. പുന്നപ്രയിൽ ചെത്തുതൊഴിലാളികളുടെ നേരെയും ആക്രമണങ്ങൾ നടന്നു.

1946 സെപ്റ്റംബർ 16-ന് ATTUC യുടെ ആഹ്വാനമനുസരിച്ച് ഒരു സൂചനാപണിമുടക്ക് നടന്നു. മത്സ്യത്തൊഴിലാളികൾ പണിമുടക്കിക്കൊ ണ്ട് അവരുടെ മുതലാളിയുടെ വീട്ടിൽ ചെന്ന് ലോക്കപ്പിൽ കിടക്കുന്ന

തൊഴിലാളികളെ വിട്ടുകിട്ടണമെന്ന് ആവശ്യപ്പെട്ടു. അതൊരു തർക്ക മായി വളർന്നു. തുടർന്ന് മുതലാളിയുടെ റൗഡികൾ സ്ഥലത്തെത്തി തൊഴിലാളികളെ ആക്രമിച്ചു. തൊഴിലാളികൾ തിരിച്ചടിച്ചു. അതൊരു സംഘട്ടനത്തിൽ കലാശിച്ചു. പിന്നീട് റൗഡി ശല്യങ്ങളും മർദ്ദനങ്ങളും കൊടുമ്പിരി കൊണ്ടു. തൊഴിലാളികളെ മർദ്ദിക്കുക, അവരുടെ സ്ത്രീകളെ മാനഭംഗപ്പെടുത്തുക ഇവയൊക്കെ നിത്യസംഭവങ്ങളായി മാറി. ഇപ്പോ ലത്ത് എന്ന മുതലാളിയുടെ പുരയിടത്തിൽ താമസിച്ചിരുന്ന തോമസ് എന്ന യൂണിയൻ പ്രവർത്തകന്റെ ഭാര്യയെ മുതലാളിയുടെ വീട്ടിലേക്ക് വിളിപ്പിച്ച് ബലാൽസംഗം ചെയ്യാൻ ശ്രമിച്ചു. അവർ വഴങ്ങാതിരുന്നതി നാൽ മുതലാളിയുടെ ഗുണ്ടകൾ അവരെ കഠിനമായി മർദ്ദിച്ചു. ഗതിമു ട്ടിയ മത്സ്യത്തൊഴിലാളികൾ സെപ്റ്റംബർ 28-ന് ഇപ്പോലത്തിന്റെ വീട് ആക്രമിച്ചു. സെപ്റ്റംബർ 29-ന് ശത്രുക്കളുടെ സങ്കേതമായിരുന്ന ഒരു റേഷൻ കട തൊഴിലാളികൾ ആക്രമിക്കുകയും കട തീവെച്ച നശിപ്പിക്ക കയും ചെയ്തു. അതോടെ മുതലാളിമാർക്കും അവരുടെ റൗഡികൾക്കും പോലീസ് സഹായം അത്യന്താപേക്ഷിതമായിത്തീർന്നു. ഇപ്പോലത്തി ന്റെ വീട്ടിൽ ഒരു പോലീസ് ക്യാമ്പ് തുറന്ന് മർദ്ദനം ആരംഭിച്ചു.

ഒക്ടോബർ 3-നു ഇപ്പോലത്തിനെ തൊഴിലാളികൾ വഴിയിൽ തടഞ്ഞു നിർത്തി. ഒറ്റകാരനെന്ന് പിന്നീട് കുപ്രസിദ്ധി നേടിയ കെ. ജെ. മരിയാനും കൂട്ടരും വന്ന് ഇപ്പോലത്തിനെ രക്ഷിച്ചു കൊണ്ടു പോയി. ഇതിന്റെ പേരിൽ ആറുതൊഴിലാളികളുടെ പേരിൽ കേസെടുത്ത് അറസ്റ്റ് ചെയ്ത് മർദ്ദിച്ചു. ഒന്നാം റെഗുലേഷൻ നടപ്പാക്കിയിരുന്നതു കൊണ്ട് ആരെയും എപ്പോൾ വേണമെങ്കിലും അറസ്റ്റ് ചെയ്യാമെന്ന സ്ഥിതിയായി. മർദ്ദനത്തിന് ശക്തി കൂടി.

സ്റ്റേറ്റ് കോൺഗ്രസ് തൊഴിലാളികൾക്കൊപ്പം ചേർന്ന് ദിവാന്റെ അമേരിക്കൻ മോഡൽ ഭരണ പരിഷ്ക്കാരത്തിന് എതിരായ സമര ത്തിന് നേതൃത്വം നൽകുമെന്ന സി. കേശവന്റെ വാഗ്ദാനത്തെ മുൻനിർ ത്തിയാണ് അഖില തിരുവിതാംകൂർ ട്രേഡ് യൂണിയൻ കൗൺസിലിന്റെ സമ്മേളനം ഒക്ടോബർ 13 ലേക്ക് മാറ്റിയത്. പക്ഷെ നാടകീയമായ സംഭവങ്ങളാണ് കോൺഗ്രസ്സിന്റെ പ്രവർത്തക സമിതിയോഗത്തിൽ അരങ്ങേറിയത്. യോഗത്തിനു മുൻപ് തന്നെ സി. കേശവനെ അറസ്റ്റ് ചെയ്ത് ജയിലിലാക്കി. ഒക്ടോബർ 11-നു വൈകുന്നേരമായിരുന്ന വർക്കിംഗ് കമ്മിറ്റി കൂടിയത്. കുമ്പളത്തു ശങ്കുപ്പിള്ളയേയും അറസ്റ്റ് ചെയ്യാൻ ദിവാൻ കല്പന പുറപ്പെടുവിച്ചിരുന്നെങ്കിലും അദ്ദേഹത്തെ പിടി കിട്ടിയില്ല. വർക്കിംഗ് കമ്മിറ്റിയിൽ പങ്കെടുത്ത എൻ. ശ്രീകണ്ഠൻ നായർ 'വഞ്ചിക്കപ്പെട്ട വേണാട്' എന്ന തന്റെ പ്രശസ്തമായ ലേഖനത്തിൽ

ഇപ്രകാരം പറയുന്നു. 'മെസ്സേഴ്സ് സി. കേശവന്റേയും കുമ്പളത്തു ശങ്കുപ്പിള്ളയുടേയും അഭാവത്തിൽ വർക്കിംഗ് കമ്മിറ്റി സമ്മേളിച്ചു. ദിവാനുമായുള്ള സംഭാഷണത്തിൽ നിന്നും കിട്ടിയ വിവരങ്ങൾ ഞാൻ വർക്കിംഗ് കമ്മിറ്റിയെ അറിയിച്ചു. ദിവാൻ ഭരണം അടുത്ത അഞ്ചു പത്തു കൊല്ലത്തേക്കെങ്കിലും തുടരുന്നതാണെന്നും മഹാരാജാവു സ്വേച്ഛ പോലെ നിയമിക്കുന്ന എക്സിക്യൂട്ടീവ് നിയമ സമിതികൾക്ക് വിധേയമായിരിക്കുക യില്ലെന്നും അസന്നിശ്ധമായ ഭാഷയിൽ ദിവാൻ തൊഴിലാളി പ്രതിനിധികളോട് വ്യക്തമാക്കിയിരുന്നു. ഈ വിവരം കമ്മിറ്റി അംഗങ്ങൾ ധരിച്ചതോടുകൂടി സന്ധി സംഭാഷണത്തിനു വിപരീതമായ ഒരു മനോഭാവം ഭൂരിപക്ഷം അംഗങ്ങളും സ്വീകരിച്ചു. പ്രതിഭാശാലിയായ ശ്രീ. റ്റി. എം. വർഗ്ഗീസിന് ഈയവസരത്തിൽ ഒരു യുക്തി തോന്നി. പ്രഖ്യാപിത ഭരണ പരിഷ്ക്കാരപദ്ധതിയിൽ ദിവാൻ ഭരണത്തിന് സ്ഥാനമുണ്ടോ എന്ന പ്രശ്നത്തെ ആസ്പദമാക്കി ഒരു അഭി മുഖസംഭാഷണം ആവശ്യപ്പെടുകയായിരുന്ന ഈ യുക്തി. നിർദ്ദേശം കുറിക്ക കൊണ്ടു. വർക്കിംഗ് കമ്മിറ്റി ആ വിധം ഒരു കത്തെഴുതുന്നതിന് പ്രസിഡന്റിനെ അധികാരപ്പെടുത്തി.'

ദിവാന്റെ അമേരിക്കൻ മോഡൽ ഒന്നു പരീക്ഷിച്ചു നോക്കിയാൽ കൊള്ളാമെന്ന് പരസ്യമായി അഭിപ്രായപ്പെട്ട പട്ടംതാണുപിള്ളയും മേൽവിവരിച്ചതു പോലെ ഒരു തീരുമാനവുമെടുക്കാതെ വർക്കിംഗ് കമ്മിറ്റിയോഗം സമര പരിപാടിയുടെ കാര്യത്തിൽ അലസിപ്പിരിയാൻ കാരണക്കാരനായ റ്റി. എം. വർഗ്ഗീസും അമ്പലപ്പുഴ ചേർത്തല തൊഴി ലാളികളോട് കാട്ടിയ വഞ്ചന പൊറുക്കാവുന്നതല്ല. സ്റ്റേറ്റുകോൺഗ്രസ്സി ന്റെ പിൻതുണ തൊഴിലാളി സമരത്തിന് അത്യന്താപേക്ഷിതമാണെന്ന് വിശ്വസിച്ചിരുന്ന എൻ. ശ്രീകണ്ഠൻ നായർ അത് നേടുന്നതിനായി കോൺഗ്രസ് നേതൃത്വവുമായി ചർച്ച ചെയ്യാൻ കോഴിക്കോട്ടേക്കു പോയി.

ഒക്ടോബർ 13-ന് ആലപ്പുഴയിൽ ചേർന്ന സംഘടിത തൊഴിലാളി വർഗ്ഗത്തിന്റെ പ്രതിനിധികൾക്ക് ഒരു കാര്യം ബോദ്ധ്യമായി. സ്റ്റേറ്റ കോൺഗ്രസ് നേതൃത്വം സി. പി. യുടെ പ്രീതിക്കായി അമേരിക്കൻ മോഡൽ രുചിച്ച നോക്കാൻ തന്നെ തീരുമാനിച്ചു. ATTUC-യുടെ വൈസ് പ്രസിഡന്റായ എൻ. ശ്രീകണ്ഠൻ നായരാകട്ടെ ആലപ്പുഴ സമ്മേളനത്തിൽ പങ്കെടുത്തില്ല. ചേർത്തലയിലെ തൊഴിലാളി മർദ്ദന ത്തിൽ പ്രതിഷേധിച്ച് അനിശ്ചിത കാലത്തേക്ക് പണിമുടക്ക നടത്താൻ ATTUC-യുടെ പ്രസിഡന്റ് എന്ന നിലയിൽ റ്റി. വി. തോമസ് ആഹ്വാനം ചെയ്ത.

ഒന്നാം റഗുലേഷൻ പ്രാവർത്തികമായതിന്റെ വെളിച്ചത്തിൽ ഒക്ടോബർ ആദ്യവാരം തന്നെ തൊഴിലാളി യൂണിയൻ നേതാക്കളുടേയും കമ്മ്യൂണിസ്റ്റ് പാർട്ടി നേതാക്കളുടേയും അറസ്റ്റുകൾ നടന്നു. ആർ. സുഗതൻ, തിരുവിതാംകൂർ കമ്മ്യൂണിസ്റ്റ് പാർട്ടി സെക്രട്ടറി പി. റ്റി. പുന്നൂസ്, കയർ ഫാക്ടറി വർക്കേഴ്സ് യൂണിയൻ വൈസ് പ്രസിഡന്റ് ശങ്കരനാരായണൻ തമ്പി, മത്സ്യ തൊഴിലാളി യൂണിയൻ സെക്രട്ടറി സൈമൺ ആശാൻ, കമ്മ്യൂണിസ്റ്റ് പാർട്ടി ബ്രാഞ്ച് സെക്രട്ടറി ഭാസ്ക്കരൻ എന്നിവരെ ഒക്ടോബർ 4ന് അറസ്റ്റ് ചെയ്തു. പുന്നപ്രയിൽ മർദ്ദനം രൂക്ഷമായി.

പുന്നപ്രയിലെ ഒരു കോൺഗ്രസ് നേതാവും മുതലാളിയുമായിരുന്ന അപ്പോൺ അറൗജിന്റെ റൗഡികൾ ഇപ്പോലത്ത് മുതലാളിയുടെ പുര യിടത്തിൽ താമസിച്ചിരുന്ന തൊഴിലാളികളെ വീട്ടുകയറി ആക്രമിച്ചു. തൊഴിലാളികൾ തിരിച്ചടിച്ചു. ക്രുദ്ധരായ തൊഴിലാളികൾ ഇപ്പോല ത്തിനെ മർദ്ദിക്കുകയും അയാളുടെ പുരസ്സ് തീ വെയ്ക്കുകയും ചെയ്തു. മത്സ്യം ശേഖരിക്കുന്ന ഷെഡ്ഡിനും തീ വെച്ചു. ഇത്രയുമായപ്പോൾ പോലീസ് സൈന്യം എത്തുകയും തൊഴിലാളികൾക്കെതിരെ കേസെടുക്കുകയും ചെയ്തു.

ഒക്ടോബർ 15-ന് ഇൻസ്പെക്ടർ വേലായുധൻ നാടാരുടെ നേതൃത്വ ത്തിൽ ഒരു പോലീസ് ക്യാമ്പ് പുന്നപ്രയിൽ അപ്പോൺ അറൗജിന്റെ വീട്ടിൽ പ്രവർത്തനമാരംഭിച്ചു. അത് പോലീസിന് പറ്റിയ ഒരു വീടാ യിരുന്നു. അവിടെ ചെന്നെത്തുന്നത് പ്രയാസമാണെങ്കിലും അതിന് ചില പ്രത്യേക സൗകര്യങ്ങൾ ഉണ്ടായിരുന്നു. രണ്ടു മുറിമാത്രമുള്ള ഉയർത്തിക്കെട്ടിയ ആ വീടിന് മൂന്നുവശങ്ങളിലേക്കും ജനാലകളും ചുറ്റും രണ്ടടി വീതിയുള്ള ഒരു വരാന്തയുമുണ്ട്. വീടിന്റെ തൊട്ട പടിഞ്ഞാറ് തെക്കുവടക്കായി ഒരു തോട്ടുണ്ട്. വീടിന്റെ കിഴക്കുഭാഗത്താണെങ്കിൽ പൊഴിച്ചാലാണ്. ചുരുക്കത്തിൽ പടിഞ്ഞാറും കിഴക്കുമുള്ള തോടുകൾ ഓരോ ചെറിയ ബാരിക്കേഡുകളുടെ ഫലം ചെയ്തു. തൊഴിലാളികള മായുള്ള സംഘർഷത്തെ തുടർന്ന് അപ്പോൺ വീട്ടുവിട്ട മാറി താമസി ച്ചിരുന്നതിനാൽ വീട് ഒഴിഞ്ഞു കിടക്കുകയായിരുന്നു. റൗഡികളുടെ സഹായത്തോടെ പോലീസ് തൊഴിലാളികളുടെ വീട്ടുകൾ കയറി മർദ്ദനമാരംഭിച്ചു. കണ്ണിൽ കണ്ടവരെയെല്ലാം മർദ്ദിക്കുക, അവരുടെ കയ്യിലുള്ളതെല്ലാം അപഹരിക്കുക, സ്ത്രീകളെ ബലാൽസംഗം ചെയ്യുക മുതലായ കൃത്യങ്ങൾ എല്ലാ ദിവസവും അരങ്ങേറി. മത്സ്യത്തൊഴി ലാളികളായ പുരുഷന്മാരും സ്ത്രീകളും പുന്നപ്രയിൽ നിന്നും മൂന്നു കി. മി. അകലെ ആലപ്പുഴ ടൗണിന്റെ തെക്കുപടിഞ്ഞാറെ ഭാഗത്തുള്ള

വട്ടയാൽ വാർഡിൽ അഭയം പ്രാപിച്ചു. അതാണ് പിന്നീട് ക്യാമ്പുക ളായി പരിണമിച്ചത്.

ചേർത്തലയിലും പുന്നപ്രയിലും തൊഴിലാളിമർദ്ദനങ്ങൾ ദുസ്സഹമായ പ്പോൾ തൊഴിലാളികൾ ആത്മരക്ഷാർത്ഥം ഒത്തുകൂടി. അവയൊക്കെ ക്യാമ്പുകളായി പരിണമിച്ചു. കമ്മ്യൂണിസ്റ്റ് പാർട്ടി രൂപരേഖയുണ്ടാക്കി കെട്ടിച്ചമച്ചതായിരുന്നില്ല ക്യാമ്പുകൾ. ഒക്ടോബർ 11 നു ചേർന്ന സ്റ്റേറ്റ് കോൺഗ്രസ് പ്രവർത്തക സമിതി അമേരിക്കൻ മോഡൽ ഭരണ പരിഷ്ക്കാരം രചിച്ച നോക്കാനും റ്റി. എം. വർഗ്ഗീസിനെപ്പോലെയുള്ള നേതാക്കൾ 'കുറ്റകരമായ മൗനം' അവലംബിക്കുകയും ചെയ്യപ്പോൾ സ്റ്റേറ്റകോൺഗ്രസിന്റെ നേതൃത്വത്തിൽ നടക്കാൻ സാദ്ധ്യമായിരുന്ന ഒരു സമരം ആലപ്പുഴയിലെ പ്രബുദ്ധരായ തൊഴിലാളി പ്രസ്ഥാനത്തി ന്റെ പരിപൂർണ്ണ നേതൃത്വത്തിലേക്ക് മാറുകയായിരുന്നു. സ്റ്റേറ്റ കോൺഗ്ര സ്സിന്റെ പിന്തുണ ലഭിക്കില്ല എന്ന് മനസ്സിലായ തിരുവിതാംകൂർ ട്രേഡ് യ്യൂണിയൻ നേതൃത്വം ഒക്ടോബർ 13-ന് ആലപ്പുഴയിൽ സമ്മേളിച്ചു. പൊതു പണിമുടക്കിന് തീരുമാനിക്കുകയും സമരം നിയന്ത്രിക്കാൻ ഒരു ആക്ഷൻ കൗൺസിൽ രൂപീകരിക്കുകയും ചെയ്തു. കെ. വി. പത്രോസ് ആയിരുന്ന ആക്ഷൻ കൗൺസിൽ കൺവീനർ. കെ. കെ. കുഞ്ഞൻ, പി. ജി. പത്മനാഭൻ, സി. കെ. കുമാരപ്പണിക്കർ, സി. ജി. സദാശിവൻ എന്നിവരായിരുന്ന അംഗങ്ങൾ. തിരുവിതാംകൂർ കമ്മ്യൂണിസ്റ്റപാർട്ടി പ്രസിഡന്റ് എന്ന നിലയിൽ കെസി ജോർജിനെ ആക്ഷൻ കൗൺ സിലിലേക്ക് നിയോഗിക്കപ്പെട്ടിരുന്നു. തിരുവിതാംക്കരിലെ കമ്മ്യൂണിസ്റ്റ പാർട്ടിക്ക് ഇന്ത്യൻ കമ്മ്യൂണിസ്റ്റപാർട്ടിയുമായോ മറ്റ നാട്ട രാജ്യങ്ങളിലെ കമ്മ്യൂണിസ്റ്റ് പാർട്ടിയുമായോ യാതൊരു ബന്ധങ്ങളും പാടില്ല എന്ന് സർ. സി. പി. നിബന്ധന വെച്ചിരുന്നതിനാൽ തിരുവിതാംക്കരിലെ ഇന്ത്യൻ കമ്മ്യൂണിസ്റ്റ പാർട്ടി, തിരുവിതാംകൂർ കമ്മ്യൂണിസ്റ്റ പാർട്ടി എന്ന് പേരിൽ തിരുത്തൽ വരുത്തുകയും പി. റ്റി. പുന്നൂസ് സെക്രട്ടറിയും കെ. സി ജോർജ്ജ് പ്രസിഡന്റുമായി പ്രവർത്തിക്കുകയും ചെയ്തു.

ഒക്ടോബർ 13-ന് ചേർന്ന അഖില തിരുവിതാംകൂർ ട്രേഡ് യ്യൂണിയൻ കൗൺസിലിന്റെ ചരിത്ര പ്രസിദ്ധമായ യോഗത്തിൽ ഒക്ടോബർ 22-ന് (തുലാം 5) പണിമുടക്കാൻ തീരുമാനിച്ചു. പക്ഷെ സമര പ്രഖ്യാപനം നടത്തിയിരുന്നില്ല. പണിമുടക്കിന് ഇനിയും ഒൻപതു ദിവസങ്ങളെയുള്ളൂ. അതിനിടയിൽ കമ്മ്യൂണിസ്റ്റ പാർട്ടി നേതൃത്വത്തേയും ട്രേഡ് യ്യൂണിയൻ നേതൃത്വത്തേയും ഭിന്നിപ്പിക്കുന്നതിന് ഇരുപ്പ ശീട്ടിറക്കി ദിവാൻ ഒരു ശ്രമം നടത്തി. സ്റ്റേറ്റ കോൺഗ്രസ് അമേരിക്കൻ മോഡൽ ഭരണപരി ഷ്ക്കാരത്തിന് എതിരായി സമരത്തിന് തയ്യാറാകില്ല എന്ന് ഉറപ്പായ

സർ. സി. പി. കമ്മ്യൂണിസ്റ്റ് പാർട്ടിയെ അടിച്ചമർത്താൻ നിഷ്പ്രയാസം സാധിക്കുമെന്ന കണക്കുകൂട്ടലിൽ ഒരു ഭാഗത്ത് തൊഴിലാളികളെ മർദ്ദിക്കുകയും മറുഭാഗത്ത് തൊഴിലാളി യൂണിയൻ നേതൃത്വവുമായി സന്ധി സംഭാഷണം നടത്തുകയുമെന്ന ഒരടവാണ് പ്രയോഗിച്ചത്. എ. റ്റി. റ്റി. യൂ. സിയുടെ തീരുമാനമനുസരിച്ച് റ്റി. വി തോമസും ശ്രീകണ്ഠൻ നായരും കണ്ണന്തോടം ജനാർദ്ദനൻ നായരും അസംബ്ലി ഹാളിൽ വച്ച് കൂടിയ കോൺഫ്രൻസിൽ പങ്കെടുക്കുകയും ചെയ്തു. ബോണസ് പ്രശ്നം പരിഗണിക്കുകയും ചർച്ചക്ക് അവസരം കൊടുക്കാതെ നാല്പ ശതമാനം ബോണസ് അനുവദിക്കുകയും ചെയ്തു. കോൺഫ്രൻസിന ശേഷം ദിവാന്റെ ഔദ്യോഗിക വസതിയായ ഭക്തി വിലാസത്തു വെച്ച നടത്തുന്ന വിരുന്നിന് എല്ലാവരേയും ക്ഷണിച്ചിരുന്നു. ജനാർദ്ദനൻ നായർക്ക് വാറണ്ടുണ്ടായിരുന്നതിനാൽ അറസ്റ്റ് ചെയ്യുമെന്ന ഭയത്താൽ കാപ്പി സൽക്കാരത്തിൽ പങ്കെടുത്തില്ല. ദിവാൻ റ്റി. വി തോമസിനേയും ശ്രീകണ്ഠൻ നായരേയും അദ്ദേഹത്തിന്റെ മുറിയിലേക്ക് ക്ഷണിച്ച. തൊഴി ലാളികളുടെ ഉറ്റ ബന്ധുവും അഭ്യുദയകാംക്ഷിയും എന്ന ഭാവത്തിൽ ഊഷ്മളമായ ഒരു വരവേൽപ്പാണ് സർ. സി. പി. അവർക്ക നൽകിയത്. 'ഇന്നത്തെ തീരുമാനത്തിൽ നിങ്ങൾക്ക് സന്തോഷമുണ്ടെന്ന് ഞാൻ വിശ്വസിക്കുന്നു'. എന്ന മുഖവുരയോടെ സംഭാഷണം ആരംഭിച്ച ദിവാൻ നേതാക്കളെ പ്രലോഭിപ്പിക്കാൻ ശ്രമം തുടങ്ങി.

'പുതിയ ഭരണഘടനയിൽ ഞാൻ നിങ്ങൾക്കായി രണ്ട സീറ്റുകൾ മാറ്റി വെച്ചിട്ടുണ്ട്'. എന്നായിരുന്നു ദിവാൻ കൊടുത്ത വാഗ്ദാനം. തുടർന്ന് അമേരിക്കൻ മോഡൽ ഭരണഘടനയെക്കുറിച്ച് ദിവാൻ അവരുടെ അഭിപ്രായം ആരാഞ്ഞു. പരിപൂർണ്ണമായ ഉത്തരവാദിത്വ ഭരണത്തിൽ കുറഞ്ഞുള്ള ഒന്നിലും തൊഴിലാളിവർഗ്ഗം തൃപ്തിപ്പെടുകയില്ല എന്ന് അസന്നിഗ്ധമായി പ്രഖ്യാപിച്ച നേതാക്കളോട് കൗശലക്കാരനായ സി. പി. ഇപ്രകാരം പറഞ്ഞു.

'നിങ്ങൾ രാഷ്ട്രീയ സംഘടനകളുമായി ബന്ധപ്പെടരുത്. അതുകൊണ്ട നിങ്ങൾക്ക് നഷ്ടമെ ഉണ്ടാകുകയുള്ളൂ. നിങ്ങൾക്ക് നിങ്ങളുടെ സംഘടിത ശക്തി കൊണ്ട് വളരെയധികം നേടിയെടുക്കാൻ കഴിയും. നിങ്ങൾ രാഷ്ട്രീയത്തിൽ ഇടപെടാതിരിക്കുന്നതാണ് നല്ലത്. അത് നിങ്ങളെ നശിപ്പിക്കുകയെയുള്ളൂ.' അവർ പ്രലോഭനങ്ങൾക്ക് വഴങ്ങുന്നില്ല എന്ന മനസ്സിലാക്കിയ സി. പി. വജ്രായുധം പ്രയോഗിച്ച. 'എണ്ണായിരം പോലീസുകാരും നാലായിരം പട്ടാളക്കാരുമുള്ള ഒരാളോടാണ് നിങ്ങൾ സംസാരിക്കുന്നതെന്ന് അറിയാമോ?' ഒരു പുഞ്ചിരിയോടെ 'അറിയാം' എന്ന പറഞ്ഞു അവർ സംഭാഷണം അവസാനിപ്പിച്ചു. 'ശരി ഇനി

പി കൃഷ്ണപിള്ള

എന്നെങ്കിലും കാണാം'. എന്ന പറഞ്ഞ് ദിവാൻ കുടിക്കാഴ്ച അവസാനിപ്പിച്ചു.

ഒക്ടോബർ 11-ന് ചേർന്ന കോൺ ഗ്രസ്സ് വർക്കിംഗ് കമ്മിറ്റിയിൽ നിന്നും അനുകൂല തീരുമാനമൊന്നും ലഭിക്കാ തെ വന്നപ്പോൾ തിരുവിതാംകൂർ കമ്മ്യു ണിസ്റ്റ് പാർട്ടി യോഗം ചേർന്ന് സ്ഥിതി ഗതികൾ ചർച്ച ചെയ്തു. ഗവൺമെന്റിന്റെ ആസന്നമായ ആക്രമണം നേരിട്ടുക മാത്രമെ മാർഗ്ഗമുള്ള എന്ന നിഗമന ത്തിലാണ് കമ്മിറ്റി എത്തിച്ചേർന്നത്. അന്നു തന്നെ (ഒക്ടോബർ 11 ന്) കെ. വി. പത്രോസ് കോഴിക്കോട്ടെത്തി. പി

കൃഷ്ണപിള്ള, ഇ. എം. എസ്, കെ. സി. ജോർജ് എന്നിവരുമായി ആലപ്പ ഴയിലേയും ചേർത്തലയിലേയും സ്ഥിതി അവലോകനം ചെയ്തു. കെ. സി. ജോർജ് ബോംബയ്ക്ക് പോയി കമ്മ്യൂണിസ്റ്റ് പാർട്ടി ജനറൽ സെക്രട്ടറി പി. സി. ജോഷിയുമായി ചർച്ച ചെയ്യണമെന്നും മടങ്ങിയെത്തിയാൽ ഉടനെ ആലപ്പഴയിൽ എത്തണമെന്ന തീരുമാനിച്ചു. അന്നു തന്നെ കെ. സി. ജോർജ്ജ് ബോംബെയ്ക്ക് യാത്ര തിരിച്ചു. കെ. വി. പത്രോസ് ആലപ്പഴയിലേക്ക് തിരിച്ച പോയി.

ചേർത്തലയിലേയും ആലപ്പഴയിലേയും സ്ഥിതിഗതികൾ കൂടുതൽ വഷളായി. ഈ സമയത്താണ് ഇ. എം. എസ് ആലപ്പഴയിൽ വരുന്നത്. കേരളത്തിൽ നിന്നുള്ള കമ്മ്യൂണിസ്റ്റ് പാർട്ടിയുടെ ഒരേയൊരു കേന്ദ്ര ക്കമ്മിറ്റി അംഗമായിരുന്ന അക്കാലത്ത് ഇ. എം. എസ്. നമ്പൂതിരി പ്പാട്. ആക്ഷൻ കൗൺസിൽ അംഗങ്ങളുമായി ഒരു കെട്ടുവള്ളത്തിൽ കയറി വേമ്പനാട്ട കായലിന്റെ നടുക്ക് ഇട്ടുകൊണ്ടാണ് അദ്ദേഹം ചർച്ച നടത്തിയത്. ആലപ്പഴയില്ലും ചേർത്തലയില്ലും ഭീകരമായ പോലീസ്-ഗുണ്ടാവിളയാട്ടം നടക്കുന്ന കാലമായിരുന്നു അത്.

കമ്മ്യൂണിസ്റ്റ് പാർട്ടിയുടെ നേതൃത്വത്തിൽ ആലപ്പഴയില്ലും ചേർത്ത ലയില്ലും ഏകദേശം ഒരേ രൂപത്തില്ലുള്ള സംഘടനയാണ് പ്രതിരോധ ത്തിനു വേണ്ടി രൂപീകരിക്കപ്പെട്ടിരുന്നത്.

കൂടുതൽ തൊഴിലാളികൾ ക്യാമ്പുകളിലേക്ക് വന്നു ചേർന്നു. പട്ടാ ളത്തിൽ നിന്ന് പിരിഞ്ഞു വന്നവരെക്കൊണ്ട് വാളണ്ടീയറന്മാർക്ക് പ്രത്യേക പരിശീലനം നൽകി. ക്യാമ്പില്ലുള്ളവർക്ക് രാഷ്ട്രീയമായ ക്ലാസുകളും കായിക പരിശീലനങ്ങളും നൽകി. ക്യാമ്പുകളുടെ നേതൃത്വം

വഹിച്ചിരുന്നത് എല്ലാ വിഭാഗം തൊഴിലാളികളെയും യോജിപ്പിച്ചു കൊണ്ടുള്ള ട്രേഡ്കൗൺസിലുകളായിരുന്നു. വിവിധ ട്രേഡ് യൂണിയൻ അംഗങ്ങളായ തൊഴിലാളികളുടെ കുംബാംഗങ്ങളേയും ഉൾപ്പെടുത്തി യാണ് ട്രേഡ് കൗൺസിലുകൾ രൂപീകരിച്ചത്. ഓരോ പ്രദേശത്തെ യും ട്രേഡ് കൗൺസിലുകൾക്ക് കൺവീനർമാരെയും തെരഞ്ഞെടുത്തു. ആക്ഷൻ കൗൺസിലിന്റെ നേതൃത്വത്തിൽ 54 ട്രേഡ് കൗൺസിലുകൾ അമ്പലപ്പുഴ ചേർത്തല താലൂക്കുകളിലായി മിന്നൽ വേഗത്തിൽ രൂപീകരിച്ചു.

ഒക്ടോബർ 17-ന് (കന്നി 31) ട്രേഡ് കൗൺസിൽ കൺവീനർമാ രുടെ യോഗം ആര്യാട് എസ്. കുമാരന്റെ വീട്ടിൽ വെച്ച് നടന്നു. കെ. വി. പത്രോസും സി. ജി. സദാശിവനും ട്രേഡ് കൗൺസിൽ കൺവീ നർമാരെ അഭിസംബോധന ചെയ്ത് പ്രസംഗിച്ചു. ഒരു പടക്കതിരയെ പോലെ ചാടിയെഴുന്നേറ്റ് ആവേശത്തോടെ പ്രസംഗിച്ച കെ. വി. പത്രോസ് 'ഭരണയന്ത്രത്തിന്റെ മർദ്ദകവീരന്മാരുടെ കയ്യിൽ നിന്നും തൊഴിലാളി വർഗ്ഗം തോക്കുകൾ പിടിച്ചെടുക്കുവാൻ തീരുമാനിച്ചിരിക്ക ന്നു' എന്ന് പ്രഖ്യാപിച്ചു. ചേർത്തലയിൽ നടന്ന ക്രൂരമായ തൊഴിലാളി മർദ്ദനത്തിന്റെ ദൃക്സാക്ഷിവിവരണം നൽകിയ ട്രേഡ് കൗൺസിൽ കൺവീനർക്ക് പത്രോസിന്റെ വാക്കുകൾ ഹരം പകർന്നു. പുന്നപ്രയിൽ നടക്കുന്ന തൊഴിലാളി മർദ്ദനങ്ങളിലും ബലാൽസംഗങ്ങളിലും മനസ്സ തകർന്ന തൊഴിലാളികളുടെ പ്രതികാരാഗ്നി പത്രോസിന്റെ ആവേശ കരമായ പ്രസംഗം ആളിക്കത്തിച്ചു. കയ്യിൽ കിട്ടിയ ആയുധങ്ങളുമായി പോലീസിനേയും ഗുണ്ടകളേയും നേരിടാൻ തൊഴിലാളികൾ തയ്യാറായി. 'മരിക്കാൻ ഞങ്ങൾ തയ്യാറാണ്, ഭാവിതലമുറയെങ്കിലും ആത്മാഭിമാന ത്തോടെ ജീവിക്കട്ടെ' എന്നവർ ഉറക്കെ പ്രഖ്യാപിച്ചു.

'സമരത്തിന്റെ അടവും തന്ത്രവും വിശദ പരിപാടികളും ആക്ഷൻ കൗൺസിൽ തീരുമാനിക്കും. തക്ക സമയത്ത് വിവരമറിയിക്കും. ഇടംവലം നോക്കാതെ തയ്യാറായിരിക്കക. പടക്കളത്തിലേക്ക് മാർച്ച ചെയ്യാൻ തൊഴിലാളിയെ സജ്ജമാക്കുക.' ഇത്തരം നിർദ്ദേശത്തോടെ കൺവീനർമാരുടെ യോഗം പിരിച്ചുവിട്ടു. ആക്ഷൻകൗൺസിൽ യോഗം ചേർന്ന് ആലപ്പുഴയിലെ സമരത്തിന്റെ വിശദമായ മാർഗ്ഗരേഖ തയ്യാ റാക്കി.

കിടങ്ങാം പറമ്പ മൈതാനത്തും ബാപ്പുവൈദ്യർ ജംഗ്ഷനിലും എത്തിച്ചേരുന്ന രണ്ടു പ്രകടനങ്ങളും സമാധാനപരമായി പിരിഞ്ഞു പോകുക.

ബീച്ച് - വാടയ്ക്കൽ- കുതിരപ്പന്തി പ്രകടനങ്ങൾ കടലോരത്തുകൂടി തെക്കോട്ട പോയിപോലീസ് ക്യാമ്പിന്റെ നേർക്ക് അടുക്കുക. പറവൂർ-കിഴക്കേപുന്നപ്ര മേഖല പ്രകടനങ്ങൾ കിഴക്ക നിന്നും വണ്ടാനം-നീർ ക്കുന്നം പ്രകടനം കടലോരത്തുകൂടി തെക്കുനിന്നം പോലീസ് ക്യാമ്പി ലെയ്ക്കുക. എക്സ് സർവ്വീസ് കാരുടെ പ്രകടനം പറവൂർ ചന്തയിൽ നിന്നും ആലപ്പുഴ പട്ടണത്തെ ലക്ഷ്യമാക്കി മാർച്ച ചെയ്ത് പട്ടാളവണ്ടി മുന്നോട്ട പോകാതെ തടയുക. ചങ്കം-കളർകോട് മേഖലയിൽ കല്പങ്കുകൾ പൊളിച്ചും കാറ്റാടിമരങ്ങൾ വെട്ടിയിട്ടും മാർഗ്ഗതടസ്സം സൃഷ്ടിക്കുക. ഏതു വിധേനയും പുറമെ നിന്ന് പട്ടാളക്കാർ പുന്നപ്രയിലെത്തുന്നതു തടയാനും

ഒരു ജീവൻ മരണ സംഘട്ടനത്തിൽ പുന്നപ്രയിലെ തൊഴിലാളി മർദ്ദനത്തിന്റെ സിരാകേന്ദ്രമായ പോലീസ് ക്യാമ്പ് പിടിച്ചടക്കാനും തോക്കുകൾ കൈവശപ്പെടുത്താനും കെ. വി. പത്രോസിന്റെ നേതൃത്വ ത്തിൽ ആക്ഷൻ കൗൺസിൽ തീരുമാനിച്ചു.

ഒക്ടോബർ 11-ന് സ്റ്റേറ്റുകോൺഗ്രസ് പിൻതുണക്കില്ല എന്ന് ഉറപ്പാ യതോടെ സ്വാഭാവികമായും അമ്പലപ്പുഴ ചേർത്തല താലൂക്കിലെ തൊഴിലാളിസംഘടനകളുടെ സമര നേതൃത്വം കമ്മ്യൂണിസ്റ്റ പാർട്ടിയുടെ ശിരസ്സിൽ അവരോധിക്കപ്പെടുകയായിരുന്നു. കമ്മ്യൂണിസ്റ്റപാർട്ടി മുൻകാലങ്ങളിൽ നടത്തിയ രാഷ്ട്രീയ വിദ്യാഭ്യാസവും സാംസ്ക്കാരിക മേഖലയിലെ പ്രവർത്തനങ്ങളും വളരെ വേഗമുള്ള ഒരു ഏറ്റുമുട്ടലിന് മാനസികമായി തൊളിലാളികളെ സജ്ജമാക്കി. പി. റ്റി. പുന്നൂസ്, ആർ. സുഗതൻ മുതലായ നേതാക്കളുടെ അറസ്റ്റുകൾ ഒക്ടോബർ ആദ്യവാരം നടന്നിരുന്നു. പുന്നപ്ര-വയലാർ സമരം നയിക്കാൻ കമ്മ്യൂണിസ്റ്റ്പാർട്ടി നേതൃത്വം തയ്യാറാക്കിയ പദ്ധതി ഇപ്രകാരമായിരുന്നു:-

കെ. സി. ജോർജ്, കെ. വി. പത്രോസ്, സി. കെ. കുമാരപണിക്കർ, സി. ജി. സദാശിവൻ, പി. ജി. പത്മനാഭൻ, കെ. കെ. കുഞ്ഞൻ എന്നീ വരടങ്ങുന്ന ആക്ഷൻ കൗൺസിൽ ഒളിവിലിരുന്ന കൊണ്ട് സമരത്തിന് നേതൃത്വം നൽകും. ആക്ഷൻ കൗൺസിലിന്റെ കൺവീനർ കെ. വി. പത്രോസായിരുന്നു. എ. റ്റി. റ്റി. യു. സി-യുടെ പ്രസിഡന്റ് എന്ന നിലയിൽ ബഹുജന നേതൃത്വമുള്ള റ്റി. വി. തോമസ് ഒളിവിൽ പോകേണ്ട എന്നു തീരുമാനിച്ചു. എം. ടി. ചന്ദ്രസേനന് രാഷ്ട്രീയ വിദ്യാഭ്യാസത്തി ന്റെ ചുമതലയും എസ്. കുമാരന് സംഘടനയുടെ ചുമതലയും ഏല്പിച്ചു. കൃഷിക്കാരെ സംഘടിപ്പിക്കാനായി വി. എസ് അച്യുതാനന്ദൻ കോട്ട യത്ത് പുഞ്ചാറിൽ താമസിച്ചുകൊണ്ട് പ്രവർത്തിക്കാൻ നിശ്ചയിച്ചു. വർഗ്ഗീസ് വൈദ്യൻ തിരുവിതാംകൂറിന് പുറത്തു പോയി പോലീസ് പിടിയിലാകാതെ പ്രവർത്തിക്കാനും തിരുവിതാംകൂർ കമ്മ്യൂണിസ്റ്റ

 റ്റി. വി. തോമസ്   കെ. സി. ജോർജ്

പാർട്ടി തീരുമാനിച്ചു. ഒളിപ്രവർത്തനങ്ങൾക്ക ചേർന്ന തരത്തിൽ വിവരങ്ങളെത്തിക്കാനുള്ള സംവിധാനങ്ങളും സുരക്ഷ ഉറപ്പവരുത്തുന്ന സംബോധനകളും കോഡ്ഡുകളും രൂപീകരിച്ചിരുന്നു. ഡി. എസ്. പി വൈദ്യനാഥയ്യരുടെ മൂക്കിന താഴെയിരുന്നാണ് ഒളി പ്രവർത്തനങ്ങളൊ ക്കെ നടത്തിയത്. ആര്യാട് എസ്. കുമാരന്റെ വസതിക്കടുത്തായിരുന്ന ആക്ഷൻ കൗൺസിലിന്റെ താവളം.

പുന്നപ്ര ഭാഗത്ത് റിസർവ്വ് പോലീസിന്റെ ക്യാമ്പുണ്ടായിരുന്നതു കൊണ്ട് അതിനെ കേന്ദ്രീകരിച്ചാണ് അവിടെ തൊഴിലാളി ക്യാമ്പുകൾ സംഘടിപ്പിച്ചത്. ട്രേയ്ഡ് കൗൺസിലുകളാണ് ക്യാമ്പുകളുടെ നേതൃത്വം വഹിച്ചിരുന്നത്. പുന്നപ്ര, പറവ്വൂർ, വണ്ടാനം, വട്ടയാൽ, വാടയ്ക്കൽ, കളർകോട് എന്നീ സ്ഥലങ്ങളിൽ ക്യാമ്പുകൾ പ്രവർത്തിച്ചിരുന്നു. ചേർ ത്തലയിൽ പൊന്നാംവെളി ചന്തയിൽ നിന്നും ഏകദേശം ഒന്നര കി. മീ. തെക്ക കിഴക്ക് ഒളതല എന്ന സ്ഥലത്ത് 600 വാളന്റിയറന്മാരുടെ ഒരു ക്യാമ്പും ചേർത്തല ടൗണിന് ഒരു കി. മീ വടക്ക് വയലാറിലും അതിനും വടക്കഭാഗത്ത് വടക്കൻ വയലാറിലും വരേകോട് എന്ന സ്ഥലത്തും കളവങ്കോടത്തും ഓരോ ക്യാമ്പുകൾ ആരംഭിച്ചു. ഒക്ടോബർ 17-ന് ചേർ ത്തലയിലെ അഞ്ചു ക്യാമ്പുകളിലും കൂടി 2378 അംഗങ്ങൾ ഉണ്ടായിരുന്നു. വളരെ വേഗം ക്യാമ്പുകളിലെ അംഗസംഖ്യ വർദ്ധിച്ചു.

ഇന്ത്യൻ കമ്മ്യൂണിസ്റ്റ്പാർട്ടി സെക്രട്ടറി പി. സി. ജോഷിയെ കണ്ട തിരുവിതാംകൂരിലെ ആസന്നമായിരിക്കുന്ന സമരത്തെക്കുറിച്ച് റിപ്പോർ ട്ട ചെയ്യാനും കേരളഘടകത്തിന്റെ തീരുമാനമനുസരിച്ച് സമരത്തിന്

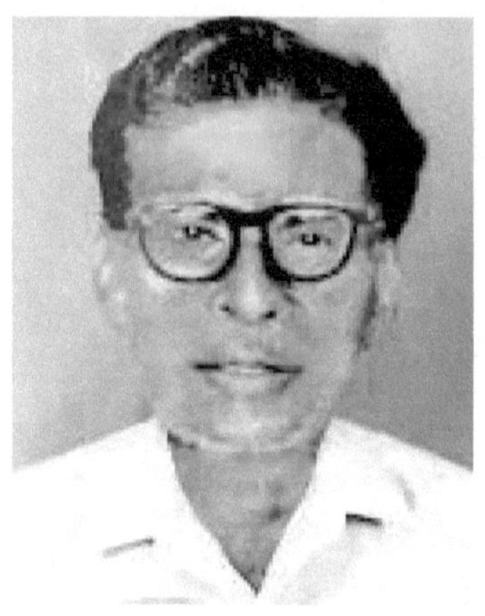

കെ. വി. പത്രോസ്

കെ. കെ. കുഞ്ഞൻ

അനുമതി നേടാനുമായി നിയോഗിക്കപ്പെട്ട കെ. സി. ജോർജ്ജ് ഒക്ടോബർ 13-ന് ബോംബെയിലെ പാർട്ടി ഓഫീസിലെത്തിയപ്പോൾ ജനറൽ സെക്രട്ടറി പി. സി. ജോഷി സ്ഥലത്തില്ലായിരുന്നു. കൽക്ക ട്ടയിലുള്ള പി. സി. ജോഷിയുമായി ഫോണിൽ ബന്ധപ്പെട്ട കെ. സി. ജോർജ്ജിനോട് ഓഫീസ് സെക്രട്ടറിയായ ജി. അധികാരിയുമായി സംസാരിച്ച് തീരുമാനിക്കുവാനാണ് പി. സി. ജോഷി പറഞ്ഞത്. 1933-35 കാലഘട്ടത്തിൽ ഇന്ത്യൻ കമ്മ്യൂണിസ്റ്റ് പാർട്ടിയുടെ ജനറൽ സെക്രട്ടറിയായിരുന്ന ജി. അധികാരി രസതന്ത്രത്തിൽ ജർമ്മനിയിൽ നിന്ന് ഡോക്ടറേറ്റെടുത്തയാളും ആൽബർട്ട് ഐൻസ്റ്റിന്റെ നേരിട്ടുള്ള ശുപാർശയിൽ ബ്രിട്ടീഷ് ഗവൺമെന്റ് മീററ്റ് ഗൂഢാലോചന കേസിൽ നിന്നും വിട്ടയച്ചയാളുമാണ്. അമ്പലപ്പുഴ ചേർത്തല തൊഴിലാളികളുടെ ഭാഗധേയം നിർണ്ണയിക്കാൻ കാലം കണ്ടുവച്ച നേതാവ് ഡോ. ജി. അധികാരിയായിരുന്നു! ഗവൺമെന്റുമായി ഒരു ഏറ്റുമുട്ടൽ അനിവാര്യ മാണെന്നും തോക്കെടുത്ത പട്ടാളത്തോടാണ് ഏറ്റുമുട്ടേണ്ടത് എന്നളും അധികാരിയെ വിഷമിപ്പിച്ചു. മറ്റ മാർഗ്ഗമില്ലാതെ തിരുവിതാംകൂർ പാർ ട്ടികമ്മിറ്റിയുടെ തീരുമാനം അദ്ദേഹത്തിന് അംഗീകരിക്കേണ്ടിവന്നു. അങ്ങനെ സാങ്കേതികമായി കേന്ദ്ര നേതൃത്വത്തിന്റെ അനുമതിയോടെ കെ. സി. ജോർജ്ജ് കേരളത്തിലേക്ക് മടങ്ങി.

ഒക്ടോബർ 17-ന് കോഴിക്കോട്ടെത്തിയ കെ. സി. ജോർജ്ജ്, കെ. വി. പത്രോസ്, കേരള സോഷ്യലിസ്റ്റ് പാർട്ടിയുടെ പ്രതിനിധികൾ എന്ന നിലയിൽ കോഴിക്കോട് കമ്മ്യൂണിസ്റ്റ് പാർട്ടി ഓഫീസിലെത്തിയ

സി. കെ. കുമാരപ്പണിക്കർ

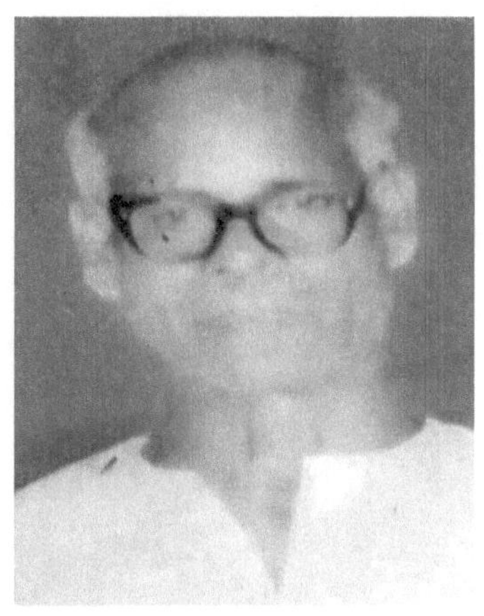

പി. ജി. പത്മനാഭൻ

എൻ. ശ്രീകണ്ഠൻനായർ, ജി. ജനാർദ്ദനക്കുറുപ്പ് എന്നിവരുമായി തിരുവിതാംകൂറിലെ സ്ഥിതിഗതികൾ ചർച്ച ചെയ്തു. യോജിച്ചുള്ള ഒരു സമരത്തിന് പരിപാടിയിട്ടു. അന്നു രാത്രി തന്നെ കെ. സി. ജോർജ്ജ് ആലപ്പുഴയ്ക്കു തിരിച്ചു. ട്രെയിനിൽ ആലുവയിലെത്തിയ ജോർജ്ജിനെ വൈക്കം വരെ കാറിൽ കൊണ്ടു പോയി വിടാൻ ഏർപ്പാട്ട ചെയ്തിരുന്നു. അവിടെ നിന്നും ഒരു വള്ളത്തിൽ ആലപ്പുഴയിൽ എത്തിക്കാനായിരുന്നു പരിപാടി. പക്ഷെ വള്ളക്കാരൻ പേടി മൂലം മാറിക്കളഞ്ഞു. മറ്റൊരു വള്ള ക്കാരനെ കണ്ടുപിടിച്ച് നേരം വെളുത്തപ്പോഴാണ് കെ. സി. ജോർജിന് ആലപ്പുഴ ആര്യാട് എത്തിച്ചേരാൻ കഴിഞ്ഞത്. ഒളിവിൽ പ്രവർത്തിച്ചിരു ന്ന ആലപ്പുഴയിലെ പാർട്ടി കേന്ദ്രത്തെക്കുറിച്ച് പുന്നപ്ര വയലാർ എന്ന തന്റെ കൃതിയിൽ കെ. സി. ജോർജ്ജ് ഇപ്രകാരം പറയുന്നു:

'രാത്രി കുറെ വൈകിയപ്പോൾ പത്രോസ് അവിടെ വന്ന് എന്നെയും കൂട്ടി അവിടെ നിന്നു കുറെ അകലെ ഉള്ളിലുള്ള ഒരു സ്ഥലത്തേക്ക് പോയി. ഞങ്ങൾ ചെന്നത് സഖാക്കൾ കെ. കെ. കുഞ്ഞൻ, സി. ജി. സദാശിവൻ, പി. ജി. പത്മനാഭൻ എന്നിവർ ഇരുന്നിരുന്ന വീട്ട മുറ്റത്തായിരുന്നു. ഞങ്ങളെല്ലാവരും കൂടി അവിടെയിരുന്ന് ഞങ്ങളുടെ പ്രവർത്തനങ്ങൾക്കു വേണ്ടി ഉണ്ടാക്കിയിട്ടുള്ള സംഘടനയെപ്പറ്റി സംസാരിച്ചു. സമരത്തിന്റെ നേതൃത്വത്തിനുള്ള ആസ്ഥാനം ആ സ്ഥല ത്താണ് സംഘടിപ്പിച്ചിരുന്നത്. അതിലേക്ക് എനിക്കു മാത്രമായി ഒരു സ്ഥലവും മറ്റ നാലു പേർക്കും കൂടി ഒന്നിച്ച താമസിക്കുന്നതിന് അതിന ടുത്ത് മറ്റൊരു സ്ഥലവും ഏർപ്പാട്ട ചെയ്തിരുന്നു. അത്യാവശ്യമുള്ളപ്പോൾ

സി. ജി. സദാശിവൻ

ഒന്നിച്ച കൂടി ചർച്ച ചെയ്യുന്നതിനും അതില്ലാതുള്ളപ്പോൾ കത്തുകൾ വഴി അഭിപ്രായങ്ങളും വിവരങ്ങളും പരസ്പരം അറിയിക്കുന്നതിനും, ക്യാമ്പുകളിൽ നിന്നുള്ള റിപ്പോർട്ടുകളും വിവരങ്ങളും കേന്ദ്രത്തിലേക്കും, കേന്ദ്രത്തിൽ നിന്നുള്ള നിർദ്ദേശങ്ങൾ ക്യാമ്പുകളിലേക്കും എത്തിക്കുന്നതിനുള്ള ഏർപ്പാടുകളും ഉണ്ടാക്കിയിരുന്നു. ഒക്ടോബർ 19 (തുലാം 2), രാത്രിയായിരുന്നു അത്. ഒക്ടോബർ 22ന് (തുലാം 5) ആയിരുന്നു പണിമുടക്കിന് എ. റ്റി. റ്റി. യു. സി തീരുമാനിച്ചിരുന്ന തീയതി. അതിനുള്ള ആഹ്വാനം നടത്തിയിരുന്നില്ല. ആ

പ്രശ്നത്തെപ്പറ്റി പാർട്ടി തലത്തിൽ ഒന്നു കൂടി ആലോചിക്കണമെന്ന് ടി. വി തോമസിന് അഭിപ്രായമുണ്ടായിരുന്നതുകൊണ്ട് ഞാൻ കൂടി വരുന്നതുവരെ ആ പ്രശ്നം മാറ്റി വെച്ചിരുന്നു. അതിനു വേണ്ടി ടി. വി. അവിടെ വരാൻ ഏർപ്പാട ചെയ്തിരുന്നതനുസരിച്ച് രാത്രി ഏകദേശം 12 മണിയോടെ ടി. വി, വർഗ്ഗീസ് വൈദ്യനുമൊത്ത് അവിടെയെത്തി. '

എല്ലാ സ്ഥലത്തും പരിശീലനം സിദ്ധിച്ച വാളണ്ടിയറന്മാർ കാവൽ നിന്നിരുന്നു. അപരിചിതരെ കണ്ടാൽ 'നിൽക്കൂ, ആരാണ് പോകുന്നത് മിത്രമോ ശത്രുവൊ?' എന്ന് ചോദിക്കും. മിത്രമെന്നാണ് മറുപടിയെങ്കിൽ അതിന്റെ പ്രത്യേക അടയാളം കാണിച്ചാൽ മാത്രമെ കടത്തിവിടുക യുള്ളൂ. ഓരോ വേണ്ടപ്പെട്ട വ്യക്തികളെയും കൂട്ടിക്കൊണ്ടുവരുന്നതിന് പ്രത്യേക കോറിയറും ഉണ്ടായിരുന്നു. ഇതൊരു രാഷ്ട്രീയ ആവശ്യങ്ങൾക്കു വേണ്ടിയുള്ള തൊഴിലാളി സമരമായതിനാൽ ഒരു രാഷ്ട്രീയ പൊതു പണിമുടക്കിനുള്ള ആഹ്വാനമാണ് പ്രസിഡന്റ് എന്ന നിലയിൽ ടി വി തോമസ് നൽകേണ്ടതെന്ന് തീരുമാനിച്ചു. തൊഴിലാളികളുടെ സാമ്പത്തിക ആവശ്യങ്ങൾ ഒരു പണിമുടക്ക കൂടാതെ അംഗീകരിക്കാൻ സർ. സി. പി. തയ്യാറായിരുന്നതിനാലാണ് ഒരു തീരുമാനമെടുക്കാൻ ടി. വി. വിഷമിച്ചിരുന്നത്. കമ്മ്യൂണിസ്റ്റ് പാർട്ടി തൊഴിലാളികൾക്ക് ഉണ്ടാക്കിക്കൊടുത്ത രാഷ്ട്രീയ ബോധമായിരുന്നു തീ ഇപ്പന്ന തോക്ക കൾക്ക മുന്നിൽ വാരിക്കുന്തവുമായി പ്രത്യാക്രമണം നടത്താനുള്ള ആത്മവിശ്വാസം തൊഴിലാളിക്ക് നൽകിയത്. അങ്ങനെ 1946 ഒക്ടോ ബർ 22-ന് അനിശ്ചിതകാലത്തേക്ക് പൊതുപണിമുടക്ക് ആരംഭിക്കാൻ ടി. വി. തോമസ് ആഹ്വാനം ചെയ്തു. ഒക്ടോബർ 21-ന് രാത്രി നിരവധി

കമുകുമരങ്ങൾ വെട്ടിവീഴ്ത്തി തൊഴിലാളികൾ മൂർച്ചയുള്ള വാരിക്കുന്തങ്ങൾ ഉണ്ടാക്കി. തിരുവിതാംകൂർ പോലീസ് സേന 303 സ്റ്റെൻ ഗണ്ണകൾ ആണ് ഉപയോഗിച്ചിരുന്നത്. ഒന്ന് നിറയൊഴിച്ച കഴിഞ്ഞാൽ വീണ്ടും ചാർജ്ജു ചെയ്യാൻ അല്പസമയം വേണ്ടിവരും. അതുകൊണ്ട് സ്റ്റെൻ ഗണ്ണകൾക്കെതിരെ വാരിക്കുന്തവുമായി ധൈര്യപൂർവ്വം പോരാട്ടുന്ന ഒരു പോരാളിക്ക് തോക്കപയോഗിക്കുന്നയാളെ കുത്തിമലർത്താൻ സാധിക്കും. ഇതായിരുന്നു വാരിക്കുന്തങ്ങളുമായി പോരിനിറങ്ങാൻ കാര ണമായിത്തീർന്ന മറ്റൊരു ചിന്താഗതി. ഒക്ടോബർ 22-ന് അമ്പതിനായി രത്തിൽപ്പുരം തൊഴിലാളികൾ അമ്പലപ്പുഴ ചേർത്തല താലൂക്കുകളിൽ പണിമുടക്കി. പണിമുടക്കിയ തൊഴിലാളികൾ അവരുടെ വാർഡ്ഡുകളിലും ക്യാമ്പുകളിലും കഴിച്ചുകൂട്ടി. പണിമുടക്കിനെ അടിച്ചമർത്തുമെന്ന കരുതി വാളണ്ടീയറന്മാർ ക്യാമ്പിന് കാവൽ നിന്നു. ഏറ്റുമുട്ടല്ലുകൾ ഒന്നും തന്നെ ഉണ്ടായില്ലെങ്കിലും ഡി. എസ്. പി. വൈദ്യനാഥയ്യർ നാണം കെട്ട് തി രിച്ച പോയ ഒരു സംഭവം പുന്നപ്രയിൽ അരങ്ങേറി. രാവിലെ പത്തു മണിയോടെ പുന്നപ്ര കടപ്പുറത്തു കൂടി ജനങ്ങളെ ഭയപ്പെടുത്താനായി ഡി. എസ്. പി വൈദ്യനാഥയ്യരുടെ നേതൃത്വത്തിൽ ഒരു മിലിട്ടറിമാർച്ച് നടത്തി. ജനങ്ങൾ തിങ്ങിപ്പാർക്കുന്നയിടത്തു കൂടിയുള്ള മാർച്ച് ജനം തടഞ്ഞു. നിമിഷനേരം കൊണ്ട് അവിടെ ഒരു മനുഷ്യക്കോട്ടതന്നെ രൂപപ്പെട്ടു. മാറിയില്ലെങ്കിൽ എല്ലാവരേയും ചട്ടച്ചാമ്പലാക്കുമെന്ന് ആകോശിച്ച ഡി. എസ്. പി. അവസാനം വിനയാന്വിതനായി തങ്ങളെ കടന്നു പോകാൻ അനുവദിക്കണമെന്ന് ജനത്തോട് അപേക്ഷിക്കേണ്ടി വന്നു. ചേർത്തല ലോക്കപ്പിൽ കിടന്നിരുന്ന തൊഴിലാളി നേതാക്കളെ മർദ്ദിച്ചു കൊണ്ട് ഡി. എസ്. പി അന്നു രാത്രി പകരം വീട്ടി. ഒക്ടോബർ 23-ന് പണിമുടക്ക് വിജയകരമായി തുടർന്നു. ചേർത്തലയിൽ 700-ൽപരം സ്ത്രീ തൊഴിലാളികൾ തൊണ്ടു തല്ലുന്ന വടിയും പിടിച്ച് ദിവാനെതിരെ മുദ്രാവാക്യങ്ങൾ മുഴക്കിക്കൊണ്ട് ഒരു പ്രകടനം നടത്തി. ഒളതല നിന്നു തുറവൂർ വരെ 800 വാളണ്ടീയറന്മാരുടെ മറ്റൊരു പ്രകടനവും നടന്നു. തുറവൂർ ഒരുയോഗവും നടത്തിയാണ് അവർ പിരിഞ്ഞു പോയത്.

400 പേരടങ്ങുന്ന മേനാശ്ശേരി ക്യാമ്പ് അന്നാണ് രൂപീകരിക്കപ്പെട്ടത്.

ഒക്ടോബർ 24 (തുലാം 7)
പുന്നപ്ര വെടിവെപ്പ്

തിരുവിതാംകൂർ മഹാരാജാവ് ശ്രീ. ചിത്തിര തിരുനാൾ ബാലരാമ വർമ്മയുടെ ജന്മദിനമായിരുന്ന തുലാം 7. എട്ട വർഷങ്ങൾ ക്ക് മുൻപ് 1938-ൽ ഇതേ ദിവസം തന്നെയായിരുന്ന ആലപ്പുഴയിലെ കയർ തൊഴിലാളികളെ പോലീസ് മൃഗീയമായി മർദ്ദിക്കുകയും മൂന്നപേരെ വെടിവെച്ച കൊല്ലുകയും ചെയ്ത്. ചരിത്രത്തിന്റെ ആവർത്തനമായി മാറുകയായിരുന്ന സംഭവബഹുലമായ ആ ദിവസം.

രാവിലെ തൊഴിലാളികളും നാട്ടുകാരും അവരവരുടെ വാർഡുക ളില്ലുള്ള ക്യാമ്പുകളിൽ തടിച്ചുകൂടി. എല്ലാവരും ഘോഷയാത്രയ്ക്കുള്ള ഉക്കമാണ്. ആക്ഷൻ കൗൺസിലിന്റെ നിർദ്ദേശ പ്രകാരം വിവിധ പ്രകടനങ്ങൾ പ്ലാൻ ചെയ്തിരുന്നു. കൊടി കെട്ടിയ വാരിക്കുന്തങ്ങൾ കൈയിലേന്തി വാളണ്ടീയറന്മാർ അണിനിരന്നു. പുന്നപ്രയിലെ റിസർവ്വ് പോലീസ് ക്യാമ്പ് പിരിച്ച വിടണമെന്ന് ജനങ്ങൾ ആവശ്യപ്പെട്ടു. മുൻകൂട്ടി തീരുമാനിച്ചതുപോലെ ആലപ്പുഴ പട്ടണത്തിന്റെ വടക്ക ഭാഗത്തുനിന്നും പട്ടണത്തിലേക്ക നീങ്ങിയ ഭീമമായ ഘോഷയാത്രയും കിടങ്ങാം പറമ്പ മൈതാനത്തെത്തിയ മറ്റൊരു ഘോഷ യാത്രയും സമാധാനപരമായി പിരിഞ്ഞു പോയി. പോലീസും പട്ടാളവും പ്രകോപനമുണ്ടാക്കാതെ ഒഴിഞ്ഞു മാറി പട്ടണത്തിൽ റോന്ത ചുറ്റി.

ഉച്ചയ്ക്ക് 12 മണിക്ക് പരവ്വൂരിൽ നിന്നും എക്സ് സർവ്വീസുകാരുടെ ഘോഷയാത്ര തെക്ക നിന്നു വടക്കോട്ട് ആലപ്പുഴ പട്ടണത്തിലേക്ക് മാർച്ച് ചെയ്തു. അതേ സമയം തന്നെ ആലപ്പുഴ ബീച്ച്, ആലിശ്ശേരി

വലിയ ചുട്ടുകാട്

എന്ന സ്ഥലങ്ങളിൽ നിന്നും തൊഴിലാളികളും നാട്ടുകാരും കടൽ തീരത്തു കൂടി പോലീസ് ക്യാമ്പിനെ ലക്ഷ്യം വെച്ച നീങ്ങി. പുന്നപ്ര യിലെ മത്സ്യത്തൊഴിലാളികളുടേയും നാട്ടുകാരുടേയും വൻപിച്ച ഒരു ഘോഷയാത്ര വാരിക്കുന്തങ്ങളിൽ കെട്ടിയിരുന്ന ചെങ്കൊടികളും പിടിച്ച് 'ദിവാൻ ഭരണം അവസാനിപ്പിക്കും' 'പട്ടാളത്തെ പിൻവലിക്കുക'എന്നീ മുദ്രാവാക്യങ്ങൾ മുഴക്കിക്കൊണ്ട് വട്ടയാൽ വാർഡിൽ നിന്നും പുന്നപ്ര യിലേക്ക് നീങ്ങി. ഏകദേശം മൂന്നു മണിയോടെ വണ്ടാനത്ത് നിന്നുള്ള ഘോഷയാത്രയും പുന്നപ്രയിലേക്ക് പുറപ്പെട്ടു. അങ്ങനെ പതിനായി ക്കരണക്കിന് ആളുകൾ പുന്നപ്രയിൽ അപ്ളോൺ അറൌജിന്റെ വീട്ടിലെ പോലീസ് ക്യാമ്പ് പിരിച്ചുവിടണമെന്ന ദൃഢനിശ്ചയത്തോടെ പുന്നപ്രയിലേക്ക് നീങ്ങി. ക്യാമ്പിൽ 29 റിസർവ്വ് പോലീസുകാരും ഒരു ഇൻസ്പെക്ടറും ആണ് ഉണ്ടായിരുന്നത്.

എക്സ് സർവ്വീസുകാരുടെ ഘോഷയാത്ര പട്ടണത്തോടടുത്ത പ്പോൾ എതിരേ വന്ന പട്ടാളവണ്ടിയെ വലിയ ചുട്ടുകാടിന സമീപം തിരുവമ്പാടിയിൽവെച്ച് സമരക്കാർ തടഞ്ഞു. ആക്ഷൻ കൗൺസിൽ മുൻ കൂട്ടി പ്ലാൻ ചെയ്തിരുന്ന പ്രകാരമായിരുന്നു അവർ പ്രവർത്തിച്ചത്. ഒന്നര മണിക്കൂർ സമയം പട്ടാളവണ്ടിയെ അവർ തടഞ്ഞു നിർത്തി. പട്ടാളക്കാർ അവസാനം രണ്ടു തൊഴിലാളികളെ വെടിവെച്ചുകൊന്നു. പലർക്കും പരിക്കേറ്റു. പക്ഷെ വണ്ടി പുന്നപ്രയിലേക്കുപോകാൻ സമര ക്കാർ സമ്മതിച്ചില്ല. പട്ടാളവണ്ടി പട്ടണത്തിലേക്ക് തിരിച്ച പോയി.

വളരെ തന്ത്രപരമായ ഒരു നീക്കമായിരുന്നു അത്. കാരണം അപ്പോൾ പുന്നപ്രയിൽ പോലീസ്ക്യാമ്പ് ആക്രമണം നടക്കുകയായിരുന്നു.

പുന്നപ്രയിലെ പോലീസ് ക്യാമ്പിനെ ലക്ഷ്യംവച്ച് പതിനായിര ക്കണക്കിന് തൊഴിലാളികൾ വാരിക്കുന്തവുമായി മുദ്രാവാക്യങ്ങളും മുഴക്കി എല്ലാ വശങ്ങളിൽ നിന്നും ആഞ്ഞടുത്തു. ഗവണ്മെന്റ് വിരുദ്ധ മുദ്രാവാക്യങ്ങൾ അന്തരീക്ഷത്തിൽ മുഴങ്ങി. ക്യാമ്പിലെ പോലീസുകാ രുടെ മനസ്സിലും ഭയം പെരുമ്പറ മുഴക്കി. മനുഷ്യ മഹാസമുദ്രമാണ് രക്തപതാകയുമായി ആഞ്ഞടുക്കുന്നത്! കുതിരപ്പന്തിയിൽ നിന്നും തെക്കോട്ട നീങ്ങിയ ഘോഷയാത്ര ക്യാമ്പിന്റെ കിഴക്കവശത്തുള്ള പനയുടെ ചുവട്ടിൽ നിർത്തിയിട്ട് ജാഥ നയിച്ച പി. കെ. ചന്ദ്രാനന്ദൻ ഇപ്രകാരം പറഞ്ഞു. 'സഖാക്കളെ, നമ്മൾ ഈ പടിഞ്ഞാറു വശത്തു കാണുന്ന ക്യാമ്പ് ആക്രമിക്കാൻ പോകുകയാണ്. നമ്മളിൽ ഒരു തുള്ളി ചോരയും ഒരു ഇണ്ട മാംസവും അവശേഷിക്കുന്നത വരെ കിരാതനായ സി. പി. യുടെ കിങ്കരന്മാരുമായി യുദ്ധം ചെയ്യണം. ആരെങ്കിലും ഭയന്ന് ഓടിയാൽ അടുത്തുള്ള സഖാക്കൾ അയാളുടെ കുതികാൽ വെട്ടുക. നമ്മുടെ അമ്മപെങ്ങന്മാരെ അപമാനിക്കുന്ന രാക്ഷസന്മാരെ വകവ രുത്തുക, മരിക്കുന്നെങ്കിൽ അന്തസ്സായി, അഭിമാനത്തോട്ടുകൂടി നമുക്ക് ഒന്നിച്ച മരിക്കാം. നിങ്ങൾക്ക് ലാൽസലാം'

എക്സ് സർവ്വീസുകാരനായ പി. കെ. ദാമോദരനായിരുന്ന ജനറൽ ക്യാപ്റ്റൻ. ക്യാമ്പിൽ പങ്കെടുത്തവർക്കെല്ലാം പട്ടാള പരിശീലനം കൊടു ത്തിരുന്നു. അപകടം അറിയിക്കുന്നതിന് നീണ്ട ഒരു വിസിലൂതുമ്പോൾ എല്ലാവരും തറയിൽ കമഴ്ന്ന കിടന്ന് മുന്നോട്ട് നീന്തണം.

പി. കെ. ചന്ദ്രാനന്ദൻ

ജനദ്രോഹികളായ പോലീസി നെ കുന്തത്തിന കുത്തിയും വെട്ടിയും വീഴ്ത്തണം. ഇതായിരുന്ന സമരസ ഖാക്കൾക്ക കൊടുത്ത നിർദ്ദേശം. കുതിരപ്പന്തിയിൽ നിന്ന വന്ന ഘോഷ യാത്ര പോലീസ് ക്യാമ്പിന്റെ വടക്ക കിഴക്കേ ഭാഗത്തും പോർട്ടിൽ നിന്നും വന്ന ഘോഷയാത്ര ക്യാമ്പിന്റെ പടി ഞ്ഞാറു ഭാഗത്തും പുന്നപ്ര പരവ്ർ പ്രദേശത്തു നിന്നും വന്ന ഘോഷയാ ത്ര കെട്ടിടത്തിന്റെ തെക്ക കിഴക്കേ ഭാഗത്തും നിലയുറപ്പിച്ച. സബ്ബ് ഇൻ സ്പെക്ടർ വേലായുധൻ നാടാരുടെ

നേതൃത്വത്തിൽ കെട്ടിടത്തിന ചുറ്റമായി പോലീസ് തയ്യാറായി നിന്നി
രുന്നു. കെട്ടിടത്തിന്റെ കിഴക്കുഭാഗത്ത് നിന്നിരുന്ന വേലായുധൻ നാടാർ
ഒരു മെഗാഫോണിലൂടെ 'നിങ്ങൾ ശാന്തരായി പിരിഞ്ഞു പോകണം'
എന്ന് വിളിച്ച് പറഞ്ഞു. 'നിങ്ങൾ കാക്കിയുടുപ്പ് ഊരിവെച്ചിട്ട് ഞങ്ങ
ളോടൊപ്പം പോരണം' എന്നായിരുന്ന ജനങ്ങൾ നൽകിയ മറുപടി.
പിരിഞ്ഞു പോയില്ലെങ്കിൽ വെടിവെയ്ക്കുമെന്ന് പറഞ്ഞ ഇൻസ്പെക്ടർ
നിർദ്ദേശം നൽകിയയും നീണ്ട ഒരു വിസിൽ മുഴങ്ങി. ജനക്കൂട്ടം ഒന്നടങ്കം
നിമിഷ നേരം കൊണ്ട് നിലത്ത് കമഴ്ന്ന കിടന്നു. പോലീസ് മൂന്നു തവണ
ആകാശത്തേക്ക് നിറയൊഴിക്കുന്നതിനിടയിൽ പടിഞ്ഞാറുവശത്തെ
തോട്ടം കിഴക്കുവശത്തെ പൊഴിച്ചാല്യം നിന്തിക്കടന്ന് ജനങ്ങൾ പോ
ലീസിനടുത്ത് എത്തിക്കഴിഞ്ഞു. ആരോ നീട്ടിയെറിഞ്ഞ വാരിക്കുന്തം
വേലായുധൻ നാടാരുടെ ശരീരത്തിൽ തുളഞ്ഞു കയറി. വെടിയുണ്ടകൾ
ചീറിപ്പാഞ്ഞു. ചിലർ വെടിയേറ്റ നിലം പതിച്ച. വാരിക്കുന്തത്തിന കുത്തേ
റ്റ വേലായുധൻ നാടാർ നിന്നു പുളയുകയാണ്. തെങ്ങുകയറ്റത്തൊഴി
ലാളിയായ കുഞ്ഞുണ്ണിപരവൻ തന്റെ പണിയായുധവ്യമായി നാടാരുടെ
മുന്നിൽ സ്തംഭിച്ച നിന്നു. ആരോ 'വെട്ടെടാ' എന്നു പറഞ്ഞു കൊണ്ട്'
ആഞ്ഞടിച്ചതും കുഞ്ഞുണ്ണി ഇൻസ്പെക്ടറെ വെട്ടി നിലത്തിട്ടതും ഒരുമിച്ച
കഴിഞ്ഞു. തന്റെ മൂർച്ചയുള്ള വെട്ടരിവാൾ കൊണ്ട് തെങ്ങിൻ കലകളും
പച്ചോലകളും മാത്രം വെട്ടിയിട്ടുള്ള കുഞ്ഞുണ്ണിക്ക് അതൊരു പുതിയ
അനുഭവമായിരുന്നു. അതോടെ സംഘട്ടനം രൂക്ഷമായി. പോലീസ്
ബയണറ്റ് ചാർജ്ജ ചെയ്യാൻ തുടങ്ങി. വാരിക്കുന്തത്തിന്റെ കുത്തേറ്റം
വെട്ടേറ്റം പോലീസുകാരും മരിച്ച വീണു. പോലീസ് സൈന്യത്തിന്റെ
അണികൾ ഭേദിക്കപ്പെട്ടു. പോലീസുകാർ പലരും വാവിട്ട കരഞ്ഞു.
വെടിയുണ്ടകൾ ഏറ്റം ബയണറ്റ കൊണ്ട് മുറിവേറ്റം ചീറ്റിയ രക്തം
ചോരിമണലിൽ തളം കെട്ടി. 20 ലധികം പോലീസുകാർ മരിച്ച വീണു.
12 തൊഴിലാളികളും അതിനകം മരിച്ച. കയ്യില്ലള്ള വെടിയുണ്ടകൾ
തീർന്നതിനാൽ പോലീസുകാർ കെട്ടിടത്തിനകത്ത് ഓടിക്കയറി വാതി
ല്യകൾ അടച്ച. കെട്ടിടത്തിന ചുറ്റമുള്ള വരാന്തയിലേക്ക് ഓടിക്കയറിയ
സമരക്കാരെ ജനാലയ്ക്കൽ മറഞ്ഞ നിന്നു കൊണ്ട് പോലീസുകാർ വെ
ടിവെച്ച. 12 തൊഴിലാളികൾ തൽക്ഷണം മരിച്ച വീണു. ഇതേത്തുടർന്ന്
സഖാക്കൾ പിന്മാറാൻ ആവശ്യപ്പെട്ടുകയും വെടി കൊണ്ടും ബയണറ്റ്
ചാർജ്ജുകൊണ്ടും മുറിവേറ്റ സഖാക്കളെ എടുത്തു കൊണ്ടും ഏകദേശം
നാല്യ മണിയോടെ സമര സഖാക്കൾ പിൻവാങ്ങി. ക്യാമ്പാക്രമണം
കഴിഞ്ഞ് തിരിച്ച പോകുമ്പോൾ പോലീസുകാരിൽ നിന്നും പിടിച്ചെടുത്ത
ഏഴ 303 റൈഫിളകൾ തൊഴിലാളികളുടെ കയ്യിൽ ഉണ്ടായിരുന്നു.
രാത്രി പത്തു മണിയോടെ ഡി. എസ്. പി വൈദ്യനാഥയ്യരും പട്ടാളവും

പെട്രോമാക്സുമായി പുന്നപ്രക്യാമ്പിലെത്തി. വെടി കൊണ്ട് മരിക്കാതെ കിടന്ന തൊഴിലാളികളെ ഓരോരുത്തരെയായി തോക്കിന്റെ പാത്തി ക്ക് ഇടിച്ച കൊലപ്പെടുത്തി. തോക്കുകള്‍ സമരക്കാര്‍ കൈയ്യടക്കി എന്ന വാര്‍ത്ത പോലീസ് കേന്ദ്രങ്ങളിലും പട്ടാള ക്യാമ്പ കളിലും ആശങ്ക പടര്‍ത്തി.

പുലരുമ്പോഴേക്കും എല്ലാ റോഡുകളും ഊടുവഴികളും പോലീസും പട്ടാളവും ചേര്‍ന്ന് ഉപരോധിച്ചിരുന്നു. തുലാം 9-നായിരുന്നു ഔപചാ രികമായി പട്ടാള ഭരണം പ്രഖ്യാപിച്ചതെങ്കിലും തുലാം ഒക്ടോബര്‍ 8-നു തന്നെ പ്രായോഗികമായി പട്ടാളഭരണം നിലവില്‍ വന്നു. ഒന്‍പതു തോക്കുകള്‍ സഖാക്കള്‍ക്ക കിട്ടിയിരുന്നെങ്കിലും ഏഴെണ്ണം മാത്രമാണ് അവര്‍ക്ക് കൊണ്ടു പോരാന്‍ കഴിഞ്ഞത്. രണ്ടെണ്ണം കിട്ടിയപ്പോള്‍ തന്നെ തെങ്ങില്‍ അടിച്ച് തകര്‍ത്തു കളഞ്ഞിരുന്നു. റോഡുകളും വഴികളും പട്ടാളവും പോലീസും ഉപരോധിക്കാന്‍ തുടങ്ങിയതോടെ തോക്കുകള്‍ ആലപ്പഴയില്‍ നിന്നും പുറത്തേക്ക കടത്തുവാന്‍ കഴിയാതെ വന്നു. നിര്‍ദ്ദിഷ്ടസ്ഥാനത്ത് എത്തിക്കാന്‍ കഴിയാതിരുന്നതിനാല്‍ ഗത്യന്തര മില്ലാതെ തോക്കുകള്‍ പള്ളാത്തുരുത്തി ആറ്റില്‍ കെട്ടിത്താഴ്ത്തേണ്ടി വന്നു.

ഒക്ടോബര്‍ 25 (തുലാം 8) മുതല്‍ ആലപ്പഴയിലും പുന്നപ്രയിലും സി. പി. യുടെ പോലീസും പട്ടാളവും ചേര്‍ന്ന നടത്തിയ മര്‍ദ്ദനവും ക്രൂരതകളും തിരുവിതാംകൂറില്‍ ഒരിക്കലും കേട്ടിട്ടില്ലാത്ത വിധം മൃഗീയമായിരുന്നു. പട്ടാളത്തിനെ കയ്യയച്ച വിട്ടാല്‍ സംഭവിക്കുന്ന എല്ലാ ക്രൂരതകളും ഈ പ്രദേശങ്ങളിലെ പൊതുജനങ്ങളുടേയും തൊഴിലാളികളുടേയും മേല്‍ പ്രയോഗിക്കപ്പെട്ടു. സമര നേതൃത്വം വഹിച്ചിരുന്ന ആക്ഷന്‍ കൗണ്‍സില്‍ കൂടി സ്ഥിതിഗതികള്‍ അവലോകനം ചെയ്തു. പ്രസ്തുത യോഗത്തെക്കുറിച്ച് അതില്‍ സംബന്ധിച്ചിരുന്ന എം. ടി. ചന്ദ്രസേനന്‍ 'പുന്നപ്ര-വയലാര്‍ ജ്വലിക്കുന്ന അദ്ധ്യായങ്ങള്‍ എന്ന തന്റെ കൃതിയില്‍ ഇപ്രകാരം രേഖപ്പെടുത്തുന്നു:-

'യൂണിയനുകള്‍ നിരോധിക്കും. പട്ടാളത്തെ നേരിടുവാന്‍ നമ്മുടെ സഖാക്കള്‍ക്ക സാദ്ധ്യമല്ല. അതുകൊണ്ട് ക്യാമ്പുകള്‍ പിരിച്ച വിട്ടുവാന്‍ നിര്‍ദ്ദേശം കൊടുക്കണം. ' സി. ജി. സദാശിവന്‍ അഭിപ്രായപ്പെട്ടു.

'കൂടുതല്‍ സഖാക്കള്‍ മരണപ്പെടാതിരിക്കുവാന്‍ ക്യാമ്പുകള്‍ പിരിച്ച വിട്ടുന്നതാണ് നല്ലത്. അങ്ങനെയാണെങ്കില്‍ സഖാവ് കുമാരപ്പണി ക്കരെ വിവരമറിയിക്കണം. '

സഖാവ് പി. കെ. വാസുവിന്റെ തെക്ക ഭാഗത്തുള്ള മുറിയിലിരുന്നാണ് ഞങ്ങളുടെ ആലോചന.

പോലീസിന പിടികൊട്ടക്കാതെ ടൗണിന തെക്കോട്ടുള്ള ക്യാമ്പുകൾ പിരിച്ചു വിട്ടവാൻ ചന്ദ്രസേനനെ ചുമതലപ്പെടുത്താം.

'വടക്കോട്ടു ചേർത്തല വരെ ആരു പോകും? നിർദ്ദേശം കൊടുക്കാൻ കുമാരപ്പണിക്കരെ ആരു വിവരമറിയിക്കും?' സഖാവ് സി. ജി. സദാശിവൻ ചോദിച്ചു.

'സഖാവ് വി. കെ. അച്ചൻ ബാവയുടെ പക്കൽ കൊടുത്തയക്കാം.' സഖാവ് കെ. കെ. കുഞ്ഞൻ പറഞ്ഞു.

കെ. വി. പത്രോസ്, കെ. കെ. കുഞ്ഞൻ, പി. ജി. പത്മനാഭൻ, സി. ജി. സദാശിവൻ എന്നിവരെല്ലാം കാവിവസ്ത്രങ്ങളണിഞ്ഞ് ഒളിവിൽ പോകാൻ തീരുമാനിച്ചു.

തുടർന്ന് ശോകമൂകമായ അന്തരീക്ഷത്തിൽ ആസ്പിൻവാൾ കമ്പ നിയുടെ ബ്രാഞ്ചിനരികത്തു നിന്നും നേതാക്കളെ യാത്രയാക്കാനും അവരുടെ സുരക്ഷ ഉറപ്പ വരുത്തുവാനും എത്തിച്ചേർന്ന ആറേഴു സഹപ്രവർത്തകർ വള്ളം കാത്ത് മണിക്കൂറുകളോളം കുറ്റാക്കുറ്റിരുട്ടത്ത് ഇരുന്നത് എം. ടി. ചന്ദ്രസേനൻ വിവരിക്കുന്നു. പത്രോസിനെ കിട്ടിയാൽ ജീവനോടെ വണ്ടിയുടെ പിറകിൽ കെട്ടിയിട്ട് വണ്ടിയോടിക്കുവാൻ നിർദ്ദേശമുണ്ടെന്നുള്ള വാർത്ത പരന്നിരുന്നതിനാൽ ഭീതിജനകമായ ചുറ്റുപാടിൽ ആരും ഒന്നും പറഞ്ഞില്ല. ഒടുവിൽ ധൈര്യശാലിയായ ഒരു വള്ളക്കാരൻ അവരെ അക്കര കടത്തുകയും കുട്ടമംഗലത്ത് എത്തിക്ക കയും ചെയ്തു. പിന്നീട് ചേന്നങ്കരിയിലെ ഒരു അദ്ധ്യാപകന്റെ സമയോ ചിതമായ സഹായത്തോടെ നേതാക്കളെല്ലാം കുമരകം വഴി ചങ്ങനാ ശ്ശേരിയിലെത്തി. വർക്കലയിൽ നിന്നും വരുന്ന സന്യാസിമാരാണെന്ന വ്യാജേനയാണ് അവരെല്ലാം രക്ഷപ്പെട്ടത്. പിന്നീട് ഓരോരുത്തരായി പലവഴിക്ക് പിരിഞ്ഞു.'

ഇതേ കാര്യം കെ. സി. ജോർജ്ജ് വിവരിക്കുമ്പോൾ കാതലായ ചില മാറ്റങ്ങൾ കാണാം. ആക്ഷൻ കൗൺസിൽ അംഗങ്ങളെല്ലാം ഒളിവിൽ പോകാൻ തീരുമാനിച്ചതിന ശേഷം ആദ്യം കെ. സി. ജോർജ്ജിനെ യാത്രയാക്കി. അതിന ശേഷമാണ് കെ. വി. പത്രോസും മറ്റംഗങ്ങളം ഒളിവിൽ പോകുന്നത്. പക്ഷെ, ചേർത്തല താലൂക്കിലെ ക്യാമ്പുകൾ പിരിച്ച വിടാൻ ആക്ഷൻ കൗൺസിൽ തീരുമാനമെടുത്തില്ല എന്നും അനൗപചാരികമായ ഒരു ചർച്ച മാത്രമാണ് നടത്തിയതെന്നുമാണ് അദ്ദേഹം പറയുന്നത്. പക്ഷെ അത്തരമൊരു തീരുമാനമെടുത്തുവെന്നും ആ തീരുമാനം തക്ക സമയത്ത് ചേർത്തലയിൽ എത്തിയിരുന്ന വെങ്കിൽ വലിയൊരു മനുഷ്യക്കുരുതി ഒഴിവാകുമായിരുന്ന എന്നും

പറഞ്ഞുകൊണ്ട് കണ്ണീർ വാർക്കുന്ന എം. ടി ചന്ദ്രസേനന്റെ ചിത്രം പിൽക്കാലത്ത് പത്ര മാസികകളിൽ വന്നിരുന്നു.

ചേർത്തല കയർ ഫാക്ടറി വർക്കേഴ്സ് യൂണിയനെപ്പോലെ തന്നെ പ്രാധാന്യമർഹിക്കുന്ന മറ്റൊരു യൂണിയനായിരുന്നു മുഹമ്മ കയർഫാ ക്ടറി വർക്കേഴ്സ് യൂണിയൻ. സി. കെ. കരുണാകരപ്പണിക്കരായിരുന്ന യൂണിയൻ പ്രസിഡന്റ്. കെ. ദാസ് ആയിരുന്നു സെക്രട്ടറി. കെ. ദാസിനെ ഒക്ടോബർ ആദ്യം തന്നെ അറസ്റ്റുചെയ്ത് ലോക്കപ്പിൽ അടച്ചിരുന്നു.

സി. കെ. കരുണാകരപ്പണിക്കർ സ്ഥലത്തെ പ്രമാണിയായിരുന്ന തിനാൽ ചേർത്തല താലൂക്കിലെ മറ്റ സ്ഥലങ്ങളിൽ നടന്ന പോലെ ജന്മിമാരുടെയും റൗഡികളുടേയും ശല്യം മുഹമ്മയിൽ ഉണ്ടായില്ല. എ. റ്റി. റ്റി. യു. സി ആഹ്വാനം ചെയ്ത പണിമുടക്ക് ഒക്ടോബർ 22-ന് (തുലാം 5) പരിപൂർണ്ണമായി നടത്തി. ഒക്ടോബർ 24-ന് മഹാരാജാവിന്റെ തിരുനാൾ ആഘോഷത്തെ എതിർക്കാനുള്ള പരിപാടിയുമായി വൈകുന്നേരം 4 മണിക്ക് മുഹമ്മ ആക്ഷൻ കൗൺസിൽ കൺവീനറായിരുന്ന സഖാവ് അയ്യപ്പന്റെ നേതൃത്വത്തിൽ സംഘടിപ്പിച്ച വമ്പിച്ച പ്രകടനം മുഹമ്മ യിൽ കേന്ദ്രീകരിച്ചു. 'ദിവാൻ ഭരണം അവസാനിപ്പിക്കും' 'അമേരിക്കൻ മോഡൽ അറബിക്കടലിൽ' മുതലായ മുദ്രാവാക്യങ്ങൾ മുഴക്കിയായിരു ന്നു പ്രകടനം. മുഹമ്മയിൽ പട്ടാളം എത്തിയിരുന്നുവെങ്കിലും പ്രകടനം മുഹമ്മയിൽ എത്തുന്നതിനു മുൻപെ അവർ പിൻവാങ്ങി. ജാഥ സമാ ധാനപരമായി പിരിഞ്ഞുപോയി. ഒക്ടോബർ 24-ന് പുന്നപ്രയിലെ വെടിവെപ്പിനെക്കുറിച്ച് വിവരങ്ങൾ കിട്ടിയ മുഹമ്മയിലെ യൂണിയൻ പ്രവർത്തകർ പട്ടാളത്തിന്റെ അടുത്ത ലക്ഷ്യം ചേർത്തലയിലെ ആക്രു മണമാണെന്ന് പ്രതീക്ഷിച്ച കൊണ്ട് ആലപ്പുഴയിൽ നിന്നും ചേർത്തല യിലേക്കുള്ള പട്ടാള വണ്ടികളുടെ വഴിമുടക്കുന്നതിനായി ചില പാലങ്ങളും കലിങ്കുകളും പൊളിക്കാൻ തീരുമാനമെടുത്തു.

കാട്ടൂർ ക്യാമ്പാക്രമണം

കാട്ടൂർ എന്നത് പുന്നപ്രയെപ്പോലെ ഒരു കടലോര പ്രദേശമാ യിരുന്നു. പുന്നപ്രയിൽ നിന്ന് ഏകദേശം 15 കി. മി. വടക്കാ യിരുന്ന കാട്ടൂർ. ആലപ്പുഴ പട്ടണത്തിൽ നിന്ന് ഏകദേശം 8 കി. മീ. വടക്ക് മെയിൻ റോഡിൽ നിന്നും ഏകദേശം രണ്ടര കി. മി പടിഞ്ഞാറ് കാട്ടൂർ ഭാഗത്ത് ജനകീയ ക്യാമ്പുകൾ രൂപമെടുത്തിരുന്നു. ഒക്ടോബർ 25-ന് പട്ടാള ഭരണം പ്രഖ്യാപിച്ചതിനു ശേഷം 48 പട്ടാളക്കാർ മെയിൻ റോഡിൽ നിന്നും കാട്ടൂരേക്ക് ക്യാമ്പിനെ ലക്ഷ്യംവച്ച് മാർച്ച് ചെയ്തു.

ക്യാമ്പിലെ സഖാക്കൾ അതു കണ്ട് മണ്ണിൽ കമിഴ്ന്നു കിടന്ന് പട്ടാ ളത്തിനു നേരെ നീന്താൻ തുടങ്ങി. 1938 ലെ ആലപ്പുഴ കയർഫാക്ടറി വർക്കേഴ്സ് യൂണിയന്റെ സമരകാലത്ത് കോൺഗ്രസ് നേതാക്കളെ ജയിൽ മോചിതരാക്കണമെന്ന് ആവശ്യപ്പെട്ട് കൊമ്മാടിയിൽ നിന്നും പുറപ്പെട്ട ജാഥയുടെ മുന്നിൽ കുന്തവുമെടുത്ത് നടന്ന് ജാഥ നയിച്ച 'കുന്തം ജോസഫ് 'തെങ്ങിനു മറപറ്റി നിന്നുകൊണ്ട് പട്ടാളവുമായി വാഗ്വാദം തുടങ്ങി. സംസാരിച്ചു നിൽക്കുന്നതിനിടയിൽ രണ്ടു പട്ടാളക്കാർ ഇരു വശങ്ങളിലും നിന്ന് കുന്തം ജോസഫിനു നേരെ നിറയൊഴിച്ചു. ജോസഫ് തൽക്ഷണം മരിച്ചു വീണു. ആറു തൊഴിലാളികൾക്ക് പരിക്കേൽക്കുക യും ചെയ്തു. അതിനു ശേഷം പട്ടാളക്കാർ മടങ്ങിപ്പോയി.

മാരാരിക്കുളം വെടിവെയ്പ്

മുഹമ്മ ആക്ഷൻ കമ്മിറ്റിയുടെ നിർദ്ദേശാനുസരണം ഒക്ടോബർ 24 നു രാത്രി മായിത്തറ കയർഫാക്ടറിക്ക് അടുത്തുള്ള ഒരു കലുങ്ക് വാളന്റീയറ ന്മാർ ജാഥയായി ചെന്ന് പൊളിച്ചു നീക്കാൻ തുടങ്ങി. പണി തീരുന്നതിനു

കാട്ടൂർ ജോസഫിന്റെ സ്മാരകം

മുൻപ് പട്ടാളം സ്ഥലത്തെത്തി. സമരക്കാർ കല്ലുക്ക് പൊളിച്ചിരുന്നത് താഴ്ന്ന സ്ഥലത്തു നിന്നായിരുന്നു. ഉയരത്തിൽ നിൽക്കേണ്ടി വന്ന പട്ടാളം വെടിവെച്ചെങ്കിലും സമരക്കാർ കമിഴ്ന്ന കിടന്നിരുന്നതിനാൽ ആർക്കും വെടിയേറ്റില്ല. കയ്യിൽ തിരകൾ തീരുന്നതു വരെ വെടിവെച്ച പട്ടാളം പിന്നീട് മടങ്ങിപ്പോയി.

ഒക്ടോബർ 25ന് പട്ടാള ഭരണം പ്രഖ്യാപിക്കപ്പെട്ടതു മുതൽ വയലാറിൽ പട്ടാളത്തിന്റെ ആക്രമണം പ്രതീക്ഷിച്ചിരുന്നു. അന്ന് രാത്രി 8 മണിക്ക് ആറു കി. മി. അകലെയുള്ള ആര്യാട് ക്യാമ്പിൽ നിന്നും ഒരു സന്ദേശവാഹകൻ കണ്ണർകാട് ക്യാമ്പിൽ ഓടിയെത്തി. തിരുവനന്തപുരത്തു നിന്നും കുറെ പട്ടാളക്കാർ വരുന്നു. അവർ ഇന്നു രാത്രി മാരാരിക്കുളം കടന്നുപോകും. വേണ്ടത് ചെയ്യുക. എന്നായിരുന്ന കത്തിലുണ്ടായിരുന്നത്. കത്തു കിട്ടിയത് കണ്ണർകാട് ക്യാമ്പിന്റെ ചാർ ഇജ്ജുകാരനായ സി. കെ. മാധവനായിരുന്നു. തന്റെ സ്വതസ്സിദ്ധമായ പുഞ്ചിരിയോടെ സി. കെ. മാധവൻ ആലോചിക്കേണ്ടവരോട് പെട്ടെന്ന തന്നെ ആലോചിച്ചു. കൂടുതൽ പട്ടാളക്കാർ വയലാറിലേക്ക് ചെന്നെ ത്താതിരിക്കാനായി മാരാരിക്കുളം പാലം പൊളിച്ച കളയാൻ മുഹമ്മ സമരസമിതി തീരുമാനിച്ചു. ഒക്ടോബർ 25-ന് രാത്രി തന്നെ അവർ പാലം പൊളിച്ചു. പ്രതീക്ഷിച്ചതു പോലെ ഒക്ടോബർ 26-ന് രാവിലെ

ആലപ്പുഴ നിന്നും രണ്ടു വണ്ടി പട്ടാളക്കാർ മാരാരിക്കുളത്തെത്തി. പാലം പൊളിച്ച വിവരം പട്ടാളക്കാർ അറിഞ്ഞിരുന്നു. പാലം താൽ ക്കാലികമായി പുതുക്കി പണിയുന്നതിന് തയ്യാറായിട്ടായിരുന്നു പട്ടാളം വന്നത്. ഒരാക്രമണം ഉണ്ടായാൽ അതിനെ നേരിടുന്നതിനും അവർ തയ്യാറായിരുന്നു. തലേന്ന് പാലം പൊളിക്കുന്നതു കണ്ട സമീപവാസി കളിൽ പലരും കുടുംബത്തോടെ വീടുവിട്ട് മറ്റ ബന്ധുക്കളുടേയോ സുഹൃ ത്തുക്കളുടേയോ വീടുകളിൽ അഭയം തേടി. അതിനാൽ പാലത്തിന സമീപമുള്ള പല വീടുകളും ഒഴിഞ്ഞു കിടന്നു. ഒരു വണ്ടി പട്ടാളം വന്ന് പൊളിഞ്ഞപാലം താല്ക്കാലികമായി പുനർ നിർമ്മിക്കുന്നു എന്ന വാർത്ത കണ്ണർകോട്ട ക്യാമ്പിൽ അറിഞ്ഞു. മറ്റ ക്യാമ്പുകളിൽ നിന്നും നിരവധി യാളുകൾ കണ്ണർകാട് ക്യാമ്പിൽ എത്തിച്ചേർന്നു. ഒരു വണ്ടി പോലീസു മാത്രമെ ഉള്ളൂ എന്ന ധാരണയിൽ എങ്ങിനേയും പാലംപണി മുടക്കാ നായി നിരവധി വാരിക്കുന്തങ്ങളുമായി കണ്ണർകാട്ട ക്യാമ്പിൽ നിന്നും ആവേശപൂർവ്വം ഒരു ജാഥ മാരാരിക്കുളം പാലം ലക്ഷ്യമാക്കി നീങ്ങി. ജാഥ വരുന്നതു കണ്ടിട്ടും പട്ടാളക്കാർ പണി തുടർന്നു. പാലത്തിന് ഇരുന്നൂറു വാര അകലെ എത്തിയപ്പോൾ മാത്രമാണ് തങ്ങൾ ചതിയിൽ പെട്ടിരിക്കുന്നു എന്ന വസ്തുത സമരക്കാർക്ക് മനസ്സിലായത്. അവരുടെ പിന്നിൽ നിന്നും മാലപ്പടക്കത്തിന് തീ പിടിച്ച പോലെ തോക്കുകൾ ഗർജ്ജിച്ചു. തികച്ചും അപ്രതീക്ഷിതമായിരുന്നു അപ്രകാരമൊരു നീക്കം. തലേന്ന് ഒഴിഞ്ഞുകിടന്നിരുന്ന വീടുകളിലും റോഡരികിലെ പറങ്കിമാ വിന്റെ ചില്ലകളിലും പുന്ന മരങ്ങളിലും നിറതോക്കുകളുമായി നിരവധി പട്ടാളക്കാർ സമരക്കാരെ നേരിടാൻ തയ്യാറായിരിക്കുകയായിരുന്നു. അപ്രതീക്ഷിതമായ ആക്രമണത്തിൽ ജാഥ ചിന്നിച്ചിതറി. പലർക്കും വെടിയേറ്റു. നിരവധി പേർക്ക് പരിക്കുപറ്റി. മാരാരിക്കുളം തൊഴിലാളി മുന്നേറ്റത്തിൽ പങ്കെടുത്ത പ്രശസ്ത സാഹിത്യകാരൻ എസ്. എൽ. പുരം സദാനന്ദൻ സംഭവത്തെ ഇപ്രകാരം വിവരിക്കുന്നു:

'ഇപ്പോൾ ഞങ്ങൾ മുന്നോട്ടോടിയടുക്കുകയാണ്. ഒരു മുന്നൂറു വാര കൂടി ഓടിയാൽ ലക്ഷ്യത്തിലെത്തും. അത്ഭുതമേ, ഈ പട്ടാളക്കാരെ ന്താണ് ഓടി രക്ഷപ്പെടാൻ ശ്രമിക്കാത്തത്? അതുങ്ങളുടെ തലവിധി. ആ പട്ടാളക്കാരെ എന്തു ചെയ്യണം, അത് പിന്നത്തെ കാര്യം. പാലം പണിയാൻ സമ്മതിക്കരുത് അതാണ് പ്രധാനം.

ഇനി ഇരുന്നൂറു വാര കൂടി. ഒരു വെടി പൊട്ടി. തെല്ലിട കഴിഞ്ഞു അഞ്ചെട്ടു വെടി ഒരുമിച്ച പൊട്ടി. പുറകിലാണ് ശബ്ദം. പെട്ടെന്ന് തോന്നിയത് അരിശമാണ്. ശ്ശെടാ, ഞങ്ങൾ മുന്നോട്ടോടുന്ന അപ്പോൾ പിന്നിൽ നിന്ന് വെടിവെയ്ക്കുന്നോ? ആരെടാ അത്? അപ്പോൾ മാലപ്പ ടക്കം പെട്ടുന്നതു പോലെയായി വെടി. അടുത്തുള്ള വീടുകൾക്കുള്ളിൽ

നിന്നും വെലിയകത്തു നിന്നുമൊക്കെയാണ് വെടി വരുന്നത്. പെട്ടെന്ന് കാര്യം മനസ്സിലായി. ചുറ്റപാടുകളിൽ നിന്നെല്ലാം വെടി വരുന്നു. തോക്ക കളുടെ നടുവിലാണ് ഞങ്ങൾ.

ഘോഷയാത്ര ചിതറിത്തെറിച്ചു. പ്ലാനും പരിപാടിയുമെല്ലാം ആകെ തെറ്റി. ആകെ പരിഭ്രാന്തിയും വിരണ്ടോട്ടവും തന്നെ. ഞാനും ഓടി. എങ്ങോട്ടോടണമെന്ന ലക്കില്ല. എല്ലാ ദിക്കിൽ നിന്നും വെടി വരുന്നു. കക്ഷത്തിൽ കൂടിയും മൂക്കിൻ താഴെക്കൂടിയുമെല്ലാം വെടിയുണ്ടകൾ മൂളിപ്പായുന്നുണ്ട്. എനിക്കിട്ട വെടി കൊണ്ടൊ? കൊണ്ട കാണുകയില്ല. കൊണ്ടെങ്കിൽ താഴെ വീണേനെ.

പറമ്പുനിറയെ പട്ടാളക്കാർ, പുരയിൽ നിന്നും വേലിക്കകത്തു നിന്ന മെല്ലാം അവർ പുറത്തിറങ്ങിക്കഴിഞ്ഞു. എന്നിട്ട് ഓടി നടന്നു വെടിവെ യ്ക്കുകയാണ്. ഘോഷയാത്രയില്ലണ്ടായിരുന്ന ചിലരെല്ലാം തറയോട് ചേർന്ന കിടന്നും വൃക്ഷങ്ങൾക്ക മറഞ്ഞു നിന്നുമെല്ലാം തിരിഞ്ഞാക്രമി ക്കാനുള്ള ശ്രമം നടത്തുന്നുണ്ട്. തൊട്ടടുത്ത് അലറുന്നതു പോലെ ഒരു നിലവിളി കേട്ട് ഞാൻ തിരിഞ്ഞു നോക്കി. ആശാരി കുമാരനാണ്! വെടിയേറ്റുകളത്തിൽ വീണു കിടന്നു പിടയുന്നു.

പിന്നെയെനിക്ക് കണ്ണു കണ്ട കൂട. എന്റെ പ്രജ്ഞയാകെ നശിച്ചു. കാല്യകൾ മാത്രം ശരിക്ക പ്രവർത്തിക്കുന്നുണ്ട്.

അരമണിക്കൂർ കഴിഞ്ഞപ്പോൾ വെടിയൊച്ച നിശേഷം നിലച്ചു. നാട്ടിലാകെ അലമുറയും നിലവിളിയുമാണ്. വെടിയേറ്റ ചോരയിൽ കുളിച്ചവരും അംഗഭംഗം സംഭവിച്ചവരും നിരവധി.

കയ്യിൽ കിട്ടിയവരെയെല്ലാം വലിച്ചിഴച്ച കൊണ്ട് പട്ടാളക്കാർ റോഡിലെത്തിക്കഴിഞ്ഞു. സഖാക്കൾ തൈത്തറ രാമൻ കുട്ടിയും വാസുവും ശ്രീധരനുമെല്ലാം അക്കൂട്ടത്തില്ണ്ട്.

തിരിഞ്ഞെതിർത്ത്, വെടിയേറ്റ് അപ്പോൾ തന്നെ മരിച്ച വീണ ആറു പേരെ ആ പാലത്തിനടിയിൽ തന്നെ പട്ടാളക്കാർ കഴിച്ചുമൂടി. സഖാക്കൾ പാടത്തു രാമൻകുട്ടി, ആശാരി കുമാരൻ, ശങ്കരൻ, കെ. പി. കുമാരൻ, തുടങ്ങി ആറു സഖാക്കളുടെ ചിതറിത്തെറിച്ച ശവശരീരങ്ങൾ.

തെല്ലിട കഴിഞ്ഞപ്പോൾ ആലപ്പുഴ നിന്നും പട്ടാളവണ്ടികൾ അനവധി വന്നു ചേർന്നു. ഇനിയും മരിക്കാതെ ചോരയിൽ കിടന്നു പിടയുന്നവരെ യെല്ലാം വണ്ടിയിൽ അടുക്കിക്കൂട്ടിയിട്ട കൊണ്ട് പട്ടാളവണ്ടികളെല്ലാം സ്ഥലം വിട്ടു. പാലം പണിയും നിന്നു.

കഴിഞ്ഞ രാത്രിയിൽ അനവധി വണ്ടി നിറയെ പട്ടാളക്കാരെ പാലത്തിന സമീപം ഇറക്കിയത് ആരും അറിഞ്ഞില്ല. അവർ

തെങ്ങിൽ വെടിയുണ്ട തറച്ച പാടുകൾ

ചുറ്റപാട്ടുള്ള ഒഴിഞ്ഞ വീട്ടുകൾ ചവി ട്ടിപ്പൊളിച്ച് അതിനകത്തെല്ലാം പതുങ്ങിയിരിക്കുകയായിരുന്നു.

പിറ്റെ ദിവസം വയലാറിൽ വെടി വെയ്പ് നടന്നു. അവിടെ വെടിവെയ്ക്കാ നുള്ള പട്ടാളം വേമ്പനാട്ടുകായൽ വഴി ബോട്ടിലാണ് പോയത്. ഞങ്ങ ളുടെ പാലം കടന്നല്ല. വയലാറിൽ വെടിവെച്ചവർ ഞങ്ങളുടെ മുന്നിൽ കൂടി കടന്ന പോകാതെ ഞങ്ങൾ സൂക്ഷിച്ചു. അതിന വേണ്ടി കാവൽ നിന്നു. ഞങ്ങളിൽ ആറുപേർ ഇന്നും ആ പാലത്തിനടിയിൽ കാവൽ കിട ക്കുകയാണ്. മനുഷ്യ സ്നേഹത്തിനും സ്വാതന്ത്ര്യ ബോധത്തിനും വേണ്ടിയു ള്ള അവരുടെ അനശ്വരമായ ആ കാവൽ യുഗങ്ങളെ അതിജീവിച്ചു കൊണ്ട് നിൽക്കുമെന്ന് ഞങ്ങൾക്ക റപ്പുണ്ട്. അവർ കാത്തു കിടന്ന ആ

കാലം ചെറുതാണ്. പക്ഷെ ആ കാവലിന്റെ സന്ദേശം ഈ പ്രപഞ്ചം നിറഞ്ഞു നിൽക്കുന്നു. ആ പാലത്തിൽ കയറി നിങ്ങൾ തെല്ലുനേരം നിൽക്കുക. അടിയിലൂടെ ഒഴുകുന്ന പൊമ്പാൻതോട് നിങ്ങളോട്ട ചിലത് പറയും.

ഏതാണീ പാലമെന്നല്ലെ? ഞങ്ങളുടെ മാരാരിക്കുളത്തുള്ള കല്ലുപാലം. എ. എസ്. റോഡിൽ ആലപ്പുഴ നിന്നും ഏഴ മൈൽ വടക്കോ ട്ട മാറി അത് സ്ഥിതി ചെയ്യുന്നു. വയലാറിന്റെയും പുന്നപ്രയുടേയും മധ്യ ത്തിൽ. ഞങ്ങളുടെയെല്ലാം ഹൃദയത്തിൽ.

'വയലാറിൽ ആരും വെടിയേറ്റ മരിക്കരുത് എന്നാഗ്രഹിച്ചവരിൽ ആറു പേർ ഇവിടെ വെടിയേറ്റ മരിച്ചു.'

അവിടെ ആറല്ല ഒമ്പതു പേർ മരിച്ച വീണു എന്ന് സമരത്തിൽ സജീവ പങ്കു വഹിച്ച കെ. എൻ. ശങ്കുണ്ണി പറയുന്നു. വെടിവെയ്പ്പ് നടന്ന വിവരമറിഞ്ഞ് അടുത്തുള്ള ക്യാമ്പുകളിൽ നിന്നും നിരവധിയാ ളുകൾ കണ്ണാർക്കാട്ട് ക്യാമ്പിൽ എത്തിയിരുന്നു. ആ പരിതസ്ഥിതിയിൽ അങ്ങോട്ട വീണ്ടും പോകുന്നതിൽ നിന്നും നേതാക്കൾ തൊഴിലാളികളെ വിലക്കി.

മേനാശ്ശേരി, ഒളതല ക്യാമ്പാക്രമണം

പൊതുപണിമുടക്ക് നടന്ന ഒക്ടോബർ 22(തുലാം 5)-ന് സി. കെ. കുമാരപ്പണിക്കരുടെ ഒരു കത്ത് വിയാത്രുയിൽ ഒളിവിലായിരുന്ന കെ. ആർ. സുകുമാരന് ലഭിച്ചു. 'പോലീസ്-ഗുണ്ടാ മർദ്ദനങ്ങളുടെ ഫലമായി ജോലിസ്ഥലങ്ങളിലും വീട്ടുകളിലും നിൽക്കാൻ നിവൃത്തിയില്ലാതെ നിരവധി തൊഴിലാളികളും ഒളിവിലിരുന്ന സഖാക്കളും വയലാറിൽ കൂടി യിട്ടുണ്ട്. നിങ്ങൾ ഉടനെ ഇങ്ങോട്ട വരണം. ' ഇതായിരുന്ന കത്തിന്റെ ഉള്ളടക്കം. അന്നു രാത്രി കെ. ആർ. സുകുമാരനും കർഷക തൊഴിലാ ളിയൂണിയൻ പ്രവർത്തനായ കെ. വി. ഷണ്മുഖനും 28 സഖാക്കളും വയലാറിലെത്തി. അവിടെ കണ്ട കാഴ്ചയെ ഷണ്മുഖൻ വിവരിക്കുന്നത് ഇപ്രകാരമാണ്. 'ഒറ്റയ്ക്ക് നിന്ന് പോലീസ് - ഗുണ്ടാ മർദ്ദനങ്ങളേറ്റ നശി ക്കുന്നതിനേക്കാൾ നല്ലത്, ഒന്നിച്ച നിന്ന് ഈ ആക്രമണത്തെ ചെറുത്ത് മരിക്കുന്നതാണ് എന്ന് സാമാന്യ ജനതയില്ലുണ്ടായ വികാരത്തിന്റെ രൂപഭേദമായി വയലാർ ക്യാമ്പ് അനുഭവപ്പെട്ടു.' ചെട്ടിവിരിപ്പിന്റെ നെല്ലു പുഴങ്ങിക്കത്തി അവർ കഞ്ഞി വെച്ചു. ഉച്ചയ്ക്ക് നിരന്നിരുന്ന് പ്ലാവില കുത്തി അവർ കഞ്ഞി കുടിച്ചു. ദിവാൻ ആരോപിക്കുന്നതു പോലെ ഭരണാധികാരം പിടിച്ചെടുക്കാൻ വന്നവരായിരുന്നില്ല അവർ. ഭരണചക്രം തിരിക്കുന്നവരുടെ ഒത്താശയോടെ ജന്മികൾ ചേർത്തല താലൂക്കിൽ നടത്തിയ ഗുണ്ടാ വിളയാട്ടങ്ങളിൽ പൊറുതിമുട്ടി പരസ്പരം രക്ഷകരാകാൻ ഓടിക്കൂടിയ കർഷക തൊഴിലാളികളും കയർ ഫാക്ടറി തൊഴിലാളികളും കൂടികിടപ്പുകാരുമായിരുന്ന വിവിധ ക്യാമ്പുകളിൽ അഭയം തേടിയത്. വരേക്കാട്, ഒളതല, കളവങ്കോടം, വടക്കൻ വയലാർ, വയലാർ, മേനാശ്ശേരി എന്നിവിടങ്ങളിൽ തൊഴിലാളി ക്യാമ്പുകൾ പൊന്തി വന്നു. ഒക്ടോബർ 18 (തുലാം 1)-ന് എല്ലാ ക്യാമ്പുകളിലും കൂടി ഏകദേശം 2378 അംഗങ്ങളുണ്ടായിരുന്നു. പക്ഷെ അടുത്ത നാളുകളിൽ അതിലെ അംഗസംഖ്യ എത്രയായി ഉയർന്നിരിക്കാം എന്ന് ആർക്കും കൃത്യമായി പറയാൻ കഴിയില്ല. ആഹാരം കൊടുക്കാൻ നിർവ്വാഹ മില്ലാത്തതിനാൽ കൂടുതൽ ആളുകളെ ക്യാമ്പിൽ എടുക്കേണ്ട എന്ന് നേതൃത്വത്തിന് തീരുമാനിക്കേണ്ടി വന്നു.

പൊന്നാംവെളി ചന്തയിൽ നിന്നും ഏകദേശം ഒരു കിലോമീറ്റർ പടിഞ്ഞാറു ഭാഗത്തായിരുന്ന മേനാശ്ശേരി ക്യാമ്പ്. ഏറ്റവും അവസാനം ഒക്ടോബർ 24 (തുലാം 7)- ന് രൂപപ്പെട്ട 400 വാളണ്ടീയറന്മാരുള്ള ഒരു ക്യാമ്പായിരുന്ന മേനാശ്ശേരിയിലേത്. കളവങ്കോടം ക്യാമ്പിൽ തുടക്കം മുതൽ ഉണ്ടായിരുന്ന കെ. കെ. പ്രഭാകരനായിരുന്ന മേനാശ്ശേരി ക്യാ മ്പിന്റെ ക്യാപ്റ്റൻ.

പുന്നപ്രയിൽ വെടിവെയ്പ്പ് നടന്ന വിവരം ലഭിച്ചപ്പോൾ സി. കെ. കുമാരപ്പണിക്കർ അന്നു രാത്രി തന്നെ തന്റെ ഉറ്റ ചങ്ങാതിയും ചെത്തുതൊഴിലാളി യൂണിയൻ ജനറൽ സെക്രട്ടറിയുമായ കെ. സി. വേലായുധനുമായി മേനാശ്ശേരി ക്യാമ്പിലെത്തി. പുന്നപ്രയിൽ നടന്ന വെടിവെയ്പ്പിന്റെ അടിസ്ഥാനത്തിൽ അടുത്ത ആക്രമണം ചേർത്തല താലൂക്കിലായിരിക്കും എന്നത് ഉറപ്പാണ്. അതുകൊണ്ട് ഒരു പട്ടാള ആക്രമണം ഉണ്ടാകുന്നതിന് മുൻപ് ക്യാമ്പ് പിരിച്ച് വിട്ടന്നതിനെക്കുറിച്ച് ക്യാമ്പംഗങ്ങളുടെ അഭിപ്രായം എന്താണ് എന്ന് ചോദിച്ചു. ക്യാമ്പിലെ അംഗങ്ങൾ ചോദ്യത്തിന് പ്രതികൂലമായ മറുപടിയാണ് കൊടുത്തത്. സി. കെ. കുമാരപ്പണിക്കരെ പോലെയുള്ള ഒരു നേതാവിൽ നിന്നും അത്ര ഭീരുത്വപരമായ ഒരുചോദ്യം തങ്ങൾ പ്രതീക്ഷിച്ചില്ല എന്നുപോലും ചിലർ പറഞ്ഞു. ക്യാമ്പ് പിരിച്ചവിട്ട് സർ. സി. പി യുടെ പോലീസിന്റെ യും പട്ടാളത്തിന്റെയും കാട്ടാള മർദ്ദനങ്ങൾക്കു വിധേയരാകുന്നതിലും ഭേദം വെടിയേറ്റ മരിക്കുന്നതാണ് എന്നാണ് ധീരരായ ആ സഖാക്കൾ പറഞ്ഞത്. അങ്ങനെ കൂട്ടക്കുരുതി ഒഴിവാക്കാനുള്ള അവസാന ശ്രമവും പരാജയപ്പെട്ടു.

ഒക്ടോബർ 26 (തുലാം 9)-ന് വൈകുന്നേരം നാലു മണിക്ക് അമ്പലപ്പുഴ ചേർത്തല താലൂക്കുകൾ പട്ടാള ഭരണത്തിൻ കീഴിലാണെന്നുള്ള പ്രസ്സ് കമ്മ്യൂണിക്കേകളുടെ കോപ്പികൾ വിമാനം വഴി എല്ലാ ക്യാമ്പുകളുടെ മുകളിലും താലൂക്കിന്റെ നാനാ ഭാഗങ്ങളിലും വിതരണം ചെയ്യപ്പെട്ടു. ഒരാ ക്രമണത്തിനുള്ള ഒരുക്കൂട്ടലാണ് അതെന്ന് വ്യക്തമായിരുന്നു. പട്ടാ ളത്തെ തങ്ങളുടെ കയ്യിൽ കിട്ടിയ ഏതായുധം കൊണ്ടും നേരിടുവാൻ തൊഴിലാളികൾ തയ്യാറെടുത്തു.

ഒക്ടോബർ 27(തുലാം 10)-ന് മേനാശ്ശേരി ക്യാമ്പിനെ വളഞ്ഞാക്ര മിച്ചത് 100 പട്ടാളക്കാരായിരുന്നു. ഉച്ചക്ക് 12-30-ന് പൊന്നാംവെളി തോടിന്റെ കരയിൽ പട്ടാളം വന്നിറങ്ങിയ വിവരം മേനാശ്ശേരി ക്യാമ്പിൽ ലഭിച്ചു. ആനക്കോട്ടിൽ കർത്താവിന്റെ സ്ഥലത്തായിരുന്ന പൊന്നാംവെളിയിലെ പട്ടാളത്തിന്റെ താവളം. വിവരം ലഭിച്ചതും ക്യാമ്പിലുണ്ടായിരുന്ന വാളണ്ടീയറന്മാർ തയ്യാറായിനിന്നു. ക്യാമ്പിനെ വളഞ്ഞാക്രമിക്കാനാണ് പട്ടാളത്തിന്റെ പുറപ്പാടെന്ന് മനസ്സിലാ ക്കിയ വാളണ്ടീയറന്മാർ അത് തടയുന്നതിനു വേണ്ടി വടക്കോട്ട് നീങ്ങി. ഭയപ്പെടുത്തുന്നതിനു വേണ്ടി പട്ടാളം ആകാശത്തേക്ക് ആദ്യ വെടി പൊട്ടിച്ചു. 45 പേരുടെ ഒരു സംഘം സഖാക്കൾ അടുത്തുള്ള കുറ്റിക്കാ ടിന്റെ മറ പറ്റി ഒളിച്ചിരുന്നു. മറ്റുള്ളവർ കമിഴ്ന്ന് വീണു. അപ്പോഴേക്ക വെടി ഇരുളുടെ പൊട്ടാൻ തുടങ്ങി. തിരുവിതാംകൂർ പോലീസിന്റെ

303 റൈഫിളകളായിരുന്നില്ല പട്ടാളക്കാർ കൊണ്ടുവന്നത്! അവർ മദ്രാസിൽ നിന്നും ലഭിച്ച യന്ത്രത്തോക്കുകളമായാണ് സർ. സി. പി. എന്ന സൈന്യാധിപന്റെ ക്രൂരതയുടെ പര്യായമായി പ്രത്യക്ഷപ്പെട്ടത്!

നീന്തി മുന്നേറുന്ന സഖാക്കൾക്ക്‌നേരെ വെടിയുണ്ടകൾ ചീറിപ്പാഞ്ഞു. ചിലർ വെടിയേറ്റ പിടയുന്നു. മരണത്തെ തൃണവൽഗണിച്ചു കൊണ്ട് മറ്റുള്ളവർ മുന്നേറി. പക്ഷെ മരിച്ച വീഴാൻ വേണ്ടി മാത്രമുള്ള മുന്നേറ്റമായി അത് മാറി. കുറേപ്പേർ ക്യാമ്പ് കെട്ടിടത്തിന്റെ നിലവറയിൽ അഭയം തേടി. കുറേപ്പേർ എങ്ങനെയൊ രക്ഷപ്പെട്ടു. നിലവറയിൽ നിന്നും രക്ഷപ്പെട്ട കെ. കെ. പ്രഭാകരന്റെ ദൃക്‌സാക്ഷി വിവരണമാണ് ചുവടെ കൊടുക്കുന്നത്.

'നിലവറയിൽ ഞങ്ങൾ 16 പേർ കുറെസമയം തിങ്ങിഞ്ഞെരുങ്ങി കഴിച്ചുകൂട്ടി. നിലവറയുടെ ചെറിയ ജനാലയിൽ കൂടി പുറത്ത് നടക്കുന്നത് എനിക്ക കാണാമായിരുന്നു. മരിച്ച വീണവരേയും മുറിവേറ്റവരേയും പട്ടാ ളക്കാർ വീണ്ടും വെടിവെയ്ക്കുകയും ബയണറ്റ കൊണ്ട് കുത്തിക്കീറുകയും ചെയ്യുന്നത് നോക്കിയിരിക്കാൻ എനിക്ക് കഴിഞ്ഞില്ല. നിമിഷങ്ങൾക്ക ള്ളിൽ വെടി ഞങ്ങളുടെ നേരെയായി. അവർ കെട്ടിടത്തിനുള്ളിൽ കയറി നിലവറയ്ക്കുള്ളിലേക്ക് വെടി തുടങ്ങി. ഓരോരുത്തരും ചത്ത് ഒന്നിനു പുറമെ ഒന്നായി ചരിഞ്ഞ് ചോരയിൽ കുളിച്ച് കിടന്നു. വെടി കൊണ്ട ചാകുകയല്ലാതെ അനങ്ങുവാൻ പോലും നിർവ്വാഹമുണ്ടായിരുന്നില്ല.

പട്ടാളക്കാർ എല്ലാം തകർത്ത ശേഷം സ്ഥലം വിട്ടു. ഞാനുൾപ്പെടെ മൂന്നുപേരൊഴിച്ച് ആ നിലവറയിലുണ്ടായിരുന്ന മറ്റെല്ലാവരും വെടിയേറ്റ മരിച്ചു. എൻ. കെ. നാരായണനും രാഘവനുമാണ് മറ്റ രണ്ട പേർ. എന്റെ തൊട്ടടുത്തിരുന്ന കടക്കരപ്പള്ളിക്കാരൻ ഗംഗാധരൻ വെടി കൊണ്ട് കടൽ പുറത്തേചാടി എന്റെ ദേഹത്തോട്ട് ചാഞ്ഞിരുന്നതു കൊണ്ടാണ് എന്റെ മേൽ വെടിയേൽക്കാതിരുന്നത്. ദിവാകരന് വെടിയേറ്റെങ്കിലും മരിച്ചില്ല. പിന്നീട് ആശുപത്രിയിൽ കൊണ്ട പോയാണ് ദിവാകരനെ രക്ഷിച്ചത്. നിലവറയിലുണ്ടായിരുന്ന 16 പേരിൽ 12 പേരും മരിച്ച വീണു. പിന്നീട് ലഭിച്ച വിവരമനുസരിച്ച് 120 പേർ മേനാശ്ശേരിയിൽ മരിച്ചതാ യാണ് അറിഞ്ഞത്. '

മേനാശ്ശേരി ക്യാമ്പിൽ 11 വയസ്സുകാരൻ അനഘാശയൻ സമരസ ഖാക്കളെ സഹായിക്കാൻ എത്തുമായിരുന്നു. സമരഭടന്മാർക്ക് കരിങ്കൽ ചീളകൾ പച്ചോല കൊണ്ട് മെടഞ്ഞ കൂട്ടകളിൽ എത്തിച്ച കൊടുക്കുക യായിരുന്നു ആ ബാലൻ ചെയ്തത്. പട്ടാളം വരുന്നതു കണ്ട് അവനോട്

പോയി രക്ഷപ്പെടുവാൻ സഖാക്കൾ പറഞ്ഞു. പക്ഷെ അതു കാര്യ മാക്കാതെ തന്റെ ജോലി തുടർന്ന അനഘാശയൻ വെടിയേറ്റ മരിച്ച.

മേനാശ്ശേരിയിൽ വെടിവെയ്പ്പ് നടന്ന അതേ സമയത്തു തന്നെയാണ് ഒളതലക്യാമ്പിലും വെടിവെയ്പ്പ് നടന്നത്. ഒളതലയിലെ സമരത്തിൽ പങ്കെടുത്ത ക്യാമ്പ് ലീഡർ കെ. വി. ഷൺമുഖൻ ഇപ്രകാരമാണ് വിവരിക്കുന്നത്. 'ഞാൻ ഒരു തെങ്ങിന് മറഞ്ഞിരിക്കുകയാണ്. അടുത്ത് മറ്റൊരു തെങ്ങിന്റെ മറവിൽ മുണ്ടെമ്പള്ളിൽ വാസു ഇരിപ്പുണ്ട്. ചുറ്റിലും ആഴത്തിൽ കിടങ്ങുകൾ കുഴിച്ചിരുന്നു. അതിൽ 600-ലധികം സഖാക്കൾ സുരക്ഷിതരായിരിക്കുന്നു. വെടിയുണ്ടകൾ നാലുപാട്ടും ചീറി പ്പായുന്നു. ഇരിക്കുന്നതിനു നേരെ മുന്നിലുള്ള തെങ്ങുകൾക്ക് വെടി കൊള്ളുന്നുണ്ട്. വാസു ഇരുന്ന സ്ഥലത്തു നിന്നും വലത്തോട്ട നിരങ്ങി മാറുകയും എഴുന്നേറ്റ നിന്ന് ഒരു കല്ലുവലിച്ച് മുന്നോട്ടാഞ്ഞ് എറിഞ്ഞു. വെടിയുടെ ശബ്ദം ഒരു നിമിഷം നിലച്ചു. മുന്നോട്ട നോക്കിയപ്പോൾ കണ്ടത് വാസുവിന്റെ ഏറ്റ കൊണ്ട ഒരു പട്ടാളക്കാരൻ നിലത്തു വീണ കിടക്കുന്നതാണ്. പുറകെ ചീറിപ്പാഞ്ഞു വന്ന മറ്റൊരു വെടിയുണ്ടയേറ്റ വാസു നിലം പതിച്ചു. നെഞ്ചിനാണ് വെടി കൊണ്ടത്. ചോരയിൽമുങ്ങി ക്കുളിച്ച വാസു കിടന്നു പിടയുന്നു. 'വെള്ളം, വെള്ളം' എന്ന് വിളിച്ചു പറയു ന്നുണ്ട്. പിൻവശത്തുള്ള കുണ്ടുകുളത്തിൽ നിന്നും ദൃഷ്ടിയിൽ പെട്ട ഒരു ചിരട്ടയിൽ വെള്ളം കോരിക്കൊണ്ട വന്ന് ഞാൻ വാസുവിന്റെ വായിൽ അവസാനമായി ഒഴിച്ച കൊടുത്തു. വാസു കണ്ണു തുറന്നു. ഒന്നു നോക്കി. 'പോ' എന്നൊരാജ്ഞയും കൈ കൊണ്ട് ഒരാംഗ്യവും കാട്ടി. പിന്നെ അനങ്ങിയില്ല. ഇത്തരം നിരവധി സംഭവങ്ങൾക്ക് സാക്ഷ്യം വഹിച്ച കൊണ്ട് തുലാമാസത്തിലെ സൂര്യൻ ജ്വലിച്ചുനിന്നു. ഒളതല ക്യാമ്പിൽ വെടിവെയ്പ്പിൽ എട്ട സഖാക്കളെ മരിച്ചുള്ളു. അതിനുള്ള ഒരു പ്രധാന കാരണം ക്യാമ്പിന്റെ മൂന്നുവശവും ആഴമുള്ള കിടങ്ങുകൾ കുഴിച്ചിരുന്നു എന്നതാണ്. വെടിവെയ്പ്പ് തീരാതെ കിടങ്ങിൽ നിന്നും പുറത്തു പോകുകയൊ തലപൊക്കുകയൊ ചെയ്യരുത് എന്ന നിർദ്ദേശം ക്യാമ്പ് ഗങ്ങൾ പാലിച്ചതുകൊണ്ടാണ് ഒളതലയിലെ ആൾനാശം കുറഞ്ഞത്.

പട്ടാളക്കാരുടെ തോക്കുകളിൽനിന്നും ഇടതടവില്ലാതെ ചീറിപ്പാഞ്ഞ വെടിയുണ്ടകൾക്കു നേരെ ധീരരായ സമര സഖാക്കൾ അവരുടെ വാരി ക്കുന്തങ്ങളുമായി ഇഴഞ്ഞു കയറി. തങ്ങളുടെ കയ്യിലെ വെടിക്കോപ്പുകൾ തീരുന്നതുവരെ പട്ടാളക്കാർക്കും നിറയൊഴിക്കേണ്ടി വന്നു. തീയും മാംസവുമായി നടന്ന ശക്തമായ സമരത്തിൽ നിന്നും അവസാനം സഖാക്കൾ പിൻവാങ്ങുമ്പോൾ എട്ട് സഖാക്കളുടെ മൃതദേഹങ്ങൾ അവി ടെയിട്ടിട്ട് പോരേണ്ടതായി വന്നു. ഒളതലയിൽ മരിച്ച വീണ സഖാക്ക ളുടെ കണക്കിന് ആധാരം അതിൽ പങ്കെടുത്ത കെ. വി. ഷൺമുഖന്റെ വിവരണങ്ങൾ മാത്രമാണ്.

വയലാറിലെ കൂട്ടക്കൊല

63ളതലയിലെ തോട്ടവക്കത്തെ കങ്കനള്ളി ചെടികളിൽ വാസുവിന്റെ ചുട്ടനിണം ചെമ്പട്ട വിരിച്ചിട്ടും മേനാശ്ശേരിയിലെ കറുത്ത മണ്ണിൽ അനഘാശയന്റെ ഇളം ചോര ഒഴുകിയിറങ്ങിയിട്ടും ഡി. എസ്. പി വൈദ്യ നാഥയ്യരുടെ കലിയടങ്ങിയില്ല. പുന്നപ്ര കടപ്പറത്ത് തന്നെ അപമാനിച്ച വഴിമാറിപ്പോകാൻ പറഞ്ഞ ചുവപ്പിന്റെ മക്കളുടെ രുധിരം നുണയാൻ അയാൾക്ക് കൊതിയുണ്ടായിരുന്നു.

ഒക്ടോബർ 27(തുലാം 10)-ന് ഉച്ചക്ക് പന്ത്രണ്ട് മണിക്ക് പട്ടാളം ക്യാമ്പ ചെയ്യിരുന്ന ചേർത്തല ടി. ബി. യിൽ നിന്നും ആയുധമണിഞ്ഞ അഞ്ഞൂറോളം പട്ടാളക്കാർ നാലഞ്ചു ബോട്ടുകളിലായി കയറുകയാണ്. പട്ടാള ഭരണം പ്രഖ്യാപിച്ചുവെങ്കിലും പട്ടാള ഉദ്യോഗസ്ഥന്മാർ ടി. ബി. യിൽ ഉണ്ടായിട്ടും ഡി. എസ്. പി. വൈദ്യനാഥയ്യർ തന്നെയാണ് വയലാറിലെ സൈനിക നടപടിക്ക് നേതൃത്വം കൊടുക്കുന്നത്. മേനാ ശ്ശേരിയിലും ഒളതലയിലും ആക്രമണം നടത്തിയ സമയത്തു തന്നെ വയലാർ ക്യാമ്പിനെ ആക്രമിക്കാനായിരുന്നു പട്ടാളത്തിന്റെ പരിപാടി. മറ്റ ക്യാമ്പുകളുടെ സിരാകേന്ദ്രമായ വയലാർ ക്യാമ്പിനെ ഒറ്റതിരിഞ്ഞ് ആക്രമിക്കുക. മറ്റ ക്യാമ്പുകളിൽ നിന്നുള്ള വാളണ്ടീയറന്മാർ വയലാറിൽ കേന്ദ്രീകരിക്കുന്നത് തടയുക. ഇത്തരം ഒരു തന്ത്രത്തിന്റെ ഭാഗമായാണ് വിവിധ ക്യാമ്പുകളെ ഒരേ ദിവസം ആക്രമിക്കുന്ന പദ്ധതി അവർ തയ്യാ റാക്കിയത്.

വയലാർ കോയിക്കൽ ക്യാമ്പ് സി. കെ. കുമാരപ്പണിക്കരുടെ തറവാടായ കുന്തിരിശ്ശേരിൽ നിന്നും കരമാർഗ്ഗം നടന്ന പോയാൽ അല്പം അകലെയാണെന്നു തോന്നുമായിരുന്നു. കുന്തിരിശ്ശേരി കടവിൽ

വയലാർ രക്തസാക്ഷി മണ്ഡപം

നിന്നും വള്ളത്തിൽ കയറിയാൽ ഒരുചാല്യകടന്നാൽ വയലാർ ക്യാമ്പി ലെത്താം. അതിനാൽ സി. കെ. കുമാരപ്പണിക്കരെ പെട്ടെന്ന് ക്യാമ്പി ലെത്തിക്കാൻ ഒരു വള്ളവും വള്ളക്കാരനും എപ്പോഴും കടവിൽ കാത്തു കിടക്കുമായിരുന്നു. ക്യാമ്പിലെ തൊഴിലാളികൾ അദ്ദേഹത്തെ സ്നേഹ പൂർവ്വം വിളിച്ചിരുന്നത് 'പണിക്കരച്ചൻ' എന്നായിരുന്നു. 'കുപ്പിച്ചില്ലുകളും റോസാദലങ്ങളും' എന്ന തന്റെ ഡയറിക്കുറിപ്പിൽ വയലാർ രാമവർമ്മ

സി. കെ. കുമാരപ്പണിക്കരെ വിശേഷിപ്പിക്കുന്നത് ഇപ്രകാരമാണ്: 'നാടിനും പാർട്ടിക്കും വേണ്ടി സർവ്വസ്വവും അർപ്പിച്ച ത്യാഗിവര്യൻ. അനീതിയോട് വിട്ടുവീഴ്ചയില്ലാതെ പൊരുതിയ പടനായകൻ. വയലാറിലെ കോവിലകത്തു നാല്യകെട്ടിൽ വളർന്ന രാമവർമ്മ തിരു മുൽപ്പാടിനെ ഒരു വയലാർ രാമവർമ്മയാക്കിയ കുമാരപ്പണിക്കർ. അത്ഭുതകരമായ ശക്തിധാരകളുടെ ഉറവിടമാണ് ഹൃദയം. അവിടെ ഒരു വികാരസാഗരം എപ്പോഴും അലതല്ലുന്നതു കാണാം'.

തന്റെ ജീവിതത്തിൽ ആകമാനം ഉത്കൃഷ്ടമായ ഒരു തറവാടിത്തം പുലർത്തിയിരുന്ന സി. കെ. കുമാരപ്പണിക്കരുടെ നേരിട്ടുള്ള നേതൃത്വ ത്തിൽ രൂപമെടുത്ത വയലാർ ക്യാമ്പ് ആഹാരത്തിന്റെ കാര്യത്തിലും സമ്പന്നമായിരുന്നു. 'വയലാർ സമരം അറിയപ്പെടാത്ത ഏടുകൾ' എന്ന തന്റെ പുസ്തകത്തിൽ എം. ഇ. ആർതർ ഒക്ടോബർ 27ലെ വയലാർ ക്യാമ്പിനെ ഇപ്രകാരം വിവരിക്കുന്നു:- 'കലവറയിൽ ചേനയും ചേമ്പും വാഴക്കുലകളും മറ്റും കുമ്പാരം കൂട്ടിയിട്ടിരുന്നു. നിരവധി അരിച്ചാക്കുകൾ അടുക്കി വെച്ചിരുന്നു. അവയെല്ലാം സംഭാവനയായി ലഭിച്ചതായിരുന്നു.

കെട്ടുവള്ളം നിറയെ ചന്തയിൽ നിന്നും വന്നിറങ്ങുന്ന സാധനങ്ങൾ വള്ള ക്കടവിൽ നിന്നും സഖാക്കൾ തലച്ചുമടായി ക്യാമ്പുകളിൽ എത്തിച്ചു. ഫൈനാൻസ് കമ്മിറ്റിക്കാർ പണപ്പിരിവിനം ഉൽപ്പന്നപ്പിരിവിനമായി കണക്കുകൾ ഏല്പിച്ച പുതിയ ലിസ്റ്റംബുക്കുകളുമായി പുറപ്പെടുന്നു. നാളികേരം ചുമന്ന് ക്യാമ്പിലെത്തിക്കുന്ന സന്നദ്ധ ഭടന്മാർ തളർന്ന അവശരായി. എങ്കിലും അവർ വീണ്ടും പോകാനൊരുങ്ങുന്നു. പലയിട ങ്ങളിൽ നിന്നും തേങ്ങ ക്യാമ്പിലെത്തിക്കേണ്ടതുണ്ട്. മാർച്ചും പരേഡും അഭ്യാസവും റിഹേഴ്സലുകളും സ്റ്റഡിക്ളാസുകളും എല്ലാം കഴിഞ്ഞു. പ്രഭാത ഭക്ഷണത്തിന് സഖാക്കൾ നെടുമ്പുരയിലെത്തി. അപ്പോൾ ഒരു ആരവം കേട്ടു. എല്ലാവരും ചെവിവട്ടം പിടിച്ചു. തെക്കുനിന്നാണ്. ബോട്ടിന്റേതല്ല.

വിമാനത്തിന്റേത്. ശബ്ദം മുകളിൽ തെക്കുനിന്ന് അടുത്തടുത്ത് വരുന്നു. മുകളിൽ ഒരു വെള്ളായം. സൂര്യപ്രകാശമേറ്റ് വെളവെളെ തില ങ്ങുന്നു. എല്ലാവരും മുകളിലേക്കു നോക്കി.

വിമാനം തന്നെ. അത് വയലാർ ദ്വീപിനെ ചുറ്റുകയാണ്. സാമാന്യം വ്യക്തമായി കാണാവുന്ന ഉയരത്തിൽ. കഠിനമായ ശബ്ദം. ശക്തിയായ കാറ്റ്. വിമാനത്തിൽ നിന്നും എന്തോ രണ്ട മൂന്നു കെട്ടുകൾ പുറത്തേ ക്ക് എറിയപ്പെട്ടു. വിമാനത്തിന്റെ ശക്തമായ കാറ്റിൽ അത് സ്വയം പൊട്ടിച്ചിതറി. പൂക്കുറ്റിയിൽ നിന്ന് ഉയരുന്ന പൂക്കൾ പോലെ അത് ആകാശമെങ്ങും വ്യാപിച്ചു. കാറ്റിൽപ്പെട്ട് അത് അന്തരീക്ഷത്തിലെ ങ്ങും പാറിപ്പറന്നു നടന്നു. കാറ്റിന്റെ ഗതിയിൽ പെട്ടു. കുറെയൊക്കെ കായലിൽ വീണു തുടങ്ങി. അവ വയലാർ കായലിൽ ഒഴുകി നടന്നു. '

തിരുവിതാംകൂർ പട്ടാളത്തിന്റെ പരമാധികാരി കേണൽ ഇൻ ചീഫായ മഹാരാജാവായിരുന്നു. രാജാവിനെ ദന്തഗോപുര വാസിയാക്കി മാറ്റിക്കൊണ്ട് ദിവാൻ സി. പി. രാമസ്വാമി അയ്യർ 'വൈസ് കേണൽ ഇൻ ചീഫ് 'എന്ന ഒരു തസ്തിക പുതുതായി സൃഷ്ടിക്കുകയും തസ്തികയിൽ സ്വയം അവരോധിതനാക്കുകയും ചെയ്തു. വയലാർ സമര സഖാക്കളെ നേരിട്ട കൈകാര്യം ചെയ്യുന്നതിനു വേണ്ടിയാണ് സി. പി അപ്രകാരം ചെയ്തത്. മേൽ വിവരിച്ച വിമാനത്തിൽ സൈനിക വേഷത്തിൽ ദിവാനും ഉണ്ടായിരുന്നതായി പറയപ്പെടുന്നു. വിമാനം താഴേക്ക് നോട്ടീസ് വിതരണം നടത്തുകയായിരുന്നു. 'അമ്പലപ്പുഴ - ചേർത്തല താലൂക്കുകളിൽ പട്ടാളനിയമം പ്രഖ്യാപിച്ചിരിക്കുന്നതിനാൽ ആരും സ്വന്തം വീടുവിട്ട് പുറത്തിറങ്ങരുതെന്നും പുറത്തിറങ്ങിയാൽ ഉണ്ടാകുന്ന ജീവനാശത്തിനും നാശനഷ്ടങ്ങൾക്കും സർക്കാർ ഉത്തര വാദിയാകുന്നതല്ല എന്നുമാണ്' നോട്ടിസിൽ രേഖപ്പെടുത്തിയിരുന്നത്.

ക്യാമ്പിലെ അംഗങ്ങൾക്ക് നോട്ടീസിന്റെ ഉള്ളടക്കം ക്യാപ്റ്റൻ ടി. എ. വാസു ഉച്ചത്തിൽ വായിച്ച് കൊടുത്തു. നോട്ടീസ് പണിക്കരച്ഛന്റെ കയ്യിൽ നേരിട്ടെത്തിക്കാൻ കുന്തിരിശ്ശേരിയിലേക്ക് ഒരു ദൂതനെ അയച്ചു. ഉച്ചയ്ക്ക് 12-30 കഴിഞ്ഞപ്പോൾ സഖാക്കൾ ആഹാരം കഴിക്കുന്നതിനുള്ള ഒരുക്കം തുടങ്ങി. പിന്നെയും ഒരു ഇരമ്പൽ ശബ്ദം കേട്ടു. വിമാനത്തിന്റെ ശബ്ദമായിരുന്നില്ല.

പുറത്തിറങ്ങി നോക്കിയ സഖാക്കൾ കണ്ടത് കിഴക്ക നിന്ന് വയലാറിനെ ലക്ഷ്യംവച്ച് ഓടിയടുക്കുന്ന നാല് ബോട്ടുകളെയായിരുന്നു! വാരിക്കുന്തങ്ങൾ, ഇരുമ്പുവടികൾ, വെട്ടുകത്തി, കോടാലി, കരിങ്കൽ ചില്ലുകൾ മുതലായ ആയുധങ്ങളുമായാണ് നാടിന്റെ മക്കൾ തോക്കേ ന്തിയ പട്ടാളത്തോട് പടപൊരുതാൻ ഇറങ്ങി തിരിച്ചത്. ബോട്ടുകൾ കരയ്ക്കടുക്കാൻ അനുവദിക്കരുത് എന്ന ഒരു തീരുമാനം അവർ കൈക്കൊണ്ടെങ്കിലും അത് നടപ്പിലാക്കാനുള്ള സമയം അവർക്ക് കിട്ടിയില്ല. തലേദിവസം രാത്രി കരയ്ക്കടുക്കാൻ ശ്രമിച്ച ഒരു ബോട്ടിലെ പട്ടാളക്കാരെ അതിനനുവദിക്കാതെ കരിങ്കൽ ചീളുകളും കവണയേറും കൊണ്ട് സഖാക്കൾ പിന്തിരിപ്പിച്ചിരുന്നു. അതുകൊണ്ട് അങ്ങനെയൊരു നീക്കത്തിന് അവസരം കൊടുക്കാത്ത വിധം വളരെ വേഗം ദ്വീപിന്റെ മൂന്നിടങ്ങളിലായി ഒരേ സമയം മൂന്നുബോട്ടുകൾ നിറയെ യന്ത്രത്തോ ക്കേന്തിയ നാനൂറു പട്ടാളക്കാർ വന്നിറങ്ങുകയായിരുന്നു. സാധാരണ ഉപയോഗിച്ച വരുന്ന വള്ളക്കടവുകളിലൊന്നുമായിരുന്നില്ല പട്ടാളക്കാർ ബോട്ടുകൾ അടുപ്പിച്ചത്. കുറവരുകടവ്, പള്ളിക്കടവ്, പാണ്ടിക്കരി എന്നിവിടങ്ങളിലാവാം പട്ടാളക്കാർ വന്നിറങ്ങുക എന്നായിരുന്നു സഖാക്കളുടെ കണക്കുകൂട്ടൽ. പക്ഷെ കണക്കുകൂട്ടൽ എല്ലാം തെറ്റിച്ച കൊണ്ട് പന്നലും കണ്ടലും കാടും പടലും പിടിച്ച കിടന്നിരുന്ന കുറിയമുട്ടം തുരുത്തേൽ കടവിലാണ് ഒരു ബോട്ടടുത്തത്. ഏകദേശം ഒരേ സമയ ത്താണ് തുരുത്തേൽ കടവിലും ഇരുവാശാന്റെ കടവിലും പട്ടാളക്കാർ എത്തിയത്. ബോട്ടുകളിൽ ഒന്ന് തെക്ക വശത്തും മറ്റൊന്ന് നേരെ തൊട്ട കിഴക്കും മൂന്നാമത്തേത് കുറെ അകലെ വടക്കുകിഴക്കുമായി കരയ്ക്കടുത്തു. ഒരു ബോട്ട് നേരെ കിഴക്ക് കരയ്ക്കടുക്കാതെ കായലിൽ തന്നെ കിടന്നു.

ബോട്ടുകളുടെ വശങ്ങളിൽ നിന്ന് പുറത്തേക്ക് നിറതോക്കുകൾ കാണാമായിരുന്നു. വയലാർ കോയിക്കൽ ക്യാമ്പിനെ വളഞ്ഞ് ആക്ര മിക്കുകയായിരുന്നു അവരുടെ ലക്ഷ്യം. ബോട്ടിൽ വന്നവർ കോയിക്കൽ ക്യാമ്പിന്റെ കിഴക്ക ഭാഗവും തെക്ക ഭാഗവും വടക്ക കിഴക്കെഭാഗവും കവർ ചെയ്തു. പട്ടാളക്കാർ നാലുവശവും വെടിയുതിർത്തു കൊണ്ടാണ് ബോട്ടിൽ നിന്നും ഇറങ്ങിയത്. കിഴക്കേ വേലിക്ക മറഞ്ഞു നിന്നും

കണ്ടൽക്കാട്ടുകൾക്കിടയിലും നിന്ന് പട്ടാളക്കാർ ഉന്നംനോക്കി സ്റ്റാൻ ഡിൽ യന്ത്രത്തോക്കുകൾ ഉറപ്പിക്കുന്നു.

വിളമ്പിവെച്ച ആഹാരം തൊട്ട പോലും നോക്കാതെ ധീരരായ സഖാക്കൾ തങ്ങളുടെ ആയുധങ്ങളുമേന്തി തയ്യാറായി നിന്നു. കോയിക്കൽ അമ്പലമുറ്റത്ത് അവർ ഒന്നിച്ചു കൂടി.

ജനറൽ ക്യാപ്റ്റൻ കെ. സി. വേലായുധൻ വിസിലടിച്ചു. മുൻനിരക ളിൽ വാരിക്കുന്തക്കാർ, പിന്നിൽ കുറുവടിക്കാർ, ഇരുമ്പുവടി, അലവാങ്ക്, വെട്ടരിവാൾ മുതലായവയോട്ട കൂടിയ പുറന്തടക്കാർ. ഫയൽമാൻ കേശവൻ അണികളിൽ സൂക്ഷ്മ പരിശോധന നടത്തി. സായിപ്പ് കുമാരൻ മെഗാഫോണിൽ നിർദ്ദേശങ്ങൾ നൽകി. കവണയേറു വിദ ശ്ചന്മാർ പട്ടാളക്കാരെ എറിഞ്ഞു വീഴ്ത്താൻ ഉന്നം നോക്കി മുന്നേറി.

നിമിഷങ്ങൾ വെറുങ്ങലിച്ചു നിന്നു. മൂന്നു വശങ്ങളിൽ നിന്നും വെടി യുണ്ടകൾ സഖാക്കൾക്കു നേരെ ചീറിപ്പാഞ്ഞു. പരിശീലനം ലഭിച്ച 200 വാളണ്ടീയറന്മാരാണ് വയലാർ ക്യാമ്പിൽ ഉണ്ടായിരുന്നത്. അതിനു പുറമെ ധീരന്മാരായ നിരവധി നാട്ടുകാരും പ്രായംചെന്നവരും കുട്ടികളും ക്യാമ്പിലുണ്ടായിരുന്നു. അവർ നിലത്ത് കമഴ്ന്ന കിടന്നു കൊണ്ട് ഇഴഞ്ഞു നീങ്ങാൻ തുടങ്ങി. വെടിയേറ്റ് പലരും വീഴുന്നുണ്ടായിരുന്നു. പക്ഷെ ആരും പിൻതിരിഞ്ഞില്ല.

തീതുപ്പുന്ന തോക്കുകൾക്കെതിരെ അടങ്ങാത്ത ആവേശമായി മരണത്തെ തൃണവൽഗണിച്ചു കൊണ്ട് സ്വാതന്ത്ര്യ ബോധത്തിന്റെ ഉത്കൃഷ്ടമായ ഏതൊരുതലങ്ങളിൽ അവരുടെ ആത്മാർപ്പണം പുത്തൻ ഗാഥകൾ രചിച്ചു.

പലരും വെടിയേറ്റ കിടന്നു. വയലാറിലെ കറുത്ത മണ്ണിൽ അടി യാളരുടെ ചോര തളം കെട്ടി നിന്നു. യന്ത്രത്തോക്കുകൾ നിരന്തരം ഗർജ്ജിച്ചു. ഏകദേശം അർദ്ധവൃത്താകൃതിയിൽ ചങ്ങലക്കണ്ണികൾ പോലെ നിലയുറപ്പിച്ച പട്ടാളം നിരന്തരം വെടിയുതിർക്കുകയാണ്. ഒരു കൂട്ടർ മുൻനിരയിൽ കമഴ്ന്ന കിടന്നു കൊണ്ടും അതിന്റെ പിന്നിലുള്ളവർ മുട്ടിൽ നിന്നുകൊണ്ടും മൂന്നാമത്തെ നിരയിലുള്ളവർ നിവർന്നു നിന്നു കൊണ്ടുമാണ് നിരന്തരം വെടിയുതിർക്കുന്നത്.

നാല്പാട്ടും ചീറിത്തെറിച്ച വെടിയുണ്ടകളേറ്റ് തെങ്ങിൻ കുലകൾ നിലത്തു വീണു. ചില തെങ്ങുകൾ തുളച്ചുകൊണ്ട് വെടിയുണ്ടകൾ പാഞ്ഞു പോയി. മനുഷ്യ ശരീരത്തിൽ നിന്ന് രക്തവും മാംസവും തെറി പ്പിച്ചു കൊണ്ട് വെടിയുണ്ടകൾ നാല്യഭാഗത്തും ചീറിപ്പാഞ്ഞു. സഖാക്കൾ കവണയേറു തുടങ്ങി. കരിങ്കൽ ചില്ലുകളും വെടിയുണ്ടകളും ഏറ്റുമുട്ടി.

ഏറ്റുകൊണ്ട അവശരായ പട്ടാളക്കാർ പലരും പിന്നോക്കം വലിഞ്ഞു. ഒഴിഞ്ഞു മാറിയ പട്ടാളക്കാർക്ക പകരക്കാർ വന്നു. പട്ടാളക്കാർ യന്ത്ര തോക്കിന്റെ വേഗത കൂട്ടി. അവിടമാകെ ഒരു ചോരക്കളമായി മാറി.

സഖാക്കൾ അടവൊന്ന മാറ്റി. അവർ വാരിക്കുന്തങ്ങളുമായി ഇഴഞ്ഞു നീങ്ങി. മുൻ നിരയില്ലുള്ള പട്ടാളക്കാരും അത് അനുകരിച്ച. തീതുപ്പുന്ന തോക്കുകളുടെ നേരെ വാരിക്കുന്തവുമായി സഖാക്കൾ ഇഴഞ്ഞു മുന്നേറി. വെടി കൊണ്ട വീണവർ മറ്റുള്ളവരെ മുന്നോട്ട പോകാൻ പ്രേരിപ്പിച്ച കൊണ്ട് അവസാന ചലനമറ്റ കിടന്നു. 'സഖാക്കളെ മുന്നോട്ട്' എന്നാ യിരുന്നു വെടിയേറ്റ നിലം പതിച്ചവരുടെ അന്ത്യ വാക്കുകൾ! സഖാവ് ശ്രീധരന്റെ തലയ്ക്ക് വെടിയേറ്റു. നിലയ്ക്കാതെ ചോര പ്രവഹിച്ചപ്പോൾ സമീപത്തു നിന്നകുമാരൻ അത് ഇടയ്ക്കാൻ ശ്രമിച്ചു.

'അത് സാരമില്ല നീ മുന്നോട്ടപോകൂ' എന്നായിരുന്നു ശ്രീധരന്റെ ആജ്ഞ! കുമാരൻ കുറെക്കൂടി മുന്നോട്ട പോയി. പട്ടാളക്കാരുടെ അടു ത്തെത്തി. ആവേശത്തോടെ ചാടിയെഴുന്നേറ്റ കുമാരൻ ഉച്ചത്തിൽ വിളിച്ച പറഞ്ഞു. 'സഖാക്കളെ, ഞങ്ങൾക്ക് ജീവിക്കാൻ വേണ്ടിയാണ് മരിക്കാൻ തയ്യാറായത്. നിങ്ങൾക്കു ജീവിക്കാൻ ഞങ്ങളെ കൊല്ലണ മെങ്കിൽ വെടിവെച്ചോളൂ'

അയാൾ തന്റെ രണ്ട കയ്യുകൾ കൊണ്ടും ചോരയിൽ കുതിർന്ന ഷർട്ട് വലിച്ചുരി നെഞ്ചു കാട്ടി.

ഒരു നിമിഷം അവിടെ നിന്നിരുന്ന പട്ടാളക്കാരുടെ തോക്കുകൾ നിശബ്ദമായി. അവർ വെടിനിർത്തി. നിമിഷങ്ങൾ സ്തംഭിച്ച നിന്നു! അടുത്തുണ്ടായിരുന്ന കെട്ടിടത്തിന്റെ മറവിൽ നിന്നും ഡി. എസ്. പി. വൈദ്യനാഥയ്യർ പുറത്തു ചാടി. അയാൾ അലറി. 'ബ്ലഡി ഫൂൾസ്, ഫയർ'. വീണ്ടും വെടി മുഴങ്ങി. കുമാരൻ വെടിയേറ്റ നിലം പതിച്ച.

കുറെ സഖാക്കൾ അടുത്തുള്ള തോടുകളിലും കുളങ്ങളിലും ഇറങ്ങി യിരുന്ന് പട്ടാളത്തെ നേരിടാൻ തയ്യാറായി. കുറേപ്പേർ അടുത്തുള്ള വീടുകളിൽ അഭയം തേടി. മറ്റ ചിലർ തോടുകളിൽ കൂടി നീന്തി പുറത്തേ ക്കു പോയി. തോട്ടിലും കുളത്തിലും ഇറങ്ങിയവരുമായി പട്ടാളക്കാർ വീണ്ടും ഏറ്റുമുട്ടി. പലരേയും വെടിവെച്ച കൊന്നു. തൊഴിലാളികളെ നേരിടാനായി യന്ത്രത്തോക്കുകൾ കൊട്ടുത്തു വിട്ടവർ തൊഴിലാളി പ്രസ്ഥാനങ്ങളെ എന്നെന്നേയ്ക്കുമായി കാലപുരിക്കയക്കവാനാണ് ആഗ്രഹിച്ചത്. കമ്മ്യൂണിസ്റ്റ പാർട്ടിയെയും തൊഴിലാളി യൂണിയനുക ളെയും തലപൊക്കാൻ അനുവദിക്കില്ല എന്ന ദിവാൻ സർ. സി. പിയുടെ പിടിവാശി നടപ്പാക്കാൻ സുഗമമായി ഉത്തരവാദഭരണത്തിന്റെ നൂലാമാ ലകളില്ലാതെ അമേരിക്കൻ മോഡൽ ഭരണപരിഷ്ക്കാരം നടപ്പാക്കി

തിരുവിതാംകൂറിനെ അടക്കി ഭരിക്കാൻ, അതിനൊക്കെ വേണ്ടിയാണ് ജാലിയൻ വാലാബാഗിലേതിനേക്കാൾ നിഷ്ഠുരമായ ക്രൂരമായ നരഹത്യ വയലാർ എന്ന നിർദ്ധനഗ്രാമത്തിൽ അരങ്ങേറിയത്.

വെടിയേറ്റ പാതിജീവനുമായി കിടന്നിരുന്ന സഖാക്കളെ ബയണറ്റി നകുത്തിയും തോക്കിന്റെ ബട്ടുകൊണ്ട് ക്രൂരമായി മർദ്ദിച്ചും പട്ടാളക്കാർ വകവരുത്തി. ചോരയിൽ കുളിച്ച് ചലനമറ്റ കിടക്കുന്നവരുടെ മുതുകിൽ കയറി നിന്ന് തുള്ളിക്കൊണ്ടും തോക്കിന്റെ ബട്ട കൊണ്ട് ഇടിച്ചുമാണ് ജീവനുണ്ടോ എന്ന് പരിശോധിച്ചത്! ആ പരിശോധനയിൽ ആർക്കെ കിലും ജീവനുണ്ടെന്നു തോന്നിയാൽ 'ഇവൻ ചത്തിട്ടില്ല' എന്നു പറഞ്ഞു കൊണ്ട് ബയണറ്റ കൊണ്ട് കുത്തിക്കീറി സംശയം തീർക്കുമായിരുന്നു. കോയിക്കൽ മൈതാനം ഒരു കുരുതിക്കളമായി മാറി. വേദന കൊണ്ട പുളയുന്നവർ, ഒരിറ്റ വെള്ളത്തിനു വേണ്ടി കരയുന്നവർ, വേദന കൊണ്ട പുളഞ്ഞ് തോട്ടിൽ ചാടിയവർ, ഉഷ്ണവായുവേറ്റ വെള്ളം കുടിക്കാൻ കുളത്തിലേക്ക് ഇഴഞ്ഞവർ ഒരു മണിക്കൂർമുൻപ് ഉച്ചഭക്ഷണം കഴി ക്കാനുള്ള തിരക്കിലും ഉത്സാഹത്തിലും സ്വയം മുഴുകിയ ഒരു നാട് ആർത്തനാദങ്ങളുടെ യുദ്ധപ്പറമ്പായി പരിണമിച്ചു. കുളത്തിലും തോട്ടിലും ചാടിയവരുടെ ജഡങ്ങൾ പിന്നീട് അവിടെ പൊന്തിക്കിടന്നു. പട്ടാളക്കാ രുടെ ആക്രോശങ്ങളും ഇടയ്ക്കുള്ള വെടിയൊച്ചകളും മുഴങ്ങി. ഹിറ്റ്ല റുടെ കോൺസൺട്രേഷൻ ക്യാമ്പുകളിൽ അരങ്ങേറിയതിനേക്കാൾ മൃഗീയമായ ക്രൂരതകളാണ് യന്ത്രത്തോക്കുകൾക്ക മുൻപിൽ ജീവൻ ബലിയർപ്പിച്ച് മുറിവേറ്റ വീണവർക്ക് നേരിടേണ്ടി വന്നത്.

പടിഞ്ഞോട്ട് ഓടി ചാല നീന്തിക്കടന്നവർ കൂടുതൽ പേരും രക്ഷപ്പെ ട്ടു. അടുത്തുള്ള ആളൊഴിഞ്ഞ വീട്ടിലേക്ക് ഓടിക്കയറിവരെ പിൻതുടർ ന്നെത്തിയ പട്ടാളക്കാർ അവരെ വെടിവെച്ച വീഴ്കയും ചിലരെയൊ ക്കെ പിടിച്ച കെട്ടി ബോട്ടിലേക്ക് കൊണ്ട പോകുകയും ചെയ്തു. കുറെ സഖാക്കൾ വളർന്ന പൊന്തിയ കപ്പപ്പായലുകളുള്ള ഒരു കുളത്തിനു മറ പറ്റി നിന്ന കൊണ്ട് കവണിയേറ്റ തുടങ്ങി. കരിങ്കൽചില്ലേറ്റ പട്ടാളക്കാർ മറിഞ്ഞു വീണു. ഇതു കണ്ട് ഓടിയെത്തിയ സൈന്യം പെട്ടെന്ന് വീണ്ടും വെടിവെയ്ത്ത തുടങ്ങി. ആ സഖാക്കളുടെ മൃതദേഹങ്ങൾ വെള്ളത്തിൽ പൊങ്ങിക്കിടന്നു. വെള്ളത്തിന്റെ നിറം കറുത്ത ചുവപ്പായി.

കോയിക്കൽ അമ്പലത്തിന്റെ പടിഞ്ഞാറ വശത്ത് തോടിന്റെ കരയിലായിരുന്ന വയലാർ ക്യാമ്പിന്റെ ജനറൽ ക്യാപ്റ്റനും ചെത്തുതൊഴിലാളി യൂണിയൻ സെക്രട്ടറിയുമായിരുന്ന കെ. സി. വേലായുധന്റെ വീട്. ആ വീട് പട്ടാളം പൊളിച്ചു തീയിട്ടു. കമ്യൂണിസ്റ്റ പാർട്ടിയുടെ കീഴിലുള്ള മഹിളാ സംഘത്തിന്റെ സെക്രട്ടറിയായിരുന്ന

ദേവകീകൃഷ്ണന്റെ (വയലാർ രവിയുടെ അമ്മ) ഒഴിഞ്ഞു കിടന്നിരുന്ന വീട് പട്ടാളം തല്ലിത്തകർക്കുകയും കൊള്ളയടിക്കുകയും ചെയ്തു. ഏകദേശം ആറുമണിയായപ്പോൾ വെടിയൊച്ച നിലച്ചു. തിരച്ചിലിനു പോയവർ പിടിച്ചെടുത്ത വാരിക്കുന്തങ്ങളുമായി വന്നു. ഇതിനിടയിൽ ജീവനോടെ കിട്ടിയ കുറച്ച സഖാക്കളെ പട്ടാളക്കാർ കയ്യുകൾ ബന്ധിച്ച് ബോട്ടിൽ കൊണ്ടു പോയിട്ടു.

കോയിക്കൽ മൈതാനത്തും തോട്ടുകളിലും കുളങ്ങളിലും ഒക്കെയായി ചിതറിക്കിടന്നിരുന്ന മൃതദേഹങ്ങൾ അവിടെ തന്നെയുപേക്ഷിച്ച് പട്ടാള ക്കാർ ബോട്ടുകളിൽ ചേർത്തല ടി. ബി. യിലേക്ക പോയി. ഉച്ചക്ക് പന്ത്ര ണ്ട മണി വരെ ശബ്ദമുഖരിതമായിരുന്ന വയലാർ ക്യാമ്പ് ഭീകരമായ നിശബ്ദത വിഴുങ്ങിയ വെളുത്ത പക്ഷത്തിലെ രണ്ടാം ദിനത്തിൽ രക്ത പങ്കിലമായ ചെമ്പട്ട പുതച്ച കിടന്നു. ഇലാമഴ ചെയ്യാൻ മടിച്ച നിന്നു.

ഒളതല ക്യാമ്പിന്റെ ലീഡറായിരുന്ന കെ. വി. ഷൺമുഖൻ ഇപ്രകാരം പറയുന്നു, 'വൈകുന്നേരം ഉദ്ദേശം 6. 30 ന് സി. കെ. കുമാരപ്പണിഥൻ, സി. കെ. ഭാസ്ക്കരൻ, പി. കെ. അബ്ദുൾ ഖാദർ, സി. കെ. രാമൻകുട്ടി, പി. കെ. പത്മനാഭൻ എന്നിവർ ഒളതല ക്യാമ്പിൽ വന്നു. ആറുകണക്കിന് തൊഴിലാളികൾ അപ്പോൾ ക്യാമ്പിലുണ്ട്. കുറെക്കഴിഞ്ഞ് പുല്ലംചിറ തോട്ടിൽ നിന്നും കെ. ആർ. സുകുമാരനെ കയറ്റിക്കൊണ്ടു വന്നു. എല്ലാവരും കൂടി ഭാവിപരിപാടികളെ കുറിച്ച് ആലോചിച്ചു. ക്യാമ്പുകൾ പിരിച്ച വിടണമെന്ന നിർദ്ദേശം സി. കെ. കുമാരപ്പണിക്കർ ഉന്നയിച്ചു. പൊന്നാം വെളിയിലുള്ള പട്ടാളക്യാമ്പ് ആക്രമിക്കാൻ ഉടൻ തയ്യാറാക ണമെന്ന അഭിപ്രായമാണ് പല സഖാക്കളിൽ നിന്നും ഉണ്ടായത്. ആ അഭിപ്രായം പിൻവലിപ്പിക്കാൻ വളരെയേറെ സമയം വേണ്ടി വന്നെങ്കി ലും അത് അവസാനം പിൻവലിക്കപ്പെട്ടു. ഒക്ടോബർ 28 (ചിങ്ങം 11) - ന് ഏകദേശം പതിനൊന്ന മണിയോട്ട കൂടി ക്യാമ്പുകൾ പിരിച്ചവിടാൻ തീരുമാനിച്ചു.

വെടിയേറ്റ പരിക്ക പറ്റിയവർക്ക് മരുന്നുകൾ വരുത്തി പ്രഥമ ശ്രുശ്രൂഷകൾ നടത്തിയ ശേഷം കൂടുതൽ ചികിത്സക്കവേണ്ടി പുറത്തു പോകാനുള്ള ഏർപ്പാടുകൾ ചെയ്തു. അടുത്ത ദിവസം അതായത് തുലാം 11-ന് വെളുപ്പിന് ഞങ്ങൾ ഒളതലക്യാമ്പിൽ ചെന്ന് വെടിയേറ്റ മരിച്ച സഖാക്കളെ അടക്കം ചെയ്ത ശേഷം രാവിലെ 11 മണിക്ക് രണ്ട പേര് വീതമുള്ള സ്ക്വാഡു കളായി സ്ഥലം വിട്ടു. ഞാനും പപ്പയ്യയും (പൊന്നാം വെളിയിലെ കമ്മ്യൂണിസ്റ്റ് പാർട്ടി ഓഫീസ് സെക്രട്ടറിയായിരുന്ന ചമ്പ പ്പള്ളിയിൽ പത്മനാഭൻ) കൊച്ചിയിലേക്കാണ് പോയത്. എന്റെ ഒളിവു ജീവിതം അങ്ങനെ ആരംഭിച്ചു. '

വയലാറിൽ ആറ്റംപത് പേർ മരിച്ച വീണു എന്ന് കെ. സി. ജോർജ്ജ് രേഖപ്പെടുത്തുന്നു. കണക്കുകൾക്ക് കൃത്യമായ തെളിവുകൾ നിരത്തി വെയ്ക്കാൻ ഒന്നും ലഭ്യമല്ല. എ. ശ്രീധരമേനോൻ കേരള ചരിത്രത്തിൽ പറയുന്നത് വയലാറിലും മേനാശ്ശേരിയിലും ഒളതലയിലും കൂടി ആയിരം പേരെങ്കിലും മരിച്ച വീണുവെന്നാണ്. സി. പി. യുടെ ഔദ്യോഗിക കണക്കിൽ മരണം വെറും 172 പേരാണ്! വ്യക്തമായ ചരിത്ര രേഖകൾ സൂക്ഷിച്ച വെയ്ക്കാൻ കഴിയാതിരുന്ന കമ്മ്യൂണിസ്റ്റ് പാർട്ടിയെയാണ് ഇക്കാര്യത്തിൽ കുറ്റപ്പെടുത്തേണ്ടത്.

വയലാറിൽ കോയിക്കൽ മൈതാനത്തും അടുത്തുള്ള കുളങ്ങളിലും തോട്ടുകളിലുമായി വെടിയേറ്റ മരിച്ച വീണവരുടെ മൃതദേഹങ്ങൾ രണ്ട് ദിവസങ്ങൾ അവിടെ കിടന്നു. കാക്കകൾ കൊത്തിവലിച്ചു. നായ്ക്കൾ കടിച്ച വലിച്ചു. രണ്ടാം ദിവസം ഉച്ച കഴിഞ്ഞാണ് പട്ടാളം വീണ്ടും വയലാറിലെത്തുന്നത്. പച്ചോല വെട്ടിയെടുത്ത് കിടക്ക് മെടഞ്ഞു. രണ്ട് മൂന്ന് മൃതദേഹങ്ങൾ വീതം കിടകളിലാക്കി വലിച്ചിഴച്ച് ചെറുകണ്ടപ്പഴ പുരയിടത്തിലെ വലിയകുളത്തിലേക്ക് തട്ടി.

വെടിയേറ്റ വീണ സഖാക്കൾ ഉഷ്ണവായുവേറ്റ് ദാഹജലത്തിനായി ചാടിവീണ അതേ കുളത്തിൽ. മൃതദേഹങ്ങൾ കൊണ്ട് ആ കുളം നിറഞ്ഞു. കുമ്പാരമായി. അവസാനം കൊണ്ടു വന്ന ശവങ്ങൾ കിട്ടകോട്ട കൂടി തന്നെ നിക്ഷേപിച്ചു. അടുത്ത പറമ്പിൽ നിന്നും മണ്ണുവെട്ടി കുട്ടകളി ലാക്കി ചുമന്നിട്ട് ശവങ്ങൾ മൂടി. അങ്ങനെ പട്ടാളക്കാർ അവിടെയൊരു കുന്നുണ്ടാക്കി. അതാണ് പിൽക്കാലത്ത് വയലാർ വെടിക്കുന്ന് എന്ന റിയപ്പെട്ടത്.

ഒക്ടോബർ 27-ന് രാത്രിയിൽ സി. കെ കുമാരപ്പണിക്കരുടെ നേതൃ ത്വത്തിൽ ജീവനോടെയുള്ളവരെ രക്ഷിക്കാനുള്ള ശ്രമങ്ങൾ നടത്തി. ക്യാമ്പുകൾ പിരിച്ചുവിട്ട് ഒക്ടോബർ 28- ന് രാത്രിയാണ് സി. കെ. കുമാരപ്പണിക്കർ കൊച്ചി രാജ്യത്തെ തൃപ്പൂണിത്തറയ്ക്ക് അടുത്തുള്ള ഏതോ സ്ഥലത്തേക്കാണ് ഒളിവു ജീവിതം നയിക്കാൻ പോയത്. പിൽ ക്കാലത്ത് കുമാരപ്പണിക്കർ പറഞ്ഞത് രക്തസാക്ഷികളുടെ ഉറ്റവരെ സമാധാനിപ്പിക്കുക എന്നതായിരുന്നു തനിക്ക് ഏറ്റവും വിഷമകരമായ ജോലിയെന്നായിരുന്നു. വയലാർ സ്റ്റാലിൻ എന്ന് പിൽക്കാലത്ത് അറിയപ്പെട്ട സി. കെ കുമാരപ്പണിക്കരെക്കുറിച്ചും വയലാർ സമരത്തെ ക്കുറിച്ചും സി. ജി. സദാശിവൻ ഇപ്രകാരം രേഖപ്പെടുത്തുന്നു.

'രാജവാഴ്ചക്ക് എതിരായി സന്ധിയില്ലാത്ത സമരത്തിന് തയ്യാറാ കാൻ കമ്മ്യൂണിസ്റ്റ് പാർട്ടി ആഹ്വാനം ചെയ്തു. സ്റ്റേറ്റ് കോൺഗ്രസ്സിലെ തീവ്രവാദികൾ ഉൾപ്പെടെ കോൺഗ്രസ് നേതൃത്വത്തിലെ തന്നെ

ആർ. സുഗതൻ

നല്ലൊരു വിഭാഗം സന്ധിയില്ലാസമര ത്തിന് അനുകൂലികളായിരുന്നു.

ഈ സ്ഥിതി വളർത്തിക്കൊണ്ടു വരുന്നതിന് പാർട്ടിയും തൊഴിലാളി വർഗ്ഗവും അവിശ്രമം പരിശ്രമിച്ചു. ആ കാലഘട്ടത്തിൽ അഖില തിരുവിതാം കൂർ ട്രേഡ് യൂണിയൻ കൗൺസിലിന്റെ നേതൃത്വത്തിൽ പല രാഷ്ട്രീയ പണിമുട ക്കുകളും പാർട്ടി നടത്തി. സന്ധിയില്ലാ വാദക്കാരായ പല കോൺഗ്രസ് നേതാക്കളേയും മറ്റും സർ. സി. പി. നേരത്തേ തന്നെ ജയിലിലാക്കി. അമ്പലപ്പുഴ-ചേർത്തല താലൂക്കിലെ

തൊഴിലാളികളെ ഒറ്റപ്പെടുത്തണമെന്നുള്ള പ്ലാൻ ഗവൺമെന്റ് നടപ്പി ലാക്കി കൊണ്ടുവരികയായിരുന്നു. 1946 ഒക്ടോബർ മാസത്തിലാണ് പുന്നപ്ര-വയലാർ സമരം. ചിങ്ങമാസത്തിൽ (സെപ്റ്റംബർ) തന്നെ ആർ. സുഗതന് ആലപ്പുഴയിലും എനിക്ക് ചേർത്തലയിലും അറസ്റ്റ് വാറണ്ടുകൾ പുറപ്പെടുവിച്ചു. സുഗതൻ സാറിനെ അറസ്റ്റ ചെയ്തു. ഞാൻ പാർട്ടിയുടെ നിർദ്ദേശാനുസരണം ഒളിവിൽ പോയി. അമ്പലപ്പുഴ - ചേർത്തല താലൂക്കുകളിലേതു പോലെ വ്യാപകമായ അറസ്റ്റുകൾ മറ്റ പ്രദേശങ്ങളിൽ ആദ്യമെ നടന്നില്ല. കുറഞ്ഞത് മൂന്ന മാസം നീണ്ടു നിൽക്കുന്ന ഏതു കൊടിയ മർദ്ദനത്തിന്റെ മുമ്പിലും കീഴടങ്ങാത്ത പണിമുടക്ക സമരമായിരുന്നു പാർട്ടിയുടെ ലക്ഷ്യം. ഒരു സായുധ സമരം ആലോചനാ വിഷയമേ ആയിരുന്നില്ല.

ചേർത്തല താലൂക്കിൽ കയർഫാക്ടറി മേഖലയ്ക്കു ചുറ്റം താമസി ച്ചിരുന്ന കർഷകത്തൊഴിലാളികളെ ജന്മികളും, ഗുണ്ടകളും, റിസർവ്വ് പോലീസും കൂടി യാതൊരു പ്രകോപനവും കൂടാതെ വീടുകളിൽ കയറി ആക്രമിച്ച് ഓടിച്ചു. അങ്ങനെയാണ് വീടുകളിൽ താമസിക്കാൻ നിവർ ത്തിയില്ലാത്ത കർഷകത്തൊഴിലാളികളും മറ്റ പാവപ്പെട്ടവരും വയലാർ മുതൽ മേനാശ്ശേരി വരെയുള്ള പ്രദേശങ്ങളിൽ അഭയം പ്രാപിച്ച് ക്യാ മ്പുകൾ ഉണ്ടാക്കിയത്. ഇവരെ ക്യാമ്പുകളിൽ സംഘടിപ്പിച്ച് താമസിപ്പി ക്കുന്നതിനും ആഹാരം നൽകുന്നതിനും കുമാരപ്പണിക്കർ നേരിട്ട് ഓരോ സ്ഥലത്തും എത്തി നേതൃത്വം കൊട്ടുത്തു കൊണ്ടിരുന്നു.

സാധാരണ രീതിയിലുള്ള വ്യവസ്ഥാപിതമായ പണിമുടക്ക സമരം കൊണ്ട് ഈ കരുതിക്കൂട്ടിയുള്ള ആക്രമണത്തെ ആയുധം കൂടാതെ

നേരിട്ടുനിൽക്കുവാൻ കഴിയുകയില്ല എന്ന് തൊഴിലാളികളുടെയിടയിൽ നിന്നാണ് ആദ്യം അഭിപ്രായം ഉണ്ടായത്. കുമാരപ്പണിക്കർ ആ വാദ ഗതികളുടെ വക്താവായി, കമ്മിറ്റിയിൽ വീറോടെ വാദിച്ചു. ആക്ഷൻ കമ്മിറ്റി അതിന് അനുവാദം നൽകി. യുദ്ധം കഴിഞ്ഞ് പിരിഞ്ഞു വന്ന പട്ടാളക്കാരിൽ നിന്നും സംഘടിപ്പിച്ചവരെ കൊണ്ട് ഈ ക്യാമ്പുകളി ലെല്ലാം പരിശീലനം നൽകി. അടയ്ക്കാമരങ്ങൾ വെട്ടി വാരിക്കുന്തങ്ങൾ നിരവധി ശേഖരിച്ചു.

ഈ പരിശീലന വേളയിലെല്ലാം കുമാരപ്പണിക്കർ ഓരോ ക്യാമ്പ് സന്ദർശിക്കുമ്പോഴും സമരവീര്യം കൊണ്ട് തിളച്ച മറിയുകയായിരുന്നു. ഒളിവിലിരുന്ന കൊണ്ട് ചില സഖാക്കളെ വിളിപ്പിച്ച് സംസാരിച്ച പണി ക്കുടെ മുഖത്തുനിന്ന് സ്ഫുരിക്കുന്ന സമരജ്വാല കാണുമ്പോൾ അവർ സകലയും മറന്ന് പതിന്മടങ്ങ് ധീരരായിത്തീരും. കോൺഗ്രസ് അനു ഭാവികളും സി. പി. വിരോധികളുമായിരുന്ന പണക്കാർ സമരം പൊളി യുരുതെന്ന പറയുകയും നിർലോഭമായ സഹായങ്ങൾ നൽകുകയും ചെയ്ത കൊണ്ടിരുന്നു.

യന്ത്രത്തോക്കുകളുടെ മണിക്കൂറുകൾ നീണ്ടു നിന്ന വെടിവെയ്ക്കകളിൽ ആറുകണക്കിന് സഖാക്കൾ വീരമൃത്യു വരിച്ചു. അനവധിപേർ മുറിവേറ്റ വീണു. മുറിവേറ്റ പലർക്കും പ്രാഥമിക ശുശ്രൂഷ നൽകുന്നതിലും, രക്ഷപ്പെ ടുത്താൻ കഴിയുന്നവരെ മറ്റ സ്ഥലങ്ങളിലേക്ക് അയയ്ക്കുന്നതിലും കുമാര പ്പണിക്കർ ഊണും ഉറക്കവും ഉപേക്ഷിച്ച് പ്രവർത്തിച്ച കൊണ്ടിരുന്നു. മരിച്ചവരുടെയും മുറിവേറ്റവരുടെയും സ്വന്തക്കാർ പലരും പണിക്കരെ കണ്ട് സ്വയം നെഞ്ചത്തടിച്ച് വാവിട്ട കരഞ്ഞു. അവരെ സാന്ത്വനപ്പെട്ട ത്താനായിരുന്ന ഏറ്റവും വലിയ മനോവിഷമമെന്ന് പണിക്കർ പിന്നീട്ട കണ്ടപ്പോൾ പറഞ്ഞു. യാതൊരു സാന്ത്വനവും കൊണ്ട് ഫലമില്ലെന്ന് കണ്ട ചിലരോട് കഠിനമായി ദേഷ്യപ്പെടേണ്ടി വന്ന കഥകൾ പണിക്കർ വികാര വിവശനായി പറഞ്ഞ രംഗങ്ങൾ അവിസ്മരണീയങ്ങളാണ്. ഒരു സമര നേതാവിന്റെ ഏറ്റവും വലിയ മന: സ്ഥൈര്യം അപ്പോഴാണ് പണിക്കരിൽ ദൃശ്യമായത്. തന്റെ സഖാക്കളുടെ വീരമൃത്യുവിൽ തന്റെ ഹൃദയവ്യഥ അവർണ്ണനീയമായിരുന്നുവെങ്കിലും അപ്പപ്പോൾ നേരിടുന്ന പ്രശ്നങ്ങൾക്ക് പരിഹാരം കാണേണ്ട കാര്യങ്ങളെപ്പറ്റി, പതറാതെ ആലോചിക്കാനും, പരിപാടികൾ ആസൂത്രണം ചെയ്യാനും, പണിക്കർ പ്രകടിപ്പിച്ച ധീരത ഏതൊരു നേതാവിനേയും അത്ഭുതപ്പെടുത്തു ന്നതായിരുന്നു.

തന്റെ സഖാക്കളുടെ തടുത്തു നിർത്താൻ കഴിയാത്ത സമ്മർദ്ദത്തി ന്റെ ഫലമായിട്ടാണ് പണിക്കർ സ്ഥലം വിട്ട് ഒളിവിൽ പോയത്. തന്റെ

സ്വന്തം വീട് കൊള്ളയടിക്കപ്പെടുകയും കത്തിച്ച നശിപ്പിക്കപ്പെടുക
യും ചെയ്യപ്പെട്ടിട്ടും അതേപ്പറ്റി അല്പം പോലും ചിന്തിക്കാതെ സമര
സഖാക്കളുടെ നടുവിൽ നിന്ന് അവരുടെ പ്രശ്നങ്ങളെപ്പറ്റി മാത്രംചി
ന്തിച്ചുകൊണ്ട് അവിശ്രമം പ്രവർത്തിച്ച കൊണ്ടിരുന്ന പണിക്കരുടെ
മുമ്പിൽ സ്വന്തം മക്കളുടെ നിര്യാണത്തിൽ ദുഖിതരായവർക്ക പോലും
സ്നേഹവായ്പ്പോട്ട കൂടിയെ പെരുമാറുവാൻ കഴിഞ്ഞുള്ളൂ. '

മരിച്ചുവീണ സഖാക്കൾ രാഷ്ട്രീയ ലക്ഷ്യങ്ങൾക്ക വേണ്ടിയായിരു
ന്ന തങ്ങളുടെ ജീവിതം ഹോമിച്ചത്. സമരത്തെ അപലപിച്ചവരും
നേതൃത്വത്തെപഴിച്ചവരും നിരവധിയാണ്. പക്ഷെ അവരൊക്കെ
ഏകസ്വരത്തിൽ അംഗീകരിക്കുന്ന ഒരു സത്യമുണ്ട്, അത് വയലാറിലേ
യും മേനാശ്ശേരിയിലെയും ഒളതലയിലേയും പുന്നപ്രയിലേയും മണ്ണിൽ
തളംകെട്ടിനിന്ന ധീരരായ അടിയാളവർഗ്ഗത്തിന്റെ ചോരത്തുടിപ്പായി
രുന്നു. തോക്കിന്റെ മുൻപിൽ വിരിമാറുകാട്ടിയ സ്വാതന്ത്ര്യ പ്രേമികളായ
അവരെ ചരിത്രത്തിന് മറക്കാൻ സാദ്ധ്യമല്ല.

വിമർശനങ്ങളും യാഥാർത്ഥ്യങ്ങളും

63ത്തിരി തൊഴിലാളികളുടെ ജീവൻ ബലി കൊട്ടക്കേണ്ടി വന്ന സമര ത്തെക്കുറിച്ച് പിൽക്കാലത്ത് നിരവധി വിമർശനങ്ങൾ പലരും ഉയർത്തി. 'വഞ്ചിക്കപ്പെട്ട വേണാട്' എന്ന തന്റെ ലേഖന സമാഹാ രത്തിലൂടെ എൻ. ശ്രീകണ്ഠൻ നായരാണ് മുഖ്യമായ ഒരു വിമർശനം ഉയർത്തിയത്. സമരസന്നാഹം നടത്തിയ 1946 സെപ്റ്റംബർ 23 (കന്നി 7)- ന് അഖില തിരുവിതാംകൂർ ട്രേഡ് യൂണിയൻ കൗൺസിലിന്റെ (ATTUC) ആലപ്പുഴയിലെ സമ്മേളനത്തിൽ 'മർദ്ദന നടപടികളിൽ പ്രതിഷേധം രേഖപ്പെടുത്തുകയും എല്ലാ രാഷ്ട്രീയ തടവുകാരെയും നിരുപാധികം മോചിപ്പിക്കണമെന്നും പരിപൂർണ്ണ ഉത്തരവാദ ഭരണം സമ്പാദിക്കുന്നതിന് സമരസന്നദ്ധമാകണമെന്നും' ആവശ്യപ്പെടുന്ന പ്രമേയം പി. റ്റി. പുന്നൂസ് അവതരിപ്പിച്ചു. കൗൺസിലിന്റെ വൈസ് പ്രസിഡന്റായിരുന്ന എൻ. ശ്രീകണ്ഠൻ നായർ പ്രമേയം പിന്താങ്ങി. അദ്ദേഹം ചില വ്യവസ്ഥകൾ കൂടി മുന്നോട്ടുവെച്ചു. "ഇന്നത്തെ സാഹ ചര്യത്തിൽ വിജയകരമായ ഒരു ജനകീയസമരം നയിക്കുന്നതിന് സ്റ്റേറ്റ് കോൺഗ്രസ്സിന മാത്രമെ പ്രാപ്തിയുള്ളു. അതിനാൽ സ്റ്റേറ്റ് കോൺഗ്രസ് സമരം തുടങ്ങുന്നതുവരെ കാത്തിരിക്കണം. രാഷ്ട്രീയ ബോധം വളർന്ന തൊഴിലാളി പ്രവർത്തകർ മാത്രം സ്റ്റേറ്റ് കോൺഗ്രസ്സ് സമരത്തിന്റെ മുന്നണി വിഭാഗമായി വർത്തിക്കണം. പണിമുടക്കുകൾ സമര പരിപാ ടിയിൽ ഉൾപ്പെടുത്തരുത്". ഈ വ്യവസ്ഥകൾ സമ്മേളനം അംഗീകരി ക്കുകയും സമ്മേളനത്തിൽ പങ്കെടുത്ത സി. കേശവന്റെ ഉറപ്പും (സ്റ്റേറ്റ്

കോൺഗ്രസ്സ് കൂടെയുണ്ടാകുമെന്ന) കണക്കിലെടുത്ത് തൊഴിലാളി സംഘടനകൾ തങ്ങളുടെ സമരപരിപാടിയെക്കുറിച്ച് കൂടിയാലോചിക്കാൻ ഒക്ടോബർ 13 (കന്നി 27)- ന് യോഗം ചേരാൻ തീരുമാനമെടുത്ത് പിരിഞ്ഞു. എന്നാൽ ഒക്ടോബർ 9- ന് (കന്നി- 23) ചേർന്ന കോൺഗ്രസ്സ് വർക്കിംഗ് കമ്മിറ്റി യോഗം അന്നേ ദിവസം രാവിലെ അറസ്റ്റുചെയ്ത് ജയിലിലടച്ച സി. കേശവന്റെ അസാന്നിദ്ധ്യത്തിൽ ഉത്തരവാദ ഭരണത്തിനു വേണ്ടിയുള്ള പ്രക്ഷോഭം തുടങ്ങുന്ന കാര്യത്തിൽ തീരുമാനമെടുക്കാതെ മാറ്റി വെച്ചു. 'പ്രഖ്യാപിത ഭരണപരിഷ്കാര പദ്ധതിയിൽ (അമേരിക്കൻ മോഡൽ) ദിവാൻ ഭരണത്തിന് സ്ഥാനമുണ്ടോ ഇല്ലയോ എന്ന പ്രശ്നത്തെ ആസ്പദമാക്കി ഒരു അഭിമുഖ സംഭാഷണം ആവശ്യപ്പെടാമെന്ന ടി. എം. വർഗ്ഗീസിന്റെ നിർദ്ദേശം അംഗീകരിക്കുകയും ബഹുജനങ്ങളുടെ കണ്ണിൽ മണ്ണിടുന്നതിനു വേണ്ടി തുലാം രണ്ടാം തീയതി (ഒക്ടോബർ 19) ഉത്തരവാദഭരണ പൗരസ്വാതന്ത്ര്യ ദിനമായി ആചരിക്കണമെന്നും തീരുമാനിച്ചു.' കോൺഗ്രസ്സ് വാർക്കിംഗ് കമ്മിറ്റിയിലെ തന്റെ ശ്രമങ്ങൾ പരാജയപ്പെട്ടതോടെ എൻ. ശ്രീകണ്ഠൻ നായർ കൊച്ചിയിലേക്ക് പോകുകയും തന്റെ ശ്രമങ്ങൾ തുടരുകയും ചെയ്തു. അക്കാലത്ത് അദ്ദേഹം കോൺഗ്രസ്സ് വർക്കിംഗ് കമ്മിറ്റി അംഗമായിരുന്നു.

കോൺഗ്രസ്സ് അനുകൂലമായ ഒരു തീരുമാനവും എടുക്കാത്ത സാഹചര്യത്തിൽ ATTUC മുൻ തീരുമാനമനുസരിച്ച് ഒക്ടോബർ 13 - ന് (കന്നി 27) ആലപ്പുഴയിൽ സമ്മേളനം ചേരുകയും പണിമുടക്ക് ആരംഭിക്കാൻ തീരുമാനിക്കുകയും ചെയ്തു. പക്ഷെ, പണിമുടക്കിന്റെ തീയതി പ്രഖ്യാപിച്ചില്ല. ആക്ഷൻ കൗൺസിൽ കൂടുവാൻ തരപ്പെടാതിരുന്നതുകൊണ്ടാണ് തീയതി പ്രഖ്യാപിക്കാതിരുന്നത്. ഈ പ്രധാന യോഗത്തിൽ നിന്നും വിട്ടു നിന്ന എൻ. ശ്രീകണ്ഠൻ നായർ ആരോപിക്കുന്ന കുറ്റം പണിമുടക്ക സമരം നടത്താനുള്ള തീരുമാനം തന്റെ നിർദ്ദേശത്തിന് എതിരാണ് എന്നാണ്. സുപ്രധാനമായ ഒരു യോഗത്തിൽ പങ്കെടുക്കാതെ എറണാകുളത്തായിരുന്ന എന്ന പറയുന്ന അദ്ദേഹത്തിന് ധാർമ്മികമായ എന്തടിസ്ഥാനമാണ് അത്തരമൊരു ആരോപണമുന്നയിക്കാൻ കാരണമായിത്തീർന്നതെന്ന് മനസ്സിലാകുന്നില്ല. ആരോളം വരുന്ന തിരുവിതാംകൂറിലെ വിവിധ ട്രേഡ് യൂണിയനുകളുടെ ഭാരവാഹികളാണ് ആലപ്പുഴയിൽ സമ്മേളിച്ചത്. വൈസ് പ്രസിഡന്റായ ശ്രീകണ്ഠൻ നായർ വന്നില്ല എന്ന കാരണത്താലും സ്റ്റേറ്റ് കോൺഗ്രസ് ഉത്തരവാദഭരണ പ്രക്ഷോഭം ആരംഭിക്കാൻ തീരുമാനിച്ചില്ല എന്നതിനാലും വീണ്ടും ഒരു തീരുമാനവും കൈക്കൊള്ളാതെ യോഗം പിരിയണമായിരുന്നു എന്നാണോ ശ്രീകണ്ഠൻ നായർ ഉദ്ദേശിക്കുന്നത് എന്നറിയില്ല. തുടർന്ന്

സ്റ്റേറ്റ് കോൺഗ്രസ്സിനെ നിശിതമായി വിമർശിക്കുന്ന ശ്രീകണഠൻ നായർ ഇപ്രകാരം തുടരുന്നു: സ്റ്റേറ്റ് കോൺഗ്രസ് തീരുമാനിച്ച ഉത്തര വാദഭരണ പൗരസ്വാതന്ത്ര്യ ദിനമായ തുലാം-2 നാടൊട്ടുക്ക് കൊണ്ടാടി. 'അമേരിക്കൻ മോഡൽ രുചിച്ച നോക്കാം' എന്ന പട്ടത്തിന്റെ പ്രസ്താവന നാട്ടാരുടെ ഉന്മേഷത്തിൽ വെള്ളം ചേർത്തു. എങ്കിലും എല്ലായിടത്തും ഈ ദിനം ജനങ്ങൾ ആചരിച്ചു. പല സ്ഥലങ്ങളിലും നിയമം ലംഘിച്ച് ഘോഷയാത്രുകൾ നടത്തി. അനവധി പ്രവർത്തകർ അറസ്റ്റിലായി. സാർവ്വത്രീകമായ ഈ പ്രകടനവും സ്റ്റേറ്റ് കോൺഗ്രസ് നേതൃത്വത്തിന്റെ കണ്ണുതുറപ്പിച്ചില്ല.

വഞ്ചിക്കപ്പെട്ട വേണാട് എന്ന ലേഖനത്തിൽ ശ്രീകണ്ഠൻ നായർ തുറന്നു കാട്ടുന്നത് സ്റ്റേറ്റ് കോൺഗ്രസ്സിന്റെ വഞ്ചനയെയാണ്. പട്ടംതാ ണുപിള്ള, ടി. എം. വർഗ്ഗീസ് മുതലായ നേതാക്കളെ തന്റെ പക്ഷത്തേക്ക് ആകർഷിച്ച് അമേരിക്കൻ മോഡൽ ഭരണ പരിഷ്ക്കാരത്തിന് അനുകൂ ലികളാക്കിയെടുക്കാൻ കഴിഞ്ഞ സി. പി. തന്റെ ഭരണ പരിഷ്ക്കാരത്തെ എതിർക്കുന്നവരെയെല്ലാം തടവിലാക്കി.

ശ്രീകണ്ഠൻ നായർ ഇപ്രകാരം പറയുന്നു:-

"ഇങ്ങനെ കൊട്ടുന്നതാളത്തിനൊപ്പിച്ച് തുള്ളുന്ന സ്റ്റേറ്റ് കോൺഗ്ര സ്സ് നേതൃത്വത്തെ സർ. സി. പി. ഇതാ നിരാശപ്പെടുത്തിയിരിക്കുന്നു. ആവശ്യം കഴിഞ്ഞപ്പോൾ 'കറിവേപ്പില' പോലെ അവരെയിതാ പിൻ തള്ളിയിരിക്കുന്നു.

പരമാധികാരത്തിന്റെ മാംസവും മജ്ജയുമെല്ലാം കടിച്ചെടുത്ത ശേഷം കടിച്ചാൽ പൊട്ടാത്ത എല്ലും മുട്ടും ഈ സാധുക്കൾക്ക് ഇതാ എറിഞ്ഞു കൊടുത്തിരിക്കുന്നു...

പരിപാവനമായ സ്റ്റേറ്റ് കോൺഗ്രസ്സേ, നീ ഇതാ വഞ്ചിക്കപ്പെട്ടി രിക്കുന്നു. നിന്റെ അരുമ സന്താനങ്ങളായ നെയ്യാറ്റിൻകര രാഘവനും ചെങ്ങന്നൂർ ജോർജ്ജും വെടിയുണ്ടയ്ക്ക് വിരിമാറു കാട്ടിയ കൊച്ചപ്പിള്ളയും കൊച്ച കൃഷ്ണനും കഴുമരമേറി. നിന്റെ മാനം കാക്കാൻ പാണ്ഡ്യനാട്ടിലെ ശിവരാജ പാണ്ഡ്യൻ കൊല്ലം ലോക്കപ്പിലെ വെറും തറയിൽ കിടന്ന് അന്ത്യശ്വാസം വലിച്ചു. അടർക്കളത്തിൽ അനേകായിരം രക്തസാ ക്ഷികൾ ആത്മാർപ്പണം ചെയ്തു. കെ. കെ. കുഞ്ചുപിള്ള ക്ഷയം പിടിച്ച മരിച്ചു. കണ്ണന്തോടത്തു ജനാർദ്ദനൻ നായർ പുത്രമിത്രാദികളെ കണ്ട് ആശ്വസിക്കാൻ ഇടയാകാതെ കൽക്കത്തയിലെ പാഴ്മണലിൽ ലയിച്ചു. ഈ മഹാത്യാഗങ്ങളിൽ നിന്നും ഉത്ഭവിച്ച ധാർമ്മിക ശക്തി ഇതാ ഈ ധൂർത്തന്മാർ വിറ്റ കാശാക്കുന്നു.

വേണാടിന്റെ ജീവരക്തം അധികാര ദാഹം പൂണ്ട ഇവർ ഊറ്റി ക്കുടിക്കുന്നു. വേണാടിന്റെ മാനം കാക്കാൻ ആത്മാർപ്പണം ചെയ്ത അനേകായിരം വീരാത്മാക്കൾ ഈ വൻ ചതി കാലേക്കൂട്ടി അറിഞ്ഞി രുന്നെങ്കിൽ!"

തുടർന്നു ശ്രീകണ്ഠൻ നായർ ആരോപിക്കുന്നത് കോൺഗ്രസ്സ് നേതൃ ത്വത്തെ എപ്രകാരമാണ് സി. പി. വഴിതെറ്റിച്ച് സ്വാധീനിച്ചതെന്നാണ്.

"പൗരരക്തം കുടിച്ച് സ്വാതന്ത്ര്യ പ്രേമികളുടെ കടൽമാല ചാർത്തി ജനകീയാവകാശങ്ങളുടെ മേൽ താണ്ഡവനൃത്തം നടത്തുന്ന സർ. സി. പി. യുമായി സന്ധിബന്ധത്തിലേർപ്പെടാൻ അവർ (കോൺഗ്രസ്സ് നേതൃത്വം) വട്ടം കൂട്ടി. ഒരു ദൂതൻ സർ. സി. പി. യുടെ പഴയമിത്രമായ പട്ടാഭി സീതാരാമയ്യയെ തേടിപ്പിടിച്ചു. വിഷയ നിർണ്ണായക കമ്മിറ്റിയി ലും കോൺഗ്രസ്സ് പൊതു സമ്മേളനത്തിലും തിരുവിതാംകൂറിലെ മർദ്ദ നങ്ങളെ കുറിച്ച് ഒരൊറ്റ വാക്കുപോലും പറയാതെ വഴുതി മാറിയ ഈ നയതന്ത്രവിശാരദൻ തന്റെ സുഹൃത്തായ സി. പി. യുമായി ചർച്ചകൾ നടത്തി. പട്ടം ഡൽഹിയിലേക്ക് ക്ഷണിക്കപ്പെട്ടു. ഇപ്പോൾ ഉടൻ ഡൽഹിയിലേക്ക് ചെല്ലാൻ ടി. എം. വർഗ്ഗീസിന് കമ്പി കിട്ടിയിരിക്കുന്നു. അമേരിക്കൻ മോഡൽ ഭരണ പരിഷ്കാരം ഇതാകരഗതമായിരിക്കുന്നു."

ഇതായിരുന്നു സ്റ്റേറ്റ് കോൺഗ്രസ് നേതൃത്വത്തിന്റെ നിലപാട്. അധികാരക്കൊതി മൂത്ത നേതൃത്വത്തിന്റെ വഴിതെറ്റിപ്പോയി. ചരിത്രം പഠിക്കുന്ന ഏതൊരാൾക്കും തള്ളിക്കളയാവുന്ന നിലപാടായിരുന്നില്ല 1938 - ലെ സ്റ്റേറ്റകോൺഗ്രസ്സ് സമരത്തിനു പിൻതുണയേകിയ ആലപ്പ ഴയിലെ തൊഴിലാളി വർഗ്ഗം ചരിത്രത്തിൽ എഴുതിച്ചേർത്തത്! എട്ട വർഷങ്ങൾക്ക ശേഷം 1946 ആയപ്പോൾ സ്റ്റേറ്റ കോൺഗ്രസ് എത്ര ഹീനമായ നിലപാടാണ് അതേ തൊഴിലാളികളോട് സ്വീകരിച്ചത്?

പുന്നപ്രയിലും ചേർത്തല താലൂക്കിലും ഒക്ടോബർ 13-നു മുൻപെ നടന്ന ജന്മി - ഗുണ്ടാ ആക്രമണങ്ങളിൽ മത്സ്യത്തൊഴിലാളികളും കർഷകത്തൊഴിലാളികളും അക്രമം കൊണ്ട തന്നെ നേരിട്ടതിൽ എൻ ശ്രീകണ്ഠൻ നായർ കമ്മ്യൂണിസ്റ്റുപാർട്ടി നേതൃത്വത്തോട്ട് വിയോജിപ്പ പ്രകടിപ്പിക്കുന്നു. നാലുകെട്ടുങ്കൽ രാമൻ എന്നയാൾ ജന്മിയായ കുട്ടിയാട്ട ശിവരാമപ്പണിക്കരുടെ നടത്തിപ്പുകാരനും കർഷകത്തൊഴിലാളികളെ ദേഹോപദ്രവ മേൽപ്പിക്കുന്ന ഒരു ഗുണ്ടയുമായിരുന്നു. സമരം നടത്തിയ കമ്മ്യൂണിസ്റ്റ പാർട്ടി നേതൃത്വത്തെ എതിർക്കാനായി കമ്മ്യൂണിസ്റ്റ് വിരോധികൾ അക്കാലത്ത് രാമനെ ഒരു കൃഷിക്കാരനായി ചിത്രീക രിച്ചിരുന്നു. ശ്രീകണ്ഠൻ നായരും ആർ. ശങ്കരും എല്ലാം 'കൃഷിക്കാ രനായ രാമൻ' എന്ന ഭാഷ തന്നെയാണ് ഉപയോഗിക്കുന്നത്. സമര

പ്രഖ്യാപനം കന്നി 27 (ഒക്ടോബർ 13)-നാണ് നടത്തിയതെങ്കിലും ചേർത്തല ലോക്കപ്പ് മർദ്ദനങ്ങളും ജന്മി - ഗുണ്ടാ മർദ്ദനങ്ങളും പുന്നപ്ര യിൽ മത്സ്യത്തൊഴിലാളികൾക്കെതിരെയുള്ള സംഘടിത മർദ്ദനങ്ങ ളും കന്നിമാസം ആരംഭത്തിൽ തന്നെ നടന്നു. ഞങ്ങളെ തല്ലിയാൽ ഞങ്ങളും തല്ലും എന്ന് സംഘടനകൊണ്ട് ശക്തരായ തൊഴിലാളികൾ ക്ക് കാട്ടികൊട്ടക്കേണ്ടി വന്നു. പക്ഷെ അത് ട്രേഡ് യൂണിയൻ നേതൃത്വം വിഭാവനം ചെയ്ത രാഷ്ട്രീയ സമരത്തിന് കളങ്കം ചാർത്താനായി ഭരണ വർഗ്ഗം ബുദ്ധിപരമായി ഉപയോഗിച്ച എന്നതാണ് സത്യം. സത്യം മനസ്സിലാക്കാതെയല്ല ശ്രീകണ്ഠൻ നായർ കമ്മ്യൂണിസ്റ്റ് നേതൃത്വത്തെ വിമർശിക്കുന്നത്! തന്റെ നിലപാടുകളെ ന്യായീകരിക്കേണ്ടതും അദ്ദേഹ ത്തിന് ആവശ്യമാണ്. വാസ്തവം എന്തായാലും ഈ സംഭവങ്ങളോടെ സംഘടിതവും കേന്ദ്രീകൃതവുമായ ഒരു സമരത്തിനുള്ള സാദ്ധ്യത നശിച്ചു എന്ന ശ്രീകണ്ഠൻ നായരുടെ വാദം ശരിയാണ് എന്നു തോന്നാം.

തിരുവിതാംകൂറിലെ അദ്ധ്വാന വർഗ്ഗത്തെ ഏകോപിപ്പിക്കുന്നതിൽ പുന്നപ്ര-വയലാർ സമരം അതുല്യമായ സംഭാവനയാണ് നൽകിയത്. വയലാറിൽ യന്ത്രത്തോക്കുകൾക്ക് കീഴടങ്ങിയതോടെ കമ്മ്യൂണിസ്റ്റ് പ്രസ്ഥാനം കെട്ടുപോയി എന്ന ധാരണയെ തിരുത്തിക്കുറിക്കുന്നതാ യിരുന്നു പിന്നീടുള്ള വർഷങ്ങളിലെ കമ്മ്യൂണിസ്റ്റ് പാർട്ടിയുടെ വളർച്ച. ഇക്കാരണത്താലാണ് സത്യവിരുദ്ധമായ ചില ആരോപണങ്ങൾ ഉന്ന യിക്കാൻ സ്റ്റേറ്റ് കോൺഗ്രസ് നിർബ്ബന്ധിതമായത്. പുന്നപ്ര-വയലാർ സമരത്തിന്റെ ഒന്നാം വാർഷികം ആചരിക്കാൻ കളവങ്കോടത്തും ആലപ്പുഴ കിടങ്ങാം പറമ്പു മൈതാനത്തും ഒത്തുകൂടിയ പതിനായിരങ്ങൾ കമ്മ്യൂണിസ്റ്റ് പാർട്ടിക്ക് വേരുറച്ചു എന്ന് വിളിച്ചറിയിക്കുന്നതായിരുന്നു.

പൊതുവെ പാവപ്പെട്ടവരുടെ പ്രസ്ഥാനമാണ് കമ്മ്യൂണിസ്റ്റ് പാർട്ടി എന്നും ജന്മികൾക്കും മുതലാളികൾക്കും വേണ്ടി നിലകൊള്ളുന്ന പ്ര സ്ഥാനമാണ് സ്റ്റേറ്റ് കോൺഗ്രസ്സ് എന്നും ഒരു ധാരണ രൂപപ്പെട്ടു. ഇതിനെ ചെറുക്കാനാണ് പുന്നപ്ര-വയലാർ സമരത്തിന് തൊഴിലാളി കളെ സജ്ജരാക്കുവാൻ വെടിയുണ്ടയ്ക്കു പകരം തോക്കിൻ കുഴലുകളിൽ 'മുതിര'യിട്ടാണ് വെടിവെയ്ക്കുന്നത് എന്ന രണപ്രചരണം നടത്തി കമ്മ്യൂ ണിസ്റ്റ് പാർട്ടി തൊഴിലാളികളെ വഞ്ചിക്ക യായിരുന്നു എന്ന പ്രചരണം കോൺഗ്രസ്സ് നടത്തിയത്. ഇതിന് ഉപോൽബലകമായി കോൺഗ്രസ് നേതാവും അക്കാലത്ത് പ്രവർത്തക സമിതി അംഗവുമായിരുന്ന എ. പി. ഉദയഭാനുവിന്റെ നേതൃത്വത്തിൽ ഒരു അന്വേഷണ കമ്മീഷനെ നിയമിച്ച് ഒരു പ്രഹസനം നടത്തുകയും ചെയ്തു. കമ്മ്യൂണിസ്റ്റ് പാർട്ടി ആ വിധം തൊഴിലാളികളെ തെറ്റിദ്ധരിപ്പിച്ചിരുന്നുവെങ്കിൽ അത് വിശ്വസിക്കാൻ

തക്ക വിപ്ലവികളായിരുന്ന ക്യാമ്പുകളിലുണ്ടായിരുന്നത് എന്നു പറയുന്നത് തോക്കിനു നേരേ വിരിമാറു കാട്ടിയ ധീരരായ രക്തസാക്ഷികളെ അപമാനിക്കലാണ്! ഏറ്റവും കുറഞ്ഞ പക്ഷം 1938-ൽ ആലപ്പുഴ വെടിവെയ്പ്പിൽ മരിച്ച വീണ തൊഴിലാളികളുടെ അനുഭവമുള്ള ഒരു ട്രേഡ് യൂണിയൻ ഇത്തരം രണപ്രചരണം എങ്ങനെ വിശ്വസിക്കും? അതൊക്കെ രാഷ്ട്രീയ നേട്ടങ്ങൾക്കു വേണ്ടി കോൺഗ്രസ് നടത്തിയ പ്രചരണങ്ങൾ മാത്രമാണ്.

പുന്നപ്ര-വയലാർ സമരം ഒരു സ്വാതന്ത്ര്യസമരമേ ആയിരുന്നില്ല എന്നതാണ് മറ്റൊരു വാദം. 1946 സെപ്റ്റംബർ 2-ന് നെഹ്രുവിന്റെ നേതൃത്വത്തിൽ ഒരു ഇടക്കാല ഗവണ്മെന്റ് ഇന്ത്യയിൽ രൂപമെടുത്തി രുന്നതിനാൽ ഒക്ടോബർ മാസത്തിൽ നടന്ന പുന്നപ്ര-വയലാർ സമരം സ്വാതന്ത്ര്യ സമരമായി കണക്കാക്കരുത് എന്ന് എ. ശ്രീധരമേനോൻ വാദിക്കുന്നു. അത്തരമൊരു സാങ്കേതിക കാരണത്തിനുമപ്പുറം ഇന്ത്യ പൂർണ്ണ സ്വതന്ത്രയാകുന്ന 1947 ആഗസ്റ്റ് 15 -നു മുൻപ് നടന്ന ഒരു സമരം, ബ്രിട്ടീഷ് മേൽക്കോയ്മയില്ലുള്ള തിരുവിതാംകൂർ എന്ന നാട്ടു രാജ്യത്ത് ദിവാനും രാജഭരണത്തിനും എതിരായി ഉത്തരവാദഭരണത്തിനു വേണ്ടി നടന്ന ഒരു സമരം എങ്ങനെയാണ് ഇന്ത്യൻ സ്വാതന്ത്ര്യ സമരത്തിന്റെ ഭാഗമല്ലാതാകുന്നത്? ഇന്ത്യൻ സ്വാതന്ത്ര്യസമരം രാഷ്ട്രീയസ്വാതന്ത്ര്യം മാത്രമല്ല , സാമൂഹികമായും സാമ്പത്തീകമായും ഉള്ള ചൂഷണത്തിൽ നിന്നും ജനങ്ങളെ സ്വതന്ത്രരാക്കുവാൻ നടന്ന എല്ലാ സമരങ്ങളും സ്വാതന്ത്ര്യ സമരത്തിന്റെ ഭാഗമായി കാണണം എന്ന് എം. ജി. എസ്. നാരായണൻ അഭിപ്രായപ്പെടുന്നു. ഈ സമരത്തിൽ പങ്കെടുത്തവരെ പ്രധാനമന്ത്രിയായിരുന്ന ഇന്ദിരാഗാന്ധി താമ്രപത്രം നൽകി ആദരി ച്ചിരുന്നു. 1998 ജനുവരി 20-ന് ഐ. കെ. ഗുജ്റാൾ മന്ത്രിസഭയിൽ ആഭ്യന്തരമന്ത്രിയായിരുന്ന ഇന്ദ്രജിത്ത് ഗുപ്തയാണ് പുന്നപ്ര-വയലാർ സമരത്തിൽ പങ്കെടുത്തവർക്കും രക്തസാക്ഷികളുടെ കുടുംബങ്ങൾക്കും കേന്ദ്ര പെൻഷൻ നൽകാൻ തീരുമാനിച്ചത്.

പുന്നപ്ര-വയലാർ സമരം നടന്ന കാലത്ത് എസ്. എൻ. ഡി. പി. യൂണിയൻ ജനറൽ സെക്രട്ടറിയായിരുന്ന ആർ. ശങ്കർ നടത്തിയ ഇടപെടലുകൾ പരിശോധിച്ചാൽ മനസ്സിലാകുന്നത് വർഗ്ഗീയ സംഘടന കളെ ദിവാൻ എത്ര മാത്രം സ്വാധീനിച്ചു എന്നും അവരെ തന്റെ ഏറാൻ മൂളികളായി മാറ്റുന്നതിൽ സി. പി. എത്ര മാത്രം വിജയിച്ചു എന്നുമാണ്.

തുലാം രണ്ടാം തീയതി (ഒക്ടോബർ 19) ചേർത്തലയിലെത്തിയ ആർ. ശങ്കറും മൂന്നംഗ സംഘവും കടക്കരപ്പള്ളിയിൽ പോയി അന്വേ ഷണങ്ങൾ നടത്തി. റിസർവ്വ് പോലീസിനെക്കുറിച്ചുള്ള പരാതികൾ

അടിസ്ഥാന രഹിതമാണെന്ന് ബോദ്ധ്യപ്പെട്ടു എന്നാണ് ശങ്കർ പ്ര സ്താവിച്ചത്. അതിക്രമങ്ങളെക്കുറിച്ച് അദ്ദേഹം അന്വേഷിച്ചതാകട്ടെ പോലീസ് ഉദ്യോഗസ്ഥരോടായിരുന്നു! അടുത്ത ദിവസം വീണ്ടും ചേർത്ത ലയിൽ വൈകിട്ടെത്തിയ ആർ. ശങ്കറും വി. മാധവൻ, പി. കരുണാകര തണ്ടാർ എന്നിവരും തുലാം നാലാം തീയതി രാവിലെ വയലാറിൽ ഒരു തൊഴിലാളി ക്യാമ്പ് സന്ദർശിച്ചു. കമ്മ്യൂണിസ്റ്റ് പാർട്ടിയുമായുള്ള കൂട്ട കെട്ട് ഇല്ലാതാക്കിയാൽ തൊഴിലാളികളുടെ എല്ലാ അവശതകൾക്കും പരിഹാരമുണ്ടാക്കുന്നതിന് ഗവണ്മെന്റ് സന്നദ്ധമാണെന്നും അതിനാൽ ശാന്തരായി പിരിഞ്ഞു പോകണമെന്നും തൊഴിലാളികളെ സഹായി ക്കാനായി സ്റ്റേറ്റ് കോൺഗ്രസ്സ് സമര പ്രഖ്യാപനം നടത്തുമെന്ന ആശ അസ്ഥാനത്താണെന്നും ശങ്കർ തൊഴിലാളികളോട് പറഞ്ഞു. സമര നേതൃത്വത്തെ കണ്ട സംസാരിക്കാൻ തയ്യാറാകാത്ത ശങ്കർക്ക് വ്യക്തമായ ഒരു മറുപടിയും കിട്ടിയില്ല. അന്നു തന്നെ ഉച്ചതിരിഞ്ഞ് ചേർത്തലവെച്ച് ഡിസ്ട്രിക്ട് മജിസ്ട്രേട്ടിനേയും ഡി. എസ്. പിയേയും കണ്ട് വിവരങ്ങൾ ധരിപ്പിച്ചു എന്നാണ് ശങ്കർ പറയുന്നത്.

തിരുവനന്തപുരത്ത് പോയി ദിവാനെ കണ്ട സംസാരിച്ച ആർ. ശങ്കർ ക്ക് സമരത്തെ അടിച്ചമർത്താനുള്ള ദിവാന്റെ ദൃഢനിശ്ചയത്തിന് ഒട്ടും അയവു വരുത്താൻ കഴിഞ്ഞില്ല. തുലാം ഏഴാം തീയതി(ഒക്ടോബർ 24) ആലപ്പുഴയിൽ വീണ്ടുമെത്തിയ ആർ. ശങ്കർ, രക്തച്ചൊരിച്ചിൽ ഒഴിവാക്കാൻ തനിക്ക് കഴിഞ്ഞില്ല എന്ന് സഹതപിക്കുന്നു. എല്ലാത്തി ന്റെയും കുറ്റം കമ്മ്യൂണിസ്റ്റുകാരുടെ തലയിൽ ആരോപിക്കാനാണ് ശങ്കർ ശ്രമിക്കുന്നത്. ശങ്കറിന്റെ താഴെ കൊടുത്തിട്ടുള്ള പ്രസ്താവനയിലെ ഭാഗം വായിച്ചാൽ എത്രമാത്രം സി. പി. യുടെ പാദ സേവകനായിരുന്ന ആ സമുദായപ്രമാണി എന്ന് വ്യക്തമാകും:-

"തൊഴിലാളികൾ നിരുപാധികമായി കീഴടങ്ങി ചെയ്തുപോയ ആപരാധങ്ങൾ ക്ഷമിക്കുവാൻ പ്രാർത്ഥിക്കുകയും മേലാൽ യാതൊരു അക്രമ പ്രവർത്തികളും ചെയ്യുന്നതല്ലെന്നും കമ്മ്യൂണിസ്റ്റ് കൂട്ടുകെട്ടിൽ കുടുങ്ങുന്നതല്ലെന്നും ഉറപ്പ് നൽകുകയും ചെയ്താൽ കരുണാനിധിയായ മഹാരാജാവു തിരുമനസ്സിലെ ഗവണ്മെന്റ് നിങ്ങളോട്ട് ദയ കാണിക്കാ തിരിക്കില്ല".

തുലാം 19 (നവംബർ 5)-ന് ശങ്കർ എസ്. എൻ. ഡി. പി ബോർഡ് മീറ്റിംഗിൽ പാസ്സാക്കിയ പ്രമേയത്തിൽ ഇപ്രകാരം പറയുന്നു:- "കമ്മ്യൂ ണിസ്റ്റ് വിപ്ലവകാരികളുടെ കുരുക്കിൽപെട്ട് സമാധാനപ്രിയരായ സാമാന്യജനങ്ങളുടെ സ്വൈരജീവിതത്തെ അസാദ്ധ്യമാക്കിക്കൊണ്ട് ഗവണ്മെന്റിനെതിരായി ഒരു സായുധസമരത്തിനുതന്നെ ഒരുങ്ങിയ

ആലപ്പുഴയിലേയും ചേർത്തലയിലേയും തൊഴിലാളികളുടെ ഗർഹണീ യമായ സംരംഭം ഗവണ്മെന്റിന്റെ സത്വര നടപടികൾ കൊണ്ട് അമർ ത്തപ്പെട്ട് ഇപ്പോൾ ശാന്തതയും സമാധാനവും കൈവന്നിരിക്കുന്നതിൽ ഈ ബോർഡിനുള്ള ആശ്വാസവും കലാപകാരികളോട് ധീരമായും സാമാന്യജനങ്ങളോട് മര്യാദയായും പെരുമാറി ബഹുജനങ്ങളുടെ വിശ്വാസത്തിനും സ്നേഹത്തിനും പാത്രീഭൂതമായിരിക്കുന്ന മിലിട്ടറി അധികൃതരോട് ഈ ബോർഡിനുള്ള അഭിനന്ദനവും രേഖപ്പെടുത്തുന്നു. "

യന്ത്രത്തോക്കുകൾക്കു നേരെ നെഞ്ചയർത്തി നിന്ന് പോരാടിയ തൊഴിലാളികളുടെ സ്വാതന്ത്ര്യവാഞ്ഛരയുടെ ധീരോദാത്തതയ്ക്കു നേരെ കാർക്കിച്ച ഇപ്പിയ എസ്. എൻ. ഡി. പി. യോഗത്തിന്റെ ജനറൽ സെക്രു ട്ടറിക്ക് കാലം മാപ്പ കൊടുക്കട്ടെ!

നേരറിവിന്റെ ജാലകം

തുലാം 6 (ഒക്ടോബർ 23) - ന് അതിരാവിലെ കമ്മ്യൂണിസ്റ്റ് പാർട്ടി
യുടെ ടെക്മാൻ (സന്ദേശവാഹകൻ) മറ്റത്തിൽ ഗംഗാധരൻ പട്ടണ
ക്കാട്ടുള്ള സി. ജി. സദാശിവന്റെ ഭാര്യ വീട്ടിലെത്തി. അദ്ദേഹം കൊണ്ട
വന്ന സന്ദേശം ഒൻപതുമാസം ഗർഭിണിയായ ഭൈമി സദാശിവനെ
ഏൽപ്പിച്ചു. 'സഖാവ് കഴിയുമെങ്കിൽ ഇന്നു തന്നെ കൊച്ചിയിൽ തൂപ്പ
ണിത്തറയ്ക്കടുത്ത് ഏരൂർ താമസിക്കുന്ന സി. ജി. യുടെ കുഞ്ഞമ്മയുടെ
വീട്ടിലേക്ക് വള്ളത്തിൽ പോകണം. ഇനിയും നാട്ടിൽ നിൽക്കുന്നത്
ആപത്താണ്.' എന്നായിരുന്ന പാർട്ടിയിൽ നിന്നുള്ള നിർദ്ദേശം.
ചിങ്ങമാസത്തിൽ(സെപ്റ്റംബർ) അറസ്റ്റ് വാറണ്ട് വന്നിരുന്നതിനാൽ
പാർട്ടി നിർദ്ദേശപ്രകാരം ഒളിവിൽ പ്രവർത്തിക്കുകയായിരുന്ന സി. ജി.
സദാശിവൻ. ഒന്നരമാസത്തിലധികമായി ഭർത്താവിന്റെ യാതൊരു
വിവരവും അറിഞ്ഞുകൂടാത്ത ഭൈമി സദാശിവൻ മറ്റത്തിൽ ഗംഗാധര
നോട് ചോദിച്ചു. 'സഖാവിന്റെ എന്തെങ്കിലും വിവരമുണ്ടോ?' നിഷേധ
ഭാവത്തിൽ തലകുലുക്കിക്കൊണ്ട് ഗംഗാധരൻ പറഞ്ഞു. 'അതൊന്നും
എനിക്കറിയില്ല, ചേച്ചി. തൈക്കെങ്ങാണ് ആണെന്നാണ് തോന്നുന്നത്.'
ഒരു ദീർഘനിശ്വാസത്തോടെ വള്ളക്കാരനെ വിവരമറിയിക്കാൻ ആളെ
അയക്കുകയാണ് ഭൈമി സദാശിവൻ ചെയ്തത്. സി. ജി. സദാശിവൻ
ആക്ഷൻ കൗൺസിലിന്റെ യോഗത്തിൽ പങ്കെടുക്കുകയായിരുന്നു.

രാത്രി തുലാമഴ പെയ്തില്ല. ഭൈമി സദാശിവന് രാത്രിയിലെ
യാത്രയിൽ കൂട്ട പോകാൻ അമ്മാവന്റെ മക്കളായ ഭാസുരാംഗിയും
വിലാസിനിയും തയ്യാറായി. കമ്മ്യൂണിസ്റ്റ് പാർട്ടിയുടെ പൊന്നാംവെളി
പാർട്ടി ഓഫീസ് സെക്രട്ടറിയായി പ്രവർത്തിച്ചിരുന്ന ചമ്പപ്പള്ളിയിൽ

സി. ജി. സദാശിവനും പത്നി ഭൈമി സദാശിവനും

പത്മനാഭന്റെ (പപ്പയ്യ) സാഹോദരികളായിരുന്ന അവർ. ഒരു പാർട്ടി ദൗത്യത്തിന്റെ സാഹസീകതയോടെ 23 -24 വയസ്സുള്ള മൂന്നു സഹോദരികളും വള്ളക്കാരൻ പപ്പൻ ചേട്ടനും കൂടി രാത്രി പത്തുമണിക്ക ശേഷം കളത്തിൽ കുടുംബത്തിൽ നിന്നും പുറത്തിറങ്ങി വള്ളക്കടവിലേക്ക് നടക്കുകയാണ്. ഒളതല ക്യാമ്പ് സജീവമായിരുന്ന സമയമാണ്. ആരും ഒന്നും സംസാരിക്കുന്നില്ല. കങ്കനള്ളിച്ചെടികൾ വളർന്നു നിൽക്കുന്ന ചിറകളിൽ കൂടിയാണ് നടക്കുന്നത്. ചീവീടുകളുടെ ഇരമ്പലും തവളകളുടെ കുറുകലും ചെരിപ്പിട്ട കാലടിശബ്ദങ്ങളും മാത്രം. പെട്ടെന്നാണ് കോളാമ്പി പടർപ്പുകൾക്കിടയിൽ നിന്നും രണ്ടുപേർ വാരിക്കുന്തങ്ങളും പിടിച്ച് അവരുടെ വഴി തടഞ്ഞുകൊണ്ട് മുന്നിൽ ചാടി വീണത്. ഭയത്തിന്റെ മൂർദ്ധന്യാവസ്ഥയിൽ നാവു ചലിപ്പിക്കാനാവാതെ അവർ നിന്നു. 'ആരാണ്? എവിടെപ്പോകുന്നു?' പരുക്കൻ ശബ്ദത്തിൽ ഒരാൾ ചോദിച്ചു. ഭൈമി സദാശിവൻ വളരെ പാടുപെട്ട് നാവു ചലിപ്പിച്ച് ശബ്ദിക്കാൻ ശ്രമിച്ചു. ബദ്ധപ്പെട്ട് 'സ... സഖാവെ' എന്ന് വിളിച്ചു.

ഇരുട്ടിലും വാരിക്കുന്തവും പേറിനിന്നയാളിന്റെ ഇമകൾ അടഞ്ഞു തുറയുന്നത് അവർക്ക് അനുഭവപ്പെട്ടു. 'ഹാ, സഖാവായിരുന്നൊ?' അനുഭാവപൂർവ്വം മറുപടി വന്നു. ക്യാമ്പിലേക്ക് വരുന്ന ഒറ്റുകാരെ പിടിക്കാൻ കാവൽ നിന്ന സഖാക്കളായിരുന്നു അത്. പെട്ടെന്ന് ശത്രുഭാവം വെടിഞ്ഞ് അവർ മിത്രങ്ങളായി മാറി. വള്ളക്കടവു വരെ ഭൈമി സദാശിവനെ അനുഗമിക്കാൻ അവർ തയ്യാറായി. അപ്പോഴാണ് വള്ളക്കാരൻ പപ്പൻ ചേട്ടന്റെ ശ്വാസം നേരെ വീണത്. 'ഒരു പായും തലയിണയും എടുക്കേണ്ടതായിരുന്നു. ചേച്ചിക്ക് വള്ളത്തിൽ കിടക്കാമായിരുന്നു. ഇത്രയും ദൂരം പോകേണ്ടതല്ലെ?' കൂടെ വന്ന സഖാക്കളിൽ

ഒരാൾ പറഞ്ഞു. 'അത് സംഘടിപ്പിക്കാം'. അടുത്തു കണ്ട ഒരു വീടിന്റെ വേലിക്ക് പുറത്തുനിന്ന് അയാൾ വിളിച്ചു പറഞ്ഞു. 'വീട്ടുകാരെ, ഒരു പായും തലയിണയും വേണം'. അകത്തു നിന്ന് ആരും ഒന്നും ചോദിച്ചില്ല. നിമിഷങ്ങൾക്കകം ഒരു പായും തലയിണയും വേലിക്ക മുകളിൽ പ്രത്യക്ഷപ്പെട്ടു. ആളുകൾ ഭയവിഹ്വലമായ അന്തരീക്ഷത്തിലാണ് കഴിഞ്ഞിരുന്നത്. അതുകൊണ്ടാണ് കൂടുതൽ ചോദ്യങ്ങളൊന്നും ഉണ്ടാകാതിരുന്നത്! അങ്ങനെ ഭൈമി സദാശിവൻ വേമ്പനാട്ട കായലിൽ കൂടി വള്ളത്തിൽ കൊച്ചിരാജ്യത്തിന്റെ ഭാഗമായ എരുരേക്ക് പുറപ്പെട്ടു.

(ഇതെഴുന്നയാളുടെ അമ്മ ഭൈമി സദാശിവനും അച്ഛൻ സി. ജി. സദാശിവനുമാണ്. ഇനിയുള്ള നേരറിവുകൾ പങ്കുവെയ്ക്കുന്നത് ഞങ്ങളുടെ കുടുംബത്തിന്റെ പശ്ചാത്തലത്തിലാണ്)

അച്ഛൻ പുന്നപ്ര-വയലാർ സമരത്തിന് ഒന്നരമാസം മുൻപു മുതൽ ഒളിവിലെ പ്രവർത്തനം ആരംഭിച്ചതാണ്. സമരത്തിന്റെ മുന്നോടിയായി ചിങ്ങ മാസത്തിൽ സുഗതൻ സാറിനും അച്ഛനും അറസ്റ്റവാറണ്ട വന്നു. സുഗതൻ സാറിനെ അറസ്റ്റ ചെയ്ത് ജയിലിലടച്ചു. ചേർത്തല പോലീസ് സ്റ്റേഷനിലാണ് അച്ഛന് വാറണ്ട വന്നത്. ഒളിവിൽ പോയ അച്ഛൻ പാർട്ടി പ്രവർത്തനം തുടരുകയായിരുന്നു. ഒരിക്കൽ ചേർത്തല താലൂക്കിലെ പുത്തൻകാവ് എന്ന ഗ്രാമത്തിൽ ഒളിവിലിരുന്നപ്പോൾ ഉണ്ടായ ഒരു സംഭവം അച്ഛന് പരക്കെ സാധാരണ ജനങ്ങളിൽ ഉണ്ടായിരുന്ന ജനസമ്മതി വെളിപ്പെടുത്തുന്നു. അച്ഛൻ ഒളിച്ചിരിക്കുന്ന വീടിന്റെ നാലഞ്ച് വീടുകൾ അപ്പറത്ത് വരെ പോലീസ് പരിശോധനകൾ നടക്കുന്നതായി വിവരം ഒളിച്ചിരിക്കുന്ന വീട്ടിലെ ഗൃഹനാഥന് ലഭിച്ചു. പിടിയിലായാൽ ഒളിച്ചിരിക്കുന്നയാളെ മാത്രമല്ല ഗൃഹനാഥനും മർദ്ദനം ഉറപ്പാണ്. പെട്ടെന്ന് ആ ഗൃഹനാഥന് ഒരു ബുദ്ധി തോന്നി. ഓലമേഞ്ഞ പുരയായിരുന്നു അത്. അയാൾ അയൽവക്കത്തെ തന്റെ രണ്ട സുഹൃത്തുക്കളെ വിളിച്ചു വരുത്തിയിട്ട്, തന്റെ വീടിന്റെ ഓലമേഞ്ഞ ഒരു വശം പൊളിക്കാൻ ആവശ്യപ്പെട്ടു. പുര കെട്ടിമേയാനാണ് ഉദ്ദേശമെന്നറിഞ്ഞ സുഹൃത്തുക്കൾ സഹായിച്ചു. പരിശോധനയ്ക്ക് പോലീസെത്തിയപ്പോൾ ദ്രുതഗതിയിൽ പുരകെട്ട് നടക്കുന്ന കാഴ്ചയാണ് കണ്ടത്. പൊളിച്ചിട്ടിരിക്കുന്ന പുരയിൽ ഒരാൾ ഒളിച്ചിരിക്കയില്ല എന്ന കരുതിയ പോലീസുകാർ വീട്ട പരിശോധിക്കാതെ അടുത്ത വീട്ടിലേക്ക പോയി! അങ്ങനെ അച്ഛൻ തലനാരിഴയ്ക്ക് രക്ഷപ്പെട്ടു.

തുലാം 11-ന് (ഒക്ടോബർ 28) രാത്രി കെ. സി. ജോർജ്ജിനെ ഒരു വള്ളത്തിൽ കയറ്റി യാത്രയാക്കിയിട്ട് കെ. വി. പത്രോസും കെ. കെ. കുഞ്ഞനും പി. ജി. പത്മനാഭനും അച്ഛനും കുട്ടനാട്ടുവഴി ചങ്ങനാശ്ശേരിയിലേക്കാണ്

ഒളിച്ച പോയത്. അവിടെ നിന്നും നാല്വ പേരും നാല്വ വഴിക്ക പിരിഞ്ഞു. അച്ഛൻ തന്റെ സഹോദരിയായ ചിറ്റയിൽ ലക്ഷ്മിയെ കല്യാണം കഴി ച്ചിരിക്കുന്ന വീട്ടിലേക്കാണ് കയറി ചെന്നത്. ചങ്ങനാശ്ശേരിയിലെ അക്കാലത്തെ പ്രമുഖ എസ്. എൻ. ഡി. പി നേതാവായിരുന്ന വി. മാധ വനായിരുന്ന അച്ഛന്റെ അളിയൻ. സാധാരണ ഗതിയിൽ ആ വീട്ടിൽ പോലീസ് പരിശോധനകൾ നടക്കാതിരിക്കാനുള്ള സ്വാധീനം വി. മാധവന് ഉണ്ടായിരുന്നു. എങ്കിലും സ്വന്തം ബന്ധുവീട്ടിൽ പോലീസ് തിരയാനുള്ള സാദ്ധ്യത കൂടുതലായതിനാൽ അച്ഛൻ വൈകാതെ കോഴി ക്കോട്ടേക്ക് പോയി. അവിടെ പാർട്ടി കേന്ദ്രത്തിൽ കെ. വി. പത്രോസും എത്തിച്ചേർന്നു. അക്കാലത്ത് കെ. വി. പത്രോസുമായി ചർച്ച ചെയ്ത് നിരവധി ലഘുലേഖകൾ അച്ഛൻ എഴുതുകയും അമ്പലപ്പുഴ- ചേർത്തല താലൂക്കുകളിൽ പ്രസിദ്ധീകരിക്കുകയും ചെയ്തു. 'സ്റ്റേറ്റ് കോൺഗ്രസ്സ് നേതൃത്വത്തോട്' 'ആർ. ശങ്കർ സർ. സി. പി. യുടെ ചെരുപ്പനക്കി' എന്നൊക്കെയായിരുന്ന ലഘുലേഖകളുടെ തലവാചകങ്ങൾ! ഒളിവിലി രുന്നു കൊണ്ട് പാർട്ടി പ്രവർത്തനം നടത്തുകയും അറ്റപോയ കണ്ണികൾ കൂട്ടിയോജിപ്പിച്ച് തിരുവിതാംകൂറിലെ ഒരു നിർണ്ണായക ശക്തിയായി കമ്മ്യൂണിസ്റ്റ് പാർട്ടിയെ വളർത്തുന്നതിലും അവർ വിജയിച്ചു. ഒളിവിലും ജയിലിലുമായി നീണ്ട അഞ്ചര വർഷങ്ങളാണ് അച്ഛന് കഴിയേണ്ടി വന്നത്. ഞങ്ങൾ നാല്വമക്കളിൽ ഏറ്റവും മൂത്ത ചേച്ചിയെ (സി. ബി. സോയ) അച്ഛൻ ആദ്യമായി പകൽ വെളിച്ചത്തിൽ കാണുന്നത് ചേച്ചിക്ക് അഞ്ചര വയസ്സുള്ളപ്പോഴായിരുന്നു. പുന്നപ്ര -വയലാർ സമര ത്തെത്തുടർന്ന് അച്ഛനെ പോലീസിന് പിടി കിട്ടി യിരുന്നില്ല. 1948 - ൽ കൽക്കത്താ തിസീസിനെ തുടർന്ന് കമ്മ്യൂണിസ്റ്റ് പാർട്ടിയെ വീണ്ടും നിരോധിച്ചു. ഇതിനിടയിൽ മുഹമ്മയ്ക്ക് അടുത്ത് കണ്ണാർക്കാട്ടുവച്ച് പി. കൃഷ്ണപിള്ള പാമ്പുകടിയേറ്റ മരിച്ചു. പി. കൃഷ്ണപിള്ള പാമ്പ് കടിയേറ്റ മരിച്ച വീട്ടിൽ അതിന മുൻപ് ഒരു മാസത്തോളം അച്ഛൻ ഒളിവിൽ താമസിക്കുകയായിരുന്നു. അതിനെ കുറിച്ച് അച്ഛൻ ഓർമ്മിക്കുന്നത് ഇപ്രകാരമാണ്. 'കൽക്കട്ടാതിസീസ് കാലത്ത് പാർട്ടിയുടെ തിരുവിതാം കൂർ കമ്മിറ്റി കൂടാൻ പോകുന്നതിന വേണ്ടി ഞാൻ ഒരു മാസത്തോളം താമസിച്ചിരുന്ന വീട്ടിൽ പണിക്കർ (സി. കെ. കുമാരപ്പണിക്കർ) എത്തി. പി. കൃഷ്ണപിള്ളയെ പാമ്പുകടിച്ച വീടായിരുന്ന അത്. പി. കൃഷ്ണപിള്ള യ്ക്ക് താമസിക്കാൻ വേണ്ടി ഞാനും പണിക്കരും അടുത്ത വീട്ടിലേക്ക് മാറി. കൃഷ്ണപിള്ളയെ ഞങ്ങൾ കണ്ട് സംസാരിച്ചതിന ശേഷമാണ് തൃക്കുന്നപ്പുഴയിൽ ആർ. ശങ്കരനാരായണൻ തമ്പിയുടെ വീട്ടിലേക്ക് കമ്മിറ്റി കൂടുവാൻ ഞങ്ങൾ പോയത്. കൽക്കട്ടാ തിസീസിനെ കുറിച്ച് പണിക്കർ തന്റെ അഭിപ്രായം കൃഷ്ണപിള്ളയോട് പറഞ്ഞു. ഒളിവിലിരുന്ന

പി. കൃഷ്ണപിള്ള ഒളിവിലിരുന്നപ്പോൾ പാമ്പുകടിയേറ്റ് മരിച്ച വീട്

കൊണ്ട് എസ്. കുമാരനും ഞാനും കൂടി അമ്പലപ്പുഴ- ചേർത്തല താലൂ
ക്കുകളിലെ മിക്കവാറും എല്ലാ പാർട്ടി മെമ്പറന്മാരെയും ഒറ്റക്കും കൂട്ടായും
കണ്ടു സംസാരിച്ചിട്ടും ഇടുന്ന പരിപാടികളൊന്നും സഖാക്കൾ ഏറ്റെടു
ക്കാൻ സന്നദ്ധരായില്ല. സഖാവ് (കൃഷ്ണപിള്ള) അത് അടുത്തു കൂടുന്ന
സംസ്ഥാന കമ്മിറ്റിയിൽ ചർച്ചാവിഷയമാക്കാമെന്ന് സമ്മതിച്ചു. പിറ്റെ
ദിവസം സ്റ്റേറ്റുകമ്മിറ്റി കൂടുന്നതിന് ഞങ്ങൾ തൃക്കുന്നപ്പുഴയിലേക്ക്
പോയി. അവിടെ കമ്മിറ്റി കൂടിക്കൊണ്ടിരിക്കുമ്പോഴാണ് കൃഷ്ണപിള്ള
പാമ്പുകടിയേറ്റ് നിര്യാതനായ പത്രവാർത്തയും കൊണ്ട് ആൾ വന്നത്.
കമ്മിറ്റി തൽക്കാലം നിറുത്തിവെച്ചു. പണിക്കർ വളരെ പരിക്ഷീണനായി
കാണപ്പെട്ടു. നിരവധി സഖാക്കൾ വെടിയേറ്റ് വീണു പിടഞ്ഞു മരിച്ച
പ്പോഴും പതറാത്ത മനസ്സ് എന്തേ ഇപ്പോൾ ഇങ്ങനെ വിഷമിക്കുന്നു
എന്ന് ഞാൻ സാന്ത്വനപ്പെടുത്താൻ വേണ്ടി ചോദിച്ചു. അതുപോലെ
യാണോ സഖാവെ ഈ നഷ്ടം, രക്തസാക്ഷികളെപ്പോലെയും, നമ്മ
ളെപ്പോലെയും, ആയിരക്കണക്കിന് സഖാക്കളെ വളർത്തിയെടുക്കാൻ
കഴിവുള്ള സഖാവിന്റെ നഷ്ടം നമുക്ക് എങ്ങനെ പരിഹരിക്കാൻ കഴിയും?
അതാണ് ഞാൻ പരീക്ഷണനാകുന്നത് എന്നാണ് പണിക്കർ നിറഞ്ഞ
കണ്ണുകളോടെ പറഞ്ഞത്. '

അതിനു ശേഷം പള്ളാത്തുരുത്തിയിൽ ഒരു കർഷകത്തൊഴിലാളി
യുടെ വീട്ടിൽ ഒളിവിലിരുന്ന അച്ഛനെ ആരോ ഒറ്റിക്കൊടുത്തു. അങ്ങനെ
അറസ്റ്റിലായതിനെത്തുടർന്ന് ചെങ്കോട്ട ജയിലിലും തിരുവനന്തപുരം
സെൻട്രൽ ജയിലിലുമായി ഏകദേശം മൂന്നു വർഷക്കാലം തടവിൽ
കഴിയേണ്ടിവന്നു. അച്ഛനൊപ്പം ഒരേ സെല്ലിലായിരുന്ന കെ. കെ.

കുഞ്ഞനേയും തടവിൽ പാർപ്പിച്ചിരുന്നത്. 1952-ലെ തിരു-കൊച്ചി നിയ
മസഭയിലേക്ക് ജയിലിൽ കിടന്നു കൊണ്ട് മത്സരിച്ച അച്ഛൻ വിജയിച്ചു.
1954 - ലെ തിരഞ്ഞെടുപ്പിൽ വീണ്ടും തിരു- കൊച്ചി നിയമസഭയിലേക്ക്
തിരഞ്ഞെടുക്കപ്പെട്ടു. പിന്നീട് 1957-ൽ കേരള നിയമസഭയിലേക്ക് മാരാ
രിക്കുളം മണ്ഡലത്തിൽ നിന്നും അച്ഛൻ തിരഞ്ഞെടുക്കപ്പെട്ടു.

അച്ഛൻ അമ്മയെ വിവാഹം കഴിക്കുന്നത് 1945 ലായിരുന്നു. ആ
വിവാഹത്തിൽ പങ്കെടുത്ത ഒരാൾ മാത്രമാണ് ഇന്ന് ജീവിച്ചിരിക്കുന്നത്.
അച്ഛന്റെ അനന്തിരവളായ റബ്ബർ ബോർഡിൽ നിന്നും സീനിയർ
സയന്റിസ്റ്റായി വിരമിച്ച എൽ. തങ്കമ്മ. വിവാഹം വൈകുന്നേരമായി
രുന്നു. വളരെ ലളിതമായ ചടങ്ങിൽ താലിമാല എടുത്തു കൊടുത്തത്
കർഷക സംഘം വൈസ് പ്രസിഡന്റായിരുന്ന പുന്നശ്ശേരി കൃഷ്ണനായി
രുന്നു. അമ്മയുടെ താലിമാല അരിവാളും ചുറ്റികയും ആലേഖനം ചെയ്ത
തായിരുന്നു. വരന് വധുവിന്റെ അച്ഛൻ സമ്മാനിച്ച സ്വർണ്ണമോതിരം
ചടങ്ങു തീരും മുൻപ് പാർട്ടിക്ക് സംഭാവനയായി നൽകി.

1977 ലെ ആഗസ്റ്റുമാസത്തിൽ അമ്മയും അച്ഛനും ഞാനും
ഡൽഹിയിൽ ബാരക്കാംബ റോഡിലുള്ള എസ്. കുമാരന്റെ എം. പി.
ക്വാർട്ടേഴ്സിൽ അദ്ദേഹത്തോടൊപ്പം ഊണു കഴിക്കുന്നു. അക്കാലത്ത്
എസ്. കുമാരൻ രാജ്യസഭാ അംഗമായിരുന്നു. റഷ്യയിൽ സൗജന്യ വിദ്യാ
ഭ്യാസത്തിന് അവസരം ലഭിച്ചതിനെയെടുർന്ന് പതിനെട്ട വയസ്സുള്ള
എന്നെ യാത്രയാക്കാൻ അച്ഛനും അമ്മയും എന്നോടൊപ്പം വന്നതായി
രുന്നു. യാത്രക്ക് ചില കാലതാമസം നേരിട്ടതിനാൽ ഏകദേശം പത്തു
ദിവസങ്ങളോളം ഞങ്ങൾക്ക് എസ്. കുമാരനോടൊപ്പം താമസിക്കേണ്ടി
വന്നു. ഊൺമേശയിൽ അച്ഛനും എസ്. കുമാരനും തങ്ങളുടെ ഒളിവുകാല
പ്രവർത്തനങ്ങൾ അയവിറക്കാറുണ്ടായിരുന്നു. ഒരു ദിവസം എന്റെ
സാന്നിദ്ധ്യം വിസ്മരിച്ചുകൊണ്ട് എസ്. കുമാരൻ ഇപ്രകാരം പറഞ്ഞു.
'സി. ജി. അന്നല്ലേ നിങ്ങളുടെ പ്രേമവും...' പെട്ടെന്ന് കണ്ണടയ്ക്കിടയിലൂടെ
എസ്. എന്നെ ഒളികണ്ണിട്ടു നോക്കി.

ഞാനീ നാട്ടുകാരനേ അല്ല എന്ന ഭാവത്തിൽ അവിടെയിരുന്നു!
പക്ഷെ എസിന്റെ ശ്രീമതിക്ക് ചിരി അടക്കാൻ കഴിഞ്ഞില്ല. ഊൺമേ
ശയിൽ അടക്കിപ്പിടിച്ച ചിരി പടർന്നു. അങ്ങനെ അച്ഛന്റെയും അമ്മയു
ടെയും വിവാഹത്തെക്കുറിച്ച് എനിക്കൊരു പുതിയ അറിവു കിട്ടി.

പട്ടണക്കാട്ട് ഞങ്ങളുടെ വീടിന്റെ തൊട്ടടുത്തുള്ള എസ്. സി. യു
ഹൈസ്ക്കൂളിലെ യു. പി. വിഭാഗത്തിൽ അദ്ധ്യാപികയായിരുന്ന എന്റെ
അമ്മ. അതേ സ്ക്കൂളിലെ ഇപ്പകാരനായി ജോലി നോക്കിയിരുന്നത്
പഴയ പാർട്ടി സഖാവും കർഷക നേതാവുമായിരുന്ന പുന്നശ്ശേരി

മേനാശ്ശേരി സ്മാരകം

കൃഷ്ണനായിരുന്നു. പാർട്ടി പ്രവർത്തനമൊക്കെ പാടെ നിർത്തിയ പുന്ന
ശ്ശേരി കൃഷ്ണൻ ഉപജീവനമാർഗ്ഗമായി ആ ജോലി സ്വീകരിച്ചതായിരുന്നു.
ആറടി പൊക്കമുള്ള കൃഷ്ണൻ ചേട്ടനെ ഞാൻ കാണാൻ ഇടങ്ങുമ്പോൾ
അദ്ദേഹത്തിന്റെ നട്ടവിന് ഒരു കൂനുണ്ടായിരുന്നു.

എങ്കിലും വിരിഞ്ഞുറച്ചനെഞ്ചും കൈകളിലും കാലുകളിലുമുള്ള ഉരുണ്ട
മസിലുകളും വലിഞ്ഞു മുറുകിയ മുഖപേശികളും കൊണ്ട് ആകാരമൊത്ത
ഒരു മനുഷ്യനായിരുന്നു അദ്ദേഹം. വയലാർ സമരകാലത്ത് പോലീസ്
തല്ലിക്കൂട്ടിയതാണ് കൂനിന് കാരണമെന്നാണ് പുന്നശ്ശേരി പറഞ്ഞിരു
ന്നത്. മേനാശ്ശേരി ക്യാമ്പിലായിരുന്ന കൃഷ്ണൻ ചേട്ടനെ വെടിവെയ്പ്പിന
ശേഷം അറസ്റ്റ് ചെയ്യകയായിരുന്നു. വളരെ ക്രൂരമായ മർദ്ദനങ്ങളാണ്
പുന്നശ്ശേരിക്ക് സഹിക്കേണ്ടി വന്നത്. ചേർത്തല പോലീസ് സ്റ്റേഷ
നിലാണ് അദ്ദേഹത്തെ ഹാജരാക്കിയത്. കുമാരൻ വക്കീലും എൻ.

എസ്. പി. പണിക്കരുമൊക്കെ സെല്ലിൽ അടയ്ക്കപ്പെട്ടിരുന്നു. പോലീസ് ഇൻസ്പെക്ടർക്ക് ഒട്ടും ഇഷ്ടമാകാതിരുന്നത് പുന്നശ്ശേരിയുടെ കൊമ്പൻ മീശയാണ്. നട്ടുവിനേറ്റ ഒരു തൊഴിയുടെ ആഘാതത്തിൽ കമഴ്ന്നടിച്ച് നിലത്തു വീണ പുന്നശ്ശേരിയെ അൽപ്പം ആയാസപ്പെട്ടാണ് ഇൻസ്പെ ക്ടർ കഴുത്തിനു പിടിച്ച് എഴുന്നേൽപ്പിച്ച് നിർത്തിയത്.

നിവർന്നുനിന്ന പുന്നശ്ശേരിയുടെ വലിയ കണ്ണുകളിൽ നോക്കി അല്പം നർമ്മം കലർത്തി അയാൾ ചോദിച്ചു. 'നീ വലിയ ക്യാപ്റ്റനാണ് അല്ലേടാ?' പുന്നശ്ശേരി തെല്ല് ദൈന്യതയോടെ നിലകൊണ്ടു. 'നിനക്കെ ന്തിനാടാ ഈ കൊമ്പൻമീശ?' മർദ്ദനത്തിന്റെ പല ഘട്ടങ്ങൾ കഴിഞ്ഞി രുന്നതിനാൽ എന്തും സഹിക്കാൻ തയ്യാറായി മരവിച്ച മനസ്സുമായി പുന്നശ്ശേരി ഒരുങ്ങി നിന്നു. ഇൻസ്പെക്ടറുടെ ബലിഷ്ഠമായ കൈകൾ തന്റെ മുഖത്തിന് നേരെ നീണ്ടു വരുന്നത് പുന്നശ്ശേരി കാണുകയും തന്റെ ചുണ്ടുകളുടെ ഇരു കോണുകളിലും ഒരു വലിവ് പുന്നശ്ശേരിക്ക് അനുഭവപ്പെടുകയും ചെയ്തു. പിന്നെ അതികഠിനമായ വേദനയിൽ മുഖം മുഴുവൻ ചോരയിൽ മെഴുകിയ കൃഷ്ണൻ ചേട്ടൻ ബോധമറ്റ നീലം പതിച്ചു. ഇൻസ്പെക്ടർ വിജയാഘോഷത്തോടെ പുന്നശ്ശേരിയുടെ കൊമ്പൻ മീശ വലിച്ചെറിഞ്ഞ് കൈകഴുകാൻ പോയി. ഈ വിധം കൃഷ്ണൻ ചേട്ടന് അനുഭവിക്കേണ്ടി വന്ന പീഡന കഥകൾ കേട്ട ഞാൻ പല രാത്രിക ളിലും പേടിയോടെ ഉറങ്ങിയിട്ടുണ്ട്.

ഇന്ദപ്പൻ

സി. കെ. കുമാരപ്പണിക്കരുടെ മകൾ സി. കെ. ലക്ഷ്മിക്കുട്ടി പറഞ്ഞ ഒരു പഴയകാല സംഭവമാണ് ഇന്ദപ്പൻ എന്ന മൂന്നു വയസ്സുകാരിയുടെ കഥ. പുന്നപ്ര-വയലാർ സമരത്തിനു ശേഷം പല നേതാക്കളും അക്കാലത്ത് തിരുവിതാംകൂറിന്റെ അതിർത്തിക്കപ്പുറത്തുള്ള കൊച്ചി രാജ്യത്താണ് ഒളിവിൽ താമസിച്ചിരുന്നത്. സി. കെ. കുമാരപ്പണിക്ക രുടെ ഭാര്യവീട് തൃപ്പുണിത്തുറയിലാണ്. വയലാർ വെടിവെയ്പിനു മുൻപു തന്നെ കുമാരപ്പണിക്കർ ഒഴിച്ചുള്ള കുടുംബാംഗങ്ങളെല്ലാം തൃപ്പുണിത്ത റയിലേക്ക് പോയി. അന്ന് മൂന്നൊനാലൊ വയസ്സുള്ള ലക്ഷ്മിക്കുട്ടിയുൾ പ്പെടെ എല്ലാവരും വേമ്പനാട്ട കായലിൽ കൂടി വള്ളത്തിൽ കൊച്ചി രാജ്യത്തേക്ക് കടക്കുകയായിരുന്നു. കുമാരപ്പണിക്കരുടെ ഭാര്യാസഹോ ദരന് (ലക്ഷ്മിക്കുട്ടിയുടെ അമ്മാവൻ) മൂന്നര വയസ്സുകാരിയായ ഇന്ദിര എന്ന ഒരു പെൺകുട്ടിയുണ്ടായിരുന്നു.

ലക്ഷ്മിക്കുട്ടിയുടെ അമ്മാവൻ ഒരു കമ്മ്യൂണിസ്റ്റ് അനുഭാവിയും കുമാരപ്പണിക്കരോട് നിറഞ്ഞ സ്നേഹവുമുള്ളയാളമായിരുന്നു. അളി യയനോട്ടുള്ള സ്നേഹക്കൂടുതൽ കൊണ്ടാകാം അദ്ദേഹം കമ്മ്യൂണിസ്റ്റ കാരെ ഇഷ്ടപ്പെട്ട തുടങ്ങിയത്. ഒളിവിൽ കഴിയുന്ന കമ്മ്യൂണിസ്റ്റുകാർക്ക് അഭയം നൽകാൻ അമ്മാവൻ സന്നദ്ധനായിരുന്നു. എ. കെ. ജി, ശങ്കര നാരായണൻ തമ്പി, സി. ജി. സദാശിവൻ തുടങ്ങിയ നിരവധി നേതാ ക്കൾക്ക് അഭയം കൊടുത്ത വീടായിരുന്നു അത്. വിസ്തൃതമായ മൂന്നര ഏക്കറിൽ സ്ഥിതിചെയ്യുന്ന ആ വീട്ടുമുറ്റത്ത് കുട്ടികൾക്ക് ഓടിക്കളിക്ക വാൻ ധാരാളം സ്ഥലമുണ്ടായിരുന്നു. ഇന്ദിര എന്ന അമ്മാവന്റെ മകളെ ഓമനിച്ച് വിളിച്ചിരുന്നത് ഇന്ദപ്പൻ എന്നായിരുന്നു. ഒളിവിൽ കഴിയുന്ന

നേതാക്കൾ അവിടെയുണ്ടായിരുന്ന ഒരു ഔട്ട് ഹൗസിലാണ് താമസി ച്ചിരുന്നത്. ഒരു ചെറിയ മാളികയായിരുന്നു ആ കെട്ടിടം. അതിന്റെ മുക ളിലത്തെ രണ്ടു മുറികളിലാണ് അതിഥികൾ കഴിഞ്ഞിരുന്നത്. അവിടെ ഒളിവിൽ താമസിച്ചിരുന്ന സി. ജി. സദാശിവനുമായി എങ്ങനെയോ ഇന്ദപ്പൻ വലിയ അടുപ്പത്തിലായി. സി. ജി. പലപ്പോഴും കുട്ടിയേയും എടു ത്തുകൊണ്ട് പുറത്തിറങ്ങി നടക്കമായിരുന്നു. സി. ജി. യെ കുട്ടി ഇളയച്ചാ എന്നായിരുന്നു വിളിച്ചിരുന്നത്. ഇടക്കിടെ ദീനം വരുന്ന ഇന്ദപ്പൻ മരുന്നു കഴിക്കാതെ ശാഠ്യം പിടിക്കുമ്പോൾ ഇളയച്ചൻ എടുക്കുകയാണെങ്കിൽ അവൾ കരച്ചിൽ നിർത്തി മരുന്നു കഴിക്കുമായിരുന്നു. സഖാക്കളോ മറ്റ വല്ലവരുമോ ഉപേക്ഷിക്കുന്ന സിഗററ്റ കൂട് നിറയെ തൊടിയിലെ കുടമുല്ലപ്പൂക്കൾ ശേഖരിക്കുന്ന ഇന്ദപ്പൻ അച്ഛന്റേയും ഇളയച്ചന്റേയും കിട ക്കയിൽ കൊണ്ടുപോയി അവ വിതറിക്കൊടുക്കുമായിരുന്നു. അങ്ങനെ കുറച്ച ദിവസങ്ങൾ കഴിഞ്ഞപ്പോൾ നിയമ വിധേയമല്ലാത്ത കമ്യൂണിസ്റ്റ പാർട്ടിയുടെ പ്രവർത്തനത്തിനു വേണ്ടി സി. ജി. സദാശിവന് തിരുവി താംകൂറിലേക്ക് പോകേണ്ടതായി വന്നു. യാത്രക്കൊരുങ്ങിയ സി. ജി. യെ ഇന്ദപ്പൻ തടഞ്ഞു. പോകുകയാണെങ്കിൽ അവളും കൂടെ വരുമേ ന്നായി. ഇന്ദപ്പന്റെ അച്ഛനും അമ്മയും ഇടപെട്ടിട്ടും അവൾ കരച്ചിൽ നിർത്തിയില്ല. തന്റെ നന്നത്ത ഖദർ ജുബ്ബയിൽ മുഖം പൂഴ്ത്തി കിടന്ന് ഏങ്ങലടിക്കുന്ന ഇന്ദപ്പനോട് സി. ജി പറഞ്ഞു. 'മോളെ, ഇളയച്ചൻ രണ്ടു ദിവസത്തിനുള്ളിൽ വരാം.' അവളുടെ ഏങ്ങലടി നിലച്ചില്ല. മെലിഞ്ഞ ശരീരമുള്ള ഇന്ദപ്പൻ സി. ജി. യെ അടക്കിപ്പിടിച്ചിരിക്കുകയാണ്. 'ഉട പ്പൊക്കെ ചീത്തയാവില്ലേ, കുട്ടിയെ ഇങ്ങു തന്നേക്ക്' അവളുടെ അമ്മ കൗസല്യ സി. ജി. യോട പറഞ്ഞു. സി. ജി. അതിനു തയ്യാറായില്ല. അവളേയുമെടുത്ത് മുറ്റത്ത് ഉലാത്തിക്കൊണ്ടിരുന്നു. താമസിയാതെ ഇന്ദപ്പൻ ഉറങ്ങി. അവളെ അവളുടെ അമ്മയെയേൽപ്പിച്ച് സി. ജി. ഇറങ്ങി നടന്നു.

പിറ്റെന്നാൾ മുതൽ ഇന്ദപ്പൻ ഇളയച്ചനെ അന്വേഷിച്ച കൊണ്ടി രുന്നു. പക്ഷെ ഇളയച്ചൻ വന്നില്ല. പിന്നീട് വീട്ടുകാർ പത്രത്തിലൂടെ അറിഞ്ഞത് സി. ജി. സദാശിവനെ അറസ്റ്റ ചെയ്ത വാർത്തയാണ്. ഇന്ദ പ്പൻ ഇളയച്ചനെ അന്വേഷിക്കാത്ത ദിവസമില്ലെന്നായി. ഇതിനിടയിൽ ഇന്ദപ്പന് ദീനം കടുത്തു.

ജയിലിൽ നിന്നും ഇറങ്ങിയ സി. ജി. സദാശിവൻ അതിന്റെ തൊട്ടട ത്ത ദിവസം വയലാറിലെ കുമാരപ്പണിക്കരുടെ വീട്ടിലെത്തി. പണിക്കർ സ്ഥലത്തില്ലായിരുന്നു. പണിക്കരുടെ ഭാര്യ സി. ജി. ക്ക് ഊണ വിളമ്പി. അമ്മയുടെ അടുത്ത് മകൾ ലക്ഷ്മിക്കുട്ടിയും ഉണ്ടായിരുന്നു. പെട്ടെന്നാണ്

സി. ജി ചോദിച്ചത്, 'നമ്മുടെ ഇന്ദപ്പൻ എന്തു പറയുന്നു?' ലക്ഷ്മിക്കുട്ടിക്ക് സി. ജി. യുടെ മുഖം വ്യക്തമായി കാണാം. ചോദ്യം കേട്ട അമ്മയുടെ മുഖം വിവർണ്ണമായി.

ചോദ്യഭാവത്തോടെ അമ്മയുടെ മുഖത്തു നോക്കിയ സി. ജി. ക്ക് എന്തോ പന്തികേടുണ്ടെന്നു തോന്നി. 'അവൾ പോയി സി. ജി' എന്ന് അമ്മ പറഞ്ഞതും ഊണ കഴിക്കുന്ന സി. ജി. യുടെ കൈ നിശ്ചലമാകുകയും ചെയ്തു! ഇടത്തെ കൈകൊണ്ട് തന്റെ കണ്ണട ഊരി മാറ്റിയ സി. ജി. ഒരു നിമിഷം കണ്ണടച്ചിരുന്നു. അമ്മ വിവരങ്ങൾ പറഞ്ഞപ്പോൾ സി. ജി. വളരെ അസ്വസ്ഥനായി. മൂന്നു മാസങ്ങൾക്കു മുൻപ് ഇന്ദപ്പൻ ദീനം കലശലായി മരിച്ച പോയിരുന്നു. ദീനം കലശലായപ്പോഴും അവൾ ഇളയച്ചനെ അന്വേഷിച്ചിരുന്നു. പിന്നെ സി. ജിക്ക് ഊണ കഴിക്കാൻ കഴിഞ്ഞില്ല. അധികമൊന്നും സംസാരിക്കാതെ സി. ജി. സദാശിവൻ ഇറങ്ങി നടന്നു.

ഇന്ദപ്പന്റെ കണ്ണീർ തന്റെ ഖദർ ജുബ്ബയുടെ തോളിൽ സി. ജി. ക്ക് അനുഭവപ്പെട്ടു. ഇന്ദപ്പൻ പെറുക്കിക്കൂട്ടിയ കുടമുല്ലപ്പക്കളുടെ ഗന്ധം തന്റെ മൂക്കിൽ അനുഭവപ്പെട്ടു. അന്ന് ഉറങ്ങാൻ കഴിയാത്ത സി. ജി. സദാശിവൻ അതിരാവിലെ എഴുന്നേറ്റ് തൂപ്പണിത്തറയിലേക്ക് യാത്രയായി.

പടിപ്പുര കടന്ന് ഉള്ളിലേക്കു നടന്നു ചെന്ന സി. ജി. സദാശിവനെ ആദ്യം കണ്ടത് ഇന്ദപ്പന്റെ അമ്മയായിരുന്നു. അവർ ശബ്ദത്തോടെ പൊട്ടിക്കരഞ്ഞു. കാരയാതിരിക്കാൻ സി. ജി. ക്ക് കഴിയുമായിരുന്നില്ല. സി. ജി. വരാതിരുന്നതുകൊണ്ടാണ് ഇന്ദപ്പൻ മരിച്ചത് എന്നാണ് ആ അമ്മ വിശ്വസിക്കുന്നത്! സി. ജി. വന്നിരുന്നുവെങ്കിൽ തന്റെ മകളുടെ ദീനം മാറ്റമായിരുന്നു എന്നാണ് അവരുടെ വിശ്വാസം! ആറു വയസ്സിന ടുത്ത് പ്രായമുള്ള അവർ ഇന്നും അങ്ങനെ വിശ്വസിക്കുന്നു.

കെ. സി. യുടെ ചിരി

1976 ആഗസ്റ്റുമാസം. തിരുവനന്തപുരത്തെ ഗവണ്മെന്റ് എഞ്ചിനിയറിംഗ് കോളേജിന്റെ ഹോസ്റ്റൽ. ഒന്നാം വർഷ ആർക്കിടെക്ച്ചർ വിദ്യാർത്ഥിയായിരുന്ന ഞാൻ റാഗിംഗ് പേടിച്ച് സീനിയേഴ്സിനെ എല്ലാം ചേട്ടാ എന്നു വിളിച്ച നടക്കുന്ന കാലം. രണ്ടാം വർഷ ഇലക്ട്രിക്കൽ വിദ്യാർത്ഥിയായിരുന്ന ജയപാലിനെ പരിചയപ്പെട്ടത് എനിക്കൊരു ആശ്വാസമായി. എം. ടി. ചന്ദ്രസേനന്റെ മകനാണ് ജയപാൽ. ഏതായാലും ജയപാൽ റാഗ ചെയ്യില്ലല്ലൊ എന്നതായിരുന്ന എന്റെ ആശ്വാസം. ഒരു ദിവസം ജയപാൽ എന്നോട് പറഞ്ഞു. 'എടൊ അടുത്ത ഞായറാഴ്ച താൻ എന്റെ കൂടെ വരണം'. ഞാൻ ജയപാലിനെ നോക്കി ചോദിച്ചു.

'എവിടെ?' റൂമില്ലുണ്ടായിരുന്ന ജയപാലിന്റെ സഹമുറിയൻ എന്നെ വിരട്ടാനായി ചോദിച്ചു.

'ഓഹോ, എങ്ങോട്ടാണെന്നറിഞ്ഞാലെ നീ പോകൂ' ജയപാൽ തണുത്ത ഒരു ചിരിയോടെ എന്നെ നോക്കി. ഞാൻ ചമ്മിയ ഒരു മഞ്ഞച്ചിരിയോടെ ജയപാലിനെ നോക്കി. അല്പം സഹതാപത്തോടെ ജയപാൽ ചോദിച്ചു. 'താൻ കെ. സി. ജോർജ്ജ് എന്നൊരാളെ കുറിച്ച് കേട്ടിട്ടുണ്ടോ?' പുന്നപ്ര-വയലാർ എന്ന പുസ്തകത്തിന്റെ പുറം ചട്ട എന്റെ മനസ്സിൽ മിന്നിമറഞ്ഞു. 'പുന്നപ്ര-വയലാർ എഴുതിയ കെ. സി. ആണോ?' 'അതെ, അതു തന്നെ ആൾ'

'അദ്ദേഹം താമസിക്കുന്നത് ഇവിടെ അടുത്ത് കുളത്തൂരാണ്. ഞായറാഴ്ച തന്നെ വിളിച്ച കൊണ്ട് ചെല്ലാൻ കെസി പറഞ്ഞിട്ടുണ്ട്. ' എനിക്ക് അത്ഭുതമായി. അല്പം ജിജ്ഞാസയും!

പുന്നപ്ര-വയലാർ സ്മാരകം

'എന്തിനാ?' ഞാൻ ചോദിച്ചു. ജയപാലിന്റെ സഹമുറിയൻ വീണ്ടും കണ്ണുരുട്ടി. ഞാൻ പിന്നെയൊന്നും ചോദിച്ചില്ല. ഞായറാഴ്ച പതിനൊന്നുമണിക്ക് വരാമെന്നു പറഞ്ഞ് ഞാൻ എന്റെ മുറിയിലേക്കു പോയി.

മുറിയിൽ ചെന്ന് ആലോചിച്ചപ്പോൾ എനിക്ക് സന്തോഷം തോന്നി. ഞാൻ ഒരിക്കലും കെ. സി ജോർജ്ജിനെ കണ്ടിട്ടില്ല. എന്നാൽ അദ്ദേഹത്തെ കുറിച്ച് ധാരാളം കേട്ടിട്ടുണ്ട്. എന്റെ മൂത്തചേച്ചിക്ക് സോയ എന്ന പേരിട്ടത് ഞങ്ങളുടെ വീട്ടിൽ ഒളിവിൽ താമസിച്ചിരുന്ന കെ. സി ജോർഇജ്ജായിരുന്നു. അക്കാലത്തെ ഞങ്ങളുടെ ഓലമേഞ്ഞ പുരയുടെ കിഴക്കെ വരാന്തയിൽ കിടന്ന പത്തായത്തിനു മുകളിലാണ് കെസി ജോർജ്ജും പിന്നീട് ഒളിവിലിരുന്ന ശങ്കരനാരായണൻ തമ്പിയും കിടന്നിരുന്നത് എന്നൊക്കെ അമ്മ പറഞ്ഞ് ഞാൻ കേട്ടിരുന്നു. ഞാൻ പ്രീഡിഗ്രിക്ക് പഠിക്കുന്ന കാലത്താണ് പുന്നപ്ര-വയലാർ എന്ന കെ. സി. ജോർഇജ്ജിന്റെ പുസ്തകം വായിക്കുന്നത്. അക്കാലത്ത് പട്ടണക്കാട്ട് എന്റെ അളിയൻ ഹരിദാസ് വളമംഗലത്തിന്റെ സജീവസാന്നിദ്ധ്യത്തിൽ ഞങ്ങൾ പത്തു പതിനൊന്നു പേർ മുത്തിയമ്മക്കാവിലെ പഞ്ചാര മണൽ തുകിയ തുറന്ന വെളിയിൽ നിത്യേന കൂടുകയും സൂര്യൻ താഴെയുള്ള ഏതു വിഷയത്തെക്കുറിച്ചും ചർച്ച ചെയ്യുകയും ചെയ്തിരുന്നു. പുന്നപ്ര വയലാർ എന്ന പുസ്തകവും ഞങ്ങൾ അവിടെ ചർച്ച ചെയ്തതാണ്. ഏതായാലും കെ. സി ജോർജ്ജിനെ കാണാമല്ലോ എന്നോർത്ത് ഞാൻ ഞായറാഴ്ചയാകാൻ കാത്തിരുന്നു.

ഞായറാഴ്ച ജയപാലിനൊപ്പം ഞാൻ കെ സി ജോർജ്ജിന്റെ വീട്ടിലെത്തി. അവിടെ ചെന്നപ്പോഴാണ് കെ. സി. യുടെ കൂടെ മറ്റൊരു പ്രധാന നേതാവു കൂടി അവിടെയിരിക്കുന്നത് കണ്ടത്. സരസനും മനോ ഹരമായി ചിരിക്കുന്നയാളുമായ എം. എൻ. ഗോവിന്ദൻ നായരായിരുന്നു അത്. അക്കാലത്ത് എം. എൻ. തിരുവനന്തപുരത്ത് വിശ്രമ ജീവിതം നയിക്കുകയായിരുന്നു. കെ. സി. എന്നെ അകത്തുവിളിച്ച് പരിചയപ്പെട്ടു. സി. ജി. സദാശിവന്റെ മകൻ എഞ്ചിനീയറിംഗ് കോളേജിൽ പഠിക്കാ നെത്തിയിട്ടുണ്ട് എന്ന് ജയപാലിൽ നിന്നമറിഞ്ഞ കെ. സി. ജോർജ്ജ് ഉച്ചയൂണ തരാനായി ഞങ്ങളെ വിളിച്ച വരുത്തിയതാണ്. ഊണ്മേശ യിൽ സഖാക്കൾ തങ്ങളുടെ പൂർവ്വ കാലം ഓർമ്മിച്ച കൊണ്ട് പലതും സംസാരിച്ചു. പലപ്പോഴും ചിരിപടർത്തുന്ന തമാശകൾ എം. എൻ. പറയുന്നുണ്ടായിരുന്നു.

പൊട്ടന്നനെ എം. എൻ ചോദിച്ച ഒരു ചോദ്യം എന്നെ വല്ലാതാകർ ഷിച്ചു. 'പുന്നപ്ര-വയലാർ എന്ന പുസ്തകത്തിന്റെ അവസാന ഭാഗത്ത് കെ. സി. ഇഎംഎസിനെ പരാമർശിക്കുന്ന ഭാഗമുണ്ടല്ലോ, അത് നമ്മുടെ പ്രസ്ഥാനങ്ങൾ ഒന്നായിരുന്നെങ്കിൽ കെ. സി എഴുതുമായിരുന്നോ?' ഞാൻ കണ്ണും കാതും കൂർപ്പിച്ചിരുന്നു. ആ പുസ്തകം വായിച്ചുകഴിഞ്ഞ് ഈ പരാമർശം വെള്ളേക്കാവു വെളിയിലെ ഞങ്ങളുടെ പതിനൊന്നര സംഘം നീണ്ട ചർച്ചകൾക്ക് വിധേയമാക്കിയ കാര്യമായിരുന്നു. 1946 ഒക്ടോബർ 25-ന് യോഗക്ഷേമസഭയുടെ മീറ്റിംഗിൽ പുന്നപ്രയിൽ ഈ. എം. എസ് പ്രസംഗിച്ച എന്നും പുന്നപ്രയിൽ വെടിവെപ്പ നടന്നതിന്റെ അടുത്ത ദിവസമായിട്ടും അതിനെക്കുറിച്ച് ഇ. എം. എസ് ഒരക്ഷരം പോലും പറഞ്ഞില്ല എന്ന വിവാദമുണ്ടാക്കുന്ന ഒരു പരാമർശമാണ് എം. എൻ. ഉന്നയിച്ചത്. ഞാൻ ഒളികണ്ണിട്ട് കെ. സി. ജോർജ്ജിന്റെ മുഖത്തു നോക്കി. അർത്ഥഗർഭമായ ഒരു പുഞ്ചിരി മാത്രമായിരുന്നു കെ. സിയുടെ മറുപടി.

അവലംബം

1. ആര്‍. സുഗതന്‍ (രാഷ്ട്രീയ ജീവചരിത്രം), പുതുപ്പള്ളി രാഘവന്‍, കറന്റ് ബുക്സ്

2. ജീവിത സമരം, സി.കേശവന്‍, കറന്റ് ബുക്സ്.

3. പുന്നപ്ര വയലാര്‍, കെ.സി. ജോര്‍ജ്ജ്, പ്രഭാത് ബുക്ക് ഹൗസ്.

4. പുന്നപ്ര വയലാര്‍ ജ്വലിക്കുന്ന അഅദ്ധ്യായങ്ങള്‍, എം.ടി.ചന്ദ്രസേനന്‍, NBS

5. വയലാര്‍ സമരം അറിയപ്പെടാത്ത ഏട്ടുകള്‍, എം.ഇ.ആര്‍തര്‍, ഡോണ്‍ ബുക്സ്

6. സഖാവ്, ടി.വി.കെ, പ്രഭാത് ബുക്ക് ഹൗസ്

7. എമ്മെന്റെ ആത്മകഥ, പ്രഭാത് ബുക്ക് ഹൗസ്

8. വസ്തി പ്രദീപം, പാണാവള്ളി കൃഷ്ണന്‍ വൈദ്യര്‍, രാഘവന്‍ വൈദ്യര്‍

9. കേരള ചരിത്രം, എ. ശ്രീധരമേനോന്‍, D C ബുക്സ്

10. കേരളവും സ്വാതന്ത്ര്യസമരവും, എ. ശ്രീധരമേനോന്‍, D C ബുക്സ്

11. ആത്മകഥ, കെ.ആര്‍. ഗൗരിയമ്മ, മാതൃഭൂമി ബുക്സ്

12. ആര്‍.ശങ്കര്‍, എം.കെ.കുമാരന്‍, സാംസ്കാരിക വകുപ്പ്, കേരള സര്‍ക്കാര്‍

13. കെ.വി. പത്രോസ് കുന്തക്കാരനും ബലിയാട്ടം, ജി.യദുകുലകുമാര്‍, സൈന്‍ ബുക്സ്

14. വഞ്ചിക്കപ്പെട്ട വേണാട്, എന്‍ ശ്രീകണ്ഠന്‍ നായര്‍, N B S

www.ingramcontent.com/pod-product-compliance
Lightning Source LLC
LaVergne TN
LVHW051533170726
843492LV00006B/1750